'पर्ल्स ऑफ चाइल्डहूड' या इंग्रजी पुस्तकाचा मराठी अनुवाद

आठवणींचे मोती

दुसऱ्या महायुद्धात बालपणीच कुटुंबाशी ताटातूट झालेल्या एका ज्यू मुलीचा भावपूर्ण प्रवास

लेखक
व्हेरा गिसिंग

अनुवाद
डॉ. विनया वि. धारवाडकर

मेहता पब्लिशिंग हाऊस

Please contact us at **Mehta Publishing House Pvt. Ltd.,** Pune 411030.
✆ +91 020-24476924 / 24460313 / Mob. No. 9545000513
Email : production@mehtapublishinghouse.com
Website : www.mehtapublishinghouse.com

◆ *या पुस्तकातील लेखकाची मते, घटना, वर्णने ही त्या लेखकाची असून त्याच्याशी प्रकाशक सहमत असतीलच असे नाही.*

PEARLS OF CHILDHOOD by VERA GISSING

Translated into Marathi Language by Dr. Vinaya V. Dharwadkar

आठवणींचे मोती / अनुवादित आत्मकथन

अनुवाद : डॉ. विनया वि. धारवाडकर
Email : author@mehtapublishinghouse.com

मराठी अनुवादाचे व प्रकाशनाचे हक्क मेहता पब्लिशिंग हाऊस प्रा. लि., पुणे.

संस्थापक : सुनील अनिल मेहता

प्रकाशक : मेहता पब्लिशिंग हाऊस प्रा. लि.,
१९४१ सदाशिव पेठ, माडीवाले कॉलनी, पुणे - ४११०३०.

मुद्रक : ट्रिनिटी ॲकॅडमी फॉर कॉर्पोरेट ट्रेनिंग लिमिटेड

मुखपृष्ठ : चंद्रमोहन कुलकर्णी

प्रकाशनकाल : सप्टेंबर, २०१३ / पुनर्मुद्रण : डिसेंबर, २०२४

किंमत : ₹ ३६०

P Book ISBN 9788184984989

माझ्या आई-वडिलांच्या स्मृतीला अर्पण

– व्हेरा

लेखिकेचे मनोगत

'पर्ल्स ऑफ चाइल्डहूड' (मूळ इंग्रजी पुस्तकाचे नाव) हे पुस्तक मी लिहीत होते तेव्हा, दुसरं महायुद्ध सुरू होण्याच्या आधी काही महिने, ज्या अनामिक व्यक्तीने झेकोस्लोव्हाकियातून शेकडो निष्पाप ज्यू बालकांना सुखरूपणे बाहेर काढून मृत्यूच्या सापळ्यातून वाचवलं, त्या व्यक्तीचा शोध घेण्याचा मी निष्फळ प्रयत्न केला होता.

थोड्या नाराजीनेच मी शेवटी या निष्कर्षाप्रत आले की, अशी कुणी व्यक्ती जर अस्तित्वात असेलच; तर तिचं अस्तित्व हे एक गूढच असेल. पण दैवगती वेगळीच होती. एक चमत्कार घडला! माझं हस्तलिखित १९८८ च्या फेब्रुवारी महिन्यात छापखान्यात गेलं अन् ही सर्व कहाणी बाहेरील जगतात पसरली. एस्थेर रॅनझेन (Esther Rantzen) यांच्या 'दॅट्स लाइफ' या दूरचित्रवाणीवरील कार्यक्रमात ही कहाणी प्रसारित केली गेली. त्यात निकोलस विन्टन या आम्हा 'त्या' बालकांच्या जीवनदात्याबरोबर, 'त्या वेळेस सुटका झालेल्या बालकांतील पहिली मुलगी', अशी माझी ओळख करून देण्यात आली.

त्यांच्याशी झालेल्या माझ्या भेटीचा तो क्षण अविस्मरणीय होता!

माझ्या स्वप्नांची परिपूर्ती झाली होती. पुढे काही आठवड्यांनंतर माझ्या या पुस्तकाची पहिली प्रत मी त्यांना अर्पण केली, तो दिवसही असाच अविस्मरणीय होता.

'त्या वेळी' त्यांनी जर त्वरित हालचाल केली नसती, तर आज माझी कहाणी तुमच्यापुढे मांडायला मी जिवंत राहिले नसते!

त्यापुढील काही वर्षांत आमची आयुष्यं किती बदलणार होती अन् ती एकमेकांत किती गुरफटणार होती, याची आम्हा दोघांनाही तेव्हा कल्पना नव्हती.

त्यांनी केलेल्या या महान कामगिरीबद्दल 'त्या' सुटकेच्या प्रसंगानंतर साठ वर्षांनी 'नाईटहूड' हा किताब त्यांना बहाल करण्यात आला होता.

माझी ही कहाणी प्रकाशित झाल्यानंतर निकीने (विन्टन यांचं टोपणनाव) केलेल्या सुटकेच्या प्रसंगाबद्दल संशोधन करून ते प्रकाशित करण्याच्या खूप संधी

चालून आल्या. म्यूरियल इमन्यूएल हे इंग्रजी लेखक त्या वेळी निकीच्या आयुष्यावर एक पुस्तक लिहिणार होते. त्यांना मदत करण्याचं मी आश्वासन दिलं. ते पुस्तक २००१ मध्ये प्रकाशित झालं. एक सर्वसाधारण व्यक्ती किती महान कामगिरी करू शकते याचं श्री. निकोलस विन्टन हे उत्तम उदाहरण आहे, असं आम्ही त्या पुस्तकाद्वारे जगाला दाखवून दिलं.

"सहाशे एकोणसत्तर बालकांची सुटका हे माझ्या आयुष्यातील सामाजिक बांधिलकीचं एक छोटंसं आणि अंशकालीन पर्व आहे." असे उद्‌गार त्यांनी तेव्हा काढले होते! परंतु पुढे, त्यांनी सुटका केलेली आणि आज साठ-सत्तरीच्या वयात असलेली अनेक 'विन्टन मुलं' त्यांना भेटली, तेव्हा त्यांना आपण केलेल्या या महान कामगिरीचा अर्थ लक्षात आला! तब्बल १५,००० निरागस झेक-ज्यू बालके होलोकॉस्ट, म्हणजे छळछावणींतील यमयातनांना बळी पडली आणि फक्त १०० मुलं वेगवेगळ्या छावण्यांतून बाहेर येऊ शकली!!!

म्हणूनच निकीने आमच्या पिढीतील बऱ्याच झेक-ज्यू मुलांना वाचवलं; एवढंच नाही तर आमची मुले, नातवंडे आणि कित्येक भावी पिढ्या त्यांनी वाचवल्या. आज त्यांच्या मोठ्या विस्तारित कुटुंबात ५०००च्या वर व्यक्ती आहेत, एवढा मोठा त्यांचा परिवार आहे!

झेक रिपब्लिक, स्लोव्हाकिया, ब्रिटन, अमेरिका या देशांत निकीला खूप मानसन्मान मिळाले अन् त्या देशांत त्यांच्याबद्दल खूप आदर आहे; परंतु ते अजूनही खूप विनम्र आहेत. ह्या मानसन्मानामुळे त्यांना संकोचल्यासारखं होतं. विशेषत: त्यांची प्रिय पत्नी ग्रेट ही ऑगस्ट १९९९मध्ये हे जग सोडून गेल्यानंतर तिच्या वियोगाने ते कधीकधी खूप व्याकूळ होतात!

मृत्यूपर्यंत समाजासाठी काहीतरी उपयुक्त कार्य करण्याचा त्यांचा खटाटोप चालू होता. वयाच्या ९४व्या वर्षी वयस्कर व्यक्तींसाठी बांधण्यात येणाऱ्या इमारतीसाठी त्यांनी १ कोटी पाऊंड निधी गोळा करून दिला. ही वृद्धाश्रमवजा इमारत ॲबीफिल्ड हाऊस (मेडनहेड) या ठिकाणी बांधण्यात येणार आहे.

माझं हे आत्मवृत्त आणि निकीच्या कार्यात व त्यांच्या आयुष्यातील माझा प्रवेश यांमुळे माझ्या आयुष्याला एक नवा अर्थ प्राप्त झाला. आनंदाची गोष्ट ही की, १५ वर्षांनंतर हे पुस्तक शैक्षणिक कार्यासाठी उपयोगात आणलं जातंय. ही आता तेरावी आवृत्ती आहे.

हे पुस्तक अमेरिका, झेक रिपब्लिक, स्लोव्हाकिया आणि जर्मनी येथे 'Heimkehr in die Fremde' या नावाने प्रकाशित झालं आहे. जपानी भाषेत पण ते अनुवादित झालंय. झेक रेडिओवरून हे पुस्तक टप्प्याटप्प्याने प्रसारित होऊ लागलं. १९९५मध्ये त्याला मिळालेल्या उत्तम प्रतिसादामुळे, ते V.E. day (Victory in Europe day – युरोपातील विजय दिन, दर वर्षी साजरा केला जातो.) स्मृतिप्रीत्यर्थ आयोजिलेल्या कार्यक्रमात पुन्हा प्रसारित करण्यात आलं. त्यावर आधारित चाळीस मिनिटांचा एक माहितीपट दूरचित्रवाणीवर दाखवण्यात आला. 'व्हेरा गिसिंगची ओळख' हा तो माहितीपट त्याच काळात दोनदा दाखवण्यात आला.

माझी ही कहाणी बीबीसीवरून 'लाइफ स्टोरी' या कार्यक्रमातून दाखवली गेली. तसेच 'द चिल्ड्रन हू चीटेड द नाझी' आणि 'हीरोज ऑफ द किंडरट्रान्सपोर्ट' हे चित्रपटही त्यावर बनवले गेले.

जानेवारी २००१ मध्ये 'छळछावणीचा स्मृतिदिन' (Holocaust memorial day) ह्या ब्रिटनमधील वेस्टमिनिस्टर हॉल येथील पहिल्याच कार्यक्रमात राजपुत्र चार्ल्स व अनेक शासकीय मान्यवरांच्या उपस्थितीत मला भाषण करण्याची संधी दिली गेली. ब्रिटनने वाचवलेल्या 'त्या सर्व मुलांच्या'वतीने मी ते भाषण केलं. निकीच्या कार्यावर प्रकाश टाकण्याचं अन् माझ्या तेथील मानलेल्या आईने माझ्या प्रथम भेटीत जे उत्स्फूर्त उद्‌गार काढले, त्याविषयीचा माझ्या पुस्तकातील उतारा वाचून दाखवायचा होता. 'आम्ही तुझ्यावर नक्की प्रेम करू,' हे ते उद्‌गार होते. वयाच्या १०३व्या वर्षीही तिच्या मृत्यूच्या थोडं आधी माझ्याशी बोलताना तिने हेच उद्‌गार काढले होते!

माझ्या या पुस्तकामुळे माझ्यासाठी आणखी नवी दालने खुली झाली. आंतरराष्ट्रीय स्तरावर यशस्वी झालेला 'ऑल माय लव्ह वन्स' हा चित्रपट बनवला गेला. स्लोव्हाकिया येथील दिग्दर्शक मटेज मिनाक यांनी निकोलस विन्टनच्या जीवनावर 'द पॉवर ऑफ गुड' हा माहितीपट तयार केला. त्यासाठी मी मदत केली अन् त्यात भागही घेतला होता. ब्रिटन व बऱ्याच देशांत तो प्रदर्शित करण्यात आला. नोव्हेंबर २००२मध्ये १००० माहितीपटांमधून ह्या माहितीपटास आंतरराष्ट्रीय 'एमी अॅवॉर्ड' (Emmy Award) मिळालं.

इस्थर रँझेन यांनी दिग्दर्शित केलेला 'विन्टन्स चिल्ड्रेन - द ब्रिटिश शिंडलर' हा चित्रपट २७ जानेवारी २००३ रोजी आय टीव्हीवर दाखवला गेला. त्याच वर्षी २० फेब्रुवारीला वेल्श दूरचित्रवाहिनी ४वरून 'पर्ल्स ऑफ चाइल्डहूड'वर बेतलेलं 'एस्केपिंग हिटलर' हे एक तासाचं नाटक दाखवलं गेलं.

माझ्या जन्मगावी – सेलाकोव्हिस येथे हे पुस्तक वाचून सर्व नागरिक हेलावून गेले. तेथील नगराध्यक्षांनी माझ्या कुटुंबीयांना अखेरची मानवंदना दिली. माझं बालपणीचं घर व माझ्या प्रिय वडिलांच्या कारखान्याची जागा गेली कित्येक वर्षे दुर्लक्षित राहिली होती. आता त्या ठिकाणी गावातील एक सुंदर चौक बांधून काढण्यात आला आहे. त्याला 'At the Diamants' हे माझ्या कुटुंबीयांचं नाव दिले आहे! (माझं पूर्वाश्रमीचं आडनाव Diamant आहे) त्याखाली खालील ओळी

कोरल्या गेल्या आहेत –

"हीच ती वास्तू – या पवित्र वास्तूत डायमंट कुटुंबीय राहत होते. माता-पिता नाझींच्या छळछावणीत मृत्युमुखी पडले. त्यांच्या कन्या व्हेरा व इव्हा यांना ब्रिटिश नागरिक निकोलस विन्टन यांनी वाचवले. त्यांची कहाणी साहित्यातून आणि चित्रपटांतून अजरामर झाली आहे."

माझी बहीण इव्हा, न्यूझीलंडहून ह्या फलकाच्या भव्य उद्‌घाटन सोहळ्यास उपस्थित राहिली होती.

आमचे परमप्रिय माता-पिता अन् निकी ह्यांची नावे एकत्रितपणे पाहून आमच्या डोळ्यांत अश्रू उभे राहिले! आमचे माता-पिता, ज्यांनी आम्हाला ह्या जगात आणलं आणि निकी ज्यांनी आम्हाला जगायची संधी दिली!

व्हेरा गिसिंग
एप्रिल २००३

प्रस्तावना

चाळीस वर्षे...

केवढा मोठा काळ मागे पडला आहे!

आमची खासगी बस लंडनहून वेल्सच्या दिशेने रस्ता कापत होती. एक प्रकारच्या समाधानाने आणि सुटकेचा नि:श्वास टाकत मी माझ्या जागेवर बसले होते. आमच्या धाडसी विचारांना अन् प्रयत्नांना अखेर यश मिळालं होतं.

त्या बसमध्ये आम्ही चाळीस सहप्रवासी होतो. सर्वच जण मध्यमवयीन होते. आम्ही सर्व जण एकमेकांशी गप्पागोष्टी करत मजेत प्रवास करत होतो. कुणाच्याही चेहऱ्यावर बुजरेपणा, संकोच दिसत नव्हता. जणू काही ते सर्व एकमेकांचे अगदी जवळचे नातेवाईक, कुटुंबीय होते किंवा अगदी जिवलग मित्र-मैत्रिणी होते.

आमच्याकडे पाहून कुणालाही शंका आली नसती की, याआधी आम्ही एकमेकांना भेटलो होतो तेव्हा अगदी छोटी-छोटी बालके होतो! आमच्यापैकी बरेच जण जगाच्या कानाकोपऱ्यांतून हजारो मैल अंतरावरून इथे आले होते. केवळ ह्या पुनर्भेटीच्या सोहळ्यासाठी... पुन्हा एकमेकांना भेटण्याच्या... तेही चाळीस वर्षांनी!

तो १९८५ मधील जून महिना होता. बरोबर चाळीस वर्षांचा कालखंड! त्या वेळीही याच महिन्यात आम्ही भेटलो होतो.

दुसऱ्या महायुद्धाचे चटके ज्यांनी ज्यांनी सोसले, त्या सर्वांच्या पुनर्भेटीचा सोहळा आयोजित करण्यात आला होता. त्याच अनुपम सोहळ्यासाठी आम्ही जात होतो. अजून तीस जण तरी त्यासाठी येणार होते.

वेल्स प्रांतातलं लॅनरिटवेन्स तालुक्यातलं ब्रेकोनशायर हे खेडं. तिथलं ॲबरनंट लेक हॉटेल. हे चिमुकलं खेडं अन् ते हॉटेल यांच्यासाठी आमच्या हृदयात एक खास जागा होती.

कारण ते हॉटेल म्हणजे आम्हा सर्वांची युद्धकाळातली शाळा अन् घर होतं. आणि तो लॅनरिटस प्रांत, ते ब्रेकोनशायर खेडं 'आमचं' होतं. त्या चिमुकल्या खेड्यानेच आमच्यासाठी तिथली दारं उघडून त्याच्या हृदयात आम्हाला जागा दिली होती. आमच्या आयुष्यावर प्रभाव टाकणारी काही वर्षे आम्ही तिथे घालवली होती.

त्या खेड्यानं आमच्या पदरात सुंदर आठवणी टाकल्या होत्या.

आम्ही सर्व जण पहिल्यांदा जेव्हा ह्या शाळेत दाखल झालो, तेव्हा वेगवेगळ्या ठिकाणांहून आलेल्या मुलांचा तो एक गट होता. तरीही, आमच्या सर्वांच्यात एक गोष्ट समान होती. नाझींनी बळकावलेल्या झेकोस्लोव्हाकिया या देशातून ब्रिटनला तेव्हा पाठवणी करण्यात आलेली आम्ही 'निराधार बालके' होतो!

कुणी आपल्या माता-पित्यांबरोबर पलायन केलेले होते. पण माझ्यासारखे बरेच जण 'बालकांची पाठवणी' या कार्यक्रमांअंतर्गत इथे पोहोचले होते.

काही ब्रिटिश धार्मिक संस्था आणि व्यक्ती ह्यांची दूरदृष्टी, कळकळ आणि अथक प्रयत्न ह्यांमुळेच हे शक्य झालं होतं.

युद्धपूर्व काळातले ते काही अस्वस्थ महिने होते. ब्रिटिश सरकारला अजूनही शांततेची आशा होती. युरोपात चाललेल्या संशयास्पद हालचालींमुळे ह्या संस्था काळजीत होत्या. त्यामुळेच त्यांनी जर्मनी आणि ऑस्ट्रिया या देशांतल्या ९०००पेक्षा जास्त मुलांसाठी ब्रिटनमध्ये घरं आणि तारणकर्ते मिळवून देऊन त्यांचे प्राण वाचवले होते.

पण आमच्या झेकोस्लोव्हाकियातल्या मुलांचा हा प्राणदाता कोण होता? ते होते लंडनस्थित ३० वर्षीय शेअर व्यावसायिक निकोलस विन्टन हे सद्गृहस्थ.

आता युद्ध अटळ आहे अन् आपल्यापाशी फार थोडा वेळ आहे याची त्यांना खात्री पटली; तेव्हा डिसेंबर १९३८ मध्ये ते 'प्राग' (Prague) या झेकोस्लोव्हाकियाच्या राजधानीत आले. हिटलरने इथे आक्रमण करण्याच्या फक्त तीन महिने आधी हे घडले होते. कारण, प्राण धोक्यात असलेल्या असंख्य बालकांची मोठ्या प्रमाणावर सोडवणूक करण्यासाठी तिथे कुणीही नव्हतं.

त्यांनी एक तात्पुरतं ऑफिस ताबडतोब थाटून घाबरलेल्या हजारो पालकांच्या मुलाखती घेतल्या. मग त्यासंबंधीची सर्व कागदपत्रे अन् त्या पालकांच्या मुलांचे फोटो घेऊन ते ब्रिटनला परतले. एक जोरदार मोहीम उघडून त्यांनी प्रायोजक, दत्तक आई-वडील होण्यास तयार होणारे नागरिक यांचा शोध घेतला. प्राग ते ब्रिटन अशा प्रवासासाठी आवश्यक असणाऱ्या व्हिसा वगैरे कागदपत्रांची पूर्तता केली. त्या मुलांचा प्रवास सुरक्षित व्हावा यासाठी स्वतंत्र रेल्वेची सोय केली. हा सर्व खटाटोप करताना त्यांना काही वेळा सरकारी यंत्रणेशी वाद घालावा लागला. त्याच वेळी काही संस्था मुलांना सुरक्षितपणे ब्रिटनला आणण्याचा प्रयत्न स्वतंत्रपणे करत होत्या, त्यांनाही त्यांनी पाठिंबा दिला.

त्यांच्या ह्या अजोड, अतुलनीय कामगिरीमुळेच व प्रागमधील काही सहकाऱ्यांच्या मदतीमुळे ६६९ बालके हिटलरच्या विळख्यातून सुखरूप सुटली. त्या ६६९ बालकांतील एक मी, 'व्हेरुस्का-व्हेरा' होते!

त्या वेळी जर आम्ही ब्रिटनमध्ये येऊ शकलो नसतो तर?... छळछावणी अन् अटळ मृत्यू हेच दुर्दैव आमच्या वाट्याला आलं असतं!!!

आम्हाला जीवदान देणारा तो देवदूत श्री. निकोलस विन्टन ह्यांच्याविषयी फेब्रुवारी १९८८पर्यंत मी अनभिज्ञ होते.

त्या सुमारास दूरदर्शनवर ही गोष्ट प्रसारित करण्यात आली अन् त्यांना प्रत्यक्ष भेटून त्यांचे आभार मानण्याची आमच्यापैकी काहींना संधी मिळाली.

प्रत्यक्ष भेटीत समजलं की, ही व्यक्ती अतिशय शांत अन् विनम्र आहे. वयाच्या ९० व्या वर्षीही त्यांचं सामाजिक कार्य चालू होतं. त्यांच्या ह्या सामाजिक कामगिरीबद्दल त्यांना १९८३ मध्ये इंग्लंडच्या राणीतर्फे MBE हा खास किताब बहाल करण्यात आला होता.

त्यांच्यामुळे वाचलेल्या आम्हा काही मुलांना पाहून त्यांना खूप आनंद झालाच; परंतु युद्धाला ज्या दिवशी सुरुवात झाली, त्याच दिवशी जी २५० मुले प्रागहून ब्रिटनला येणार होती, ती येऊ शकली नाहीत; ती सर्व मुले पुढे छळछावणींत मृत्युमुखी पडली, ह्याबद्दल त्यांना अपार दु:ख होत होतं!

...१९८८च्या त्या प्रथम भेटीनंतर, आम्ही 'विन्टनची मुले' व ते यांच्या छोट्या-मोठ्या भेटी होत राहिल्या. 'निकोलस विन्टन' हे नाव आता सर्वतोमुखी झालं होतं. ब्रिटन, अमेरिका, इस्राईल अन् प्राग ह्या देशांत ते एक सुप्रसिद्ध व्यक्तिमत्त्व होतं; कारण ही सर्व मुलं आता जगाच्या पाठीवर कुठे कुठे विखुरली होती. त्यांचं कार्य जगासमोर आलं होतं. मे १९९१मध्ये त्यांना प्रागचं सन्माननीय नागरिकत्व बहाल करण्यात आलं. दि. २८ ऑक्टोबर १९९८ या दिवशी (झेकचा राष्ट्रीय दिन), तत्कालीन राष्ट्राध्यक्ष श्री. व्हॅक्लाव हॅवेल यांच्या हस्ते 'ऑर्डर ऑफ टॉमस गॅरी मॅसॅरिक' ही खास पदवी प्रदान करण्यात आली. जगाच्या कानाकोपऱ्यांतून त्यांच्यावर पत्रांचा वर्षाव सुरू झाला. त्यांच्याजवळ असलेल्या यादीतील त्या वेळेच्या मुलांच्या नावाशी साधर्म्य असलेली 'मुलं' अजूनही कृतज्ञता व्यक्त करायला येत असतात. ही सर्वच 'मुलं' एका मोठ्या कुटुंबाची सभासद असतात आणि विन्टन ह्या सर्व मुलांसाठी पितृतुल्य व्यक्ती असतात. कारण, आम्हा सर्व मुलांचे माता-पिता छळछावणीत मृत्युमुखी पडलेले आहेत अन् आमचीही नक्कीच तीच गत झाली असती... त्यांनी त्वरेने आणि अगदी वेळेवर आमची सोडवणूक केली नसती, तर!

आमचं स्वातंत्र्य अन् आमचं जीवन आम्ही त्यांच्या चरणी अर्पण करतो. त्यासाठी त्यांच्या ऋणात राहणेच आम्हाला आवडेल!

मी माझ्या छोट्याशा घरापुढील बागेत बसून पक्ष्यांची किलबिल ऐकत असते. बागेत रंगीबेरंगी सुवासिक फुलं बहरलेली असतात, त्यांच्या गंधाचा मी आस्वाद

घेत असते. माझं हे घर त्यांच्या घरापासून खूप जवळ आहे. मी माझ्या पुस्तकातली प्रस्तावना वाचत असते. त्यात असतं 'आम्हा विन्टनच्या मुलांचं' सुदैव! मला त्यांना सांगावंसं वाटतं,

'खरंच खूप खूप आभार. तुम्ही नसता तर,
आज मी इथं नसते, मला मुलं झाली नसती
नातवंडं झाली नसती,
हे घर, ही बाग सभोवती नसती...
अन् खरंच आपल्यासारखा एक चांगला सुहृद मिळाल्याबद्दल आभार.'

मला माहिती आहे, विन्टनच्या सर्व मुलांकडून माझ्यासारखेच विचार प्रतिध्वनित होतील!

त्या वेळी आम्ही सर्व मुलं १९४०मध्ये स्थापन झालेल्या त्या झेकोस्लोव्हाक स्कूलमध्ये दाखल झालो, तेव्हा फ्रान्सचा पाडाव झालेला होता. ह्याच शाळेने झेक वातावरणात पण एकांतात आमचं शिक्षण चालू ठेवण्याची दुर्मीळ संधी आम्हाला प्राप्त करून दिली. त्या वेळी आम्हाला अत्यंत गरज असलेली सुरक्षितता अन् स्वत्वाची जाणीव करून दिली. ते आमचं 'घर' होतं. आम्ही सर्व म्हणजे एक मोठ्ठं कुटुंबच होतं. प्रतिकूल परिस्थितीला सामोरे जाताना आमच्यात जी जवळीक, जो जिव्हाळा उत्पन्न झाला; तो मोठी भौतिक अंतरे व कालौघातही टिकून राहिला.

त्या दिवसांत आम्ही आमची आयुष्यंच नाही; तर आमची भीती, आमची स्वप्नं – जी काहींची पुढे उद्ध्वस्त झाली – वाटून घेतली होती.

युद्धसमाप्ती १९४५च्या उन्हाळ्यात झाली. आमची शाळा बंद केली गेली अन् आम्हा सर्वांचे मार्ग वेगवेगळे झाले. आमच्यापैकी पुष्कळ जण झेकोस्लोव्हाकिया या आपल्या मायभूमीत परतले. तिथे त्यांच्या वाट्याला काय आलं; तर त्यांचे आई-वडील अन् इतर कुटुंबीय छळछावणीत मृत्यू पावल्याची भयंकर बातमी!

काही ब्रिटनमध्येच राहिले, तर काही जण दुसऱ्या देशांत स्थलांतरित झाले. पुढील आयुष्यात आम्ही काही जण एकमेकांना स्वतंत्रपणे भेटत राहिलो, परंतु मोठ्या प्रमाणावर पुनर्भेटीचा सोहळा साजरा करण्याचा प्रयत्न झाला नव्हता.

सन १९८४ चा उन्हाळा सरता-सरता त्यातले आम्ही चौघं भेटलो. सेप्पी – सध्या वॉशिंग्टनला असलेला शाळासोबती लंडनहून जात होता. तेव्हा जेवणाच्या टेबलाभोवती गप्पा करत असताना, अशा प्रकारचं स्नेहसंमेलन आयोजित करण्याचं आमच्या मनात आलं.

कॉफीपानाच्या वेळेपर्यंत आम्ही तारीखपण ठरवून टाकली अन् ही योजना आकारास येऊ लागली.

निरोप घेण्यापूर्वी होंझा, हॅरी हे तेव्हाचे वर्गमित्र अन् मी व सध्या लंडनला

वास्तव्य असलेल्यांनी ह्या कामात पुढाकार घ्यावा, हे ठरवलं गेलं.

आम्ही एक वर्षभर आमच्या तेव्हाच्या शाळासोबत्यांना शोधून काढण्याचे सर्वतोपरी प्रयत्न केले. त्यांतले बहुतेक सर्व जगाच्या पाठीवर विखुरलेले होते अन् हे काम जिकिरीचं होतं, तरीही जवळजवळ शंभराच्यावर मित्र-मैत्रिणींना शोधून काढण्यात आम्ही यशस्वी झालो.

आमच्या प्रयत्नांना मोठा प्रतिसाद मिळाला अन् सर्वांनी ओसंडून वाहणाऱ्या आनंदाच्या प्रतिक्रिया व्यक्त केल्या. कार्यक्रमाला येणाऱ्यांची संख्या हळूहळू वाढू लागली. आम्हाला येणाऱ्या उत्तरांवरून सिद्ध झालं की, आम्ही एकत्र घालवलेल्या दिवसांच्या आठवणींबद्दल सर्वच जण खूप हळवे होते.

अन् आता खरोखरच आम्ही सर्व पुन्हा भेटणार होतो. आमच्या बालपणीच्या त्या वर्षांतील आठवणी आमच्या सर्वांच्या मनात पुन:पुन्हा दाटून येत होत्या.

आम्ही सर्व त्या आठवड्याच्या शेवटी, शनिवारी-रविवारी आमच्या शाळेच्या जागी उभ्या राहिलेल्या हॉटेलमध्ये वास्तव्यासाठी चाललो होतो. असं वाटत होतं की, ती चाळीस वर्षे विरघळून गेली आहेत. शाळेतले ते अविस्मरणीय दिवस आठवत मी माझ्या जागेवर बसले होते. ह्या आनंदाला भेदून जाणाऱ्या, अनिश्चिततेच्या दु:खद स्मृती मनात वारंवार उफाळून येत होत्या.

१९३७ मधील त्या सुखद स्मृती.... आयुष्य सुंदर, तणावमुक्त होतं. मी एक छोटीशी बालिका होते. माझी बहीण अन् माझे आई-वडील, माझी आई – प्रिय मामिन्का अन् माझे तितकेच प्रिय टॅटिनेक यांच्या सहवासात एक सुंदर आयुष्य जगत होते मी....

युद्धकाळात मी लिहीत असलेली डायरी अन् माझ्या आई-वडिलांची ती मायेनं लिहिलेली सुंदर पत्रं हा सर्व अमोल ठेवा गेली चाळीस वर्षं मी कुलूपबंद करून ठेवला होता. तो उघडून बघण्याचं धैर्य आता माझ्यात येईल अन् त्याद्वारे मी ते पुन्हा वाचेन, माझा तो भूतकाळ मी परत जगू शकेन, असं त्या वेळी माझ्या लक्षात आलं.

एकाएकी मला जाणीव झाली की, माझी ही कहाणी तुम्हाला सांगण्याची तीव्र इच्छा माझ्या मनात घर करून होती. जी निष्पाप बालके त्यांच्या घरापासून तोडली गेली, त्या सर्वांचीच ही कहाणी आहे.

ब्रिटनने या बालकांना आश्रय दिला, मदत केली आणि त्यांना समजूनही घेतलं!

वाचकांच्या माहितीसाठी

'झेक' शब्द	**अर्थ**
मामिन्का, मामिन्को	आई
टॅटिनेक, टॅटिसेक	बाबा
वाना	व्हेराच्या घोड्याचं नाव
नाझदार	नमस्कार, हॅलो
होलोकॉस्ट	छळछावणी
सेलाकोव्हिस	लेखिकेचे झेकोस्लोव्हाकियातील गाव
टेरेझिन	सीमेवरील गाव
झॅजिसेक	प्रोफेसर
मरेन्का	(मेरीचा अपभ्रंश)
मिला, दासा	मुलींची नावं
हार्डनी	किल्ल्याचं नाव
अेडुवर्ड बेन्स	झेक प्रेसिडेंट
मसारिक टॉमस गॅरिक	झेकोस्लोव्हाकियाचे शिल्पकार

झेक मुलांची ब्रिटनमध्ये सुरक्षित पाठवणी करणारे 'देवदूत', पहिल्या राष्ट्राध्यक्षांच्या नावे दिले जाणारे बक्षीस गॅरिक यांना १९९८मध्ये झेक रिपब्लिकचे राष्ट्राध्यक्ष व्हॅक्लॉव हॅवेल यांच्या हस्ते दिले गेले.

सन २००१पासून दरवर्षी २७ जानेवारीला 'छळछावणी स्मृतिदिन' (Holocaust Memorial Day) पाळला जातो.

प्राग – झेकोस्लोव्हाकियाची राजधानी

V.E. Day –Victory in Europe – जून १९४५पासून युरोपमधील विजयदिन साजरा केला जातो.

अनुक्रमणिका

विभाग – १ आठवणींचे मोती

विभाग – २ कुठे आहे माझं घर?

विभाग पहिला

आठवणींचे मोती

१

माझी छोटुकली खरंच भराभर मोठी होतेय!

बालपणातली माझी अगदी पहिली ठळक आठवण आहे ती १९३७ च्या उन्हाळ्यातली. तेव्हा मी ९ वर्षांची होते. पहिल्यांदाच मी आई-वडिलांना सोडून आले होते. एका उन्हाळी शिबिरासाठी मला आईनं आणलं होतं. हे शिबिर एका महिन्यासाठी होतं. ह्या शिबिराचा परिसर निसर्गसौंदर्याने नटलेला होता.

खळखळाट करत वाहणारी ती साझावा (Sazava) नदी अन् प्रवाहाच्या दोन्ही बाजूंना पसरलेली, स्वच्छ सूर्यप्रकाशाने नटलेली ती दरी... फारच सुंदर! भोवताली पाईन वृक्षांचं दाट जंगल... उन्हाळ्यातल्या, नितळ निळ्या आभाळाच्या पार्श्वभूमीवर उठून दिसणारी वृक्षांची हिरवाई... आसमंतात भरून राहणारा तो पाईन वृक्षांचा सुगंध... सगळं कसं अगदी चित्रातल्यासारखं!

आमच्या झोपायच्या खोल्या म्हणजे लाकडी खांबांवर बांधून काढलेल्या गवताच्या झोपड्या अन् जेवायची खोली म्हणजे आजूबाजूला पसरलेली मखमलीसारखी हिरवळ! आम्ही त्या हिरवळीवर बसूनच जेवण करत असू. पावसाची रिपरिप चालू झाली की, मग मात्र एका छताखाली आमचं जेवण व्हायचं. आम्ही ५० मुलं-मुली ह्या शिबिराला आलो होतो. कॅनव्हासच्या तंबूत आम्ही ५० जण सहज मावायचो. हवा खराब असली, तर मात्र त्या तंबूतच आम्ही सर्व गोष्टी करत असू.

या शिबिराला सात ते बारा वर्षे वयाची मुलं आली होती. आमच्या पालकांना आम्हा मुलांपासून थोडी सुटका मिळावी, एवढाच त्या शिबिराचा उद्देश नव्हता. जंगलातल्या एका कडेच्या झोपडीत आम्ही एकट्यानं रात्र घालवावी, निर्भय अन् स्वतंत्र बनावं, असाही एक मोठा उद्देश या शिबिरामागे होता. दिवसा आम्ही खुल्या मैदानात पळापळी, पकडापकडीसारखे वेगवेगळे खेळ खेळत असू. एका मोठ्या शेकोटी (कँपफायर)भोवती बसून, गाणी, गप्पागोष्टी करण्यात संध्याकाळ संपून जायच्या. आसपासच्या निसर्गात एक गूढ शांतता पसरलेली असे. आमच्या हालचालींचा, गाण्यांचा, गप्पांचा आवाज तेवढा प्रतिध्वनित होत असे. हळूहळू अंधार वाढू लागे. चंद्रबिंब अन् चांदण्या चमचम करू लागत. मग त्या मोठ्या

आभाळाखाली, मध्यभागी धगधगलेल्या जाळाभोवती वर्तुळाकार बसलेली आम्ही सारी बालके 'एवढंच जग आहे' अशी मी कल्पना करत असे!

उन्हाळी शिबिरातलं ते सुंदर निसर्गरम्य वातावरण मला खूप आवडायचं; पण मला घराची खूप आठवण यायची. माझ्या मामिन्का-टॅटिनेक (माझे आई-बाबा) ह्यांच्यापासून दूर राहण्याची कल्पनाच मला सहन होत नसे. एकांतात त्यांच्या आठवणीने मला खूप रडायला येत असे. एकदा माझी आई मला १५ दिवसांनी भेटायला तिथे आली, तेव्हा मी तिला म्हटलं, ''मला तुझी अन् बाबांची खूप आठवण येतेय... आपल्या घराची खूप आठवण येतेय गं!'' तिनं मला जवळ घेतलं अन् अगदी ठामपणे म्हणाली, ''तू काही जन्मभर माझ्या ॲप्रनची नाडी धरून लोंबकळणार नाहीस. तुला आता एकटीनंच माझ्याशिवाय राहायला शिकलं पाहिजे. होय ना?''

...आणि मी खरोखरच तिच्या म्हणण्याप्रमाणे एकटी राहण्याची सवय करू लागले.

थोड्या दिवसांनी काय झालं, कुणास ठाऊक! पण माझ्या एका पायाचा अंगठा पू झाल्यामुळे खूप सुजला अन् दुखायला लागला. सगळी मुलं हसत-खेळत होती, पळापळी करत मजा करत होती.

मी मात्र चाकाच्या खुर्चीत बसून हताशपणे, दुखरा अंगठा घेऊन त्यांची गंमत बघत बसले होते.

आईला पत्र लिहून हे सगळं मुळीच कळवायचं नाही अन् 'मला घरी घेऊन चल', म्हणून भुणभुण लावायची नाही, असं मी पक्कं ठरवलं होतं! ते दु:ख शांतपणे सोसायचं आणि शिबिर संपायची वाट बघायची, असाच मी मनाशी निश्चय केला.

एकदा मी अशीच खूप निराश झाले होते. अश्रूंचे ओघळ माझ्या दोन्ही गालांवरून ओघळत होते. आमच्या शिबिराच्या मुख्य शिक्षिकेने ते दृश्य बघितलं आणि त्यांनी मला त्यांच्या परीने समजवायचा खूप प्रयत्न केला. पण अश्रू ओघळतच राहिले. मग त्या म्हणाल्या, ''अगं, तू व्हेरा डायमंट ना? तू तर खरंच हिरा आहेस अन् तुझे अश्रू हे खरेच मोती आहेत!''

त्यांच्या त्या शब्दांनी, ओघळणाऱ्या अश्रूंतूनही माझ्या चेहऱ्यावर हास्य उमटलं आणि त्यानंतर माझ्या जीवनाचं ते सूत्रच बनलं. गालांवर ओघळणारे आसू अन् ओठांवर हसू! माझ्या गतायुष्यातील कडू-गोड आठवणींचा तो एक भाग होता... खरोखरीच ते माझ्या बालपणीचे मोती होते!!

शिबिर संपल्यावर आई मला घरी घेऊन जाण्यासाठी आली. माझ्या सुजलेल्या अंगठ्याकडे अन् एकंदरीत माझ्या अवस्थेकडे बघून काळजीने ती उद्गारली, ''अरे

बापरे! काय झालंय हे? मला कळवलं का नाहीस?'' मी अभिमानाने म्हटलं, ''तुला उगीच काळजी वाटली असती. शिवाय मी काही रडले नाही. माझ्या मी डोळ्यांतून फक्त मोती ओघळले!''

मग मी तिला काय झालं, ते सर्व कथन केलं. ''तू खरंच मला कळवायला हवं होतंस,'' ती म्हणाली. पुढे ती असंही म्हणाली, ''अर्थात तू कळवलं नाहीस, त्याबद्दलही मला तुझं कौतुक वाटतंय. तू खरंच आता खूप धीट, स्वतंत्र झाली आहेस हं! तू स्वतंत्रपणे राहू शकशील, असं मला खरंच वाटलं नव्हतं. माझी ही छोटुकली भराभर मोठी होतेय.''

या जाणिवेतूनच नंतरच्या काळात एका अनोळखी देशात मला पाठवण्याचे धाडस माझी आई करू शकली होती आणि त्यामुळेच तिने माझे प्राण वाचवले होते.

माझ्या आयुष्यात १९३७ च्या उन्हाळ्यातील त्या सुट्टीपर्यंत असुरक्षिततेचा एकही क्षण आला नव्हता. प्रेम करून घेणे, लाडावून जाणे यांसारख्या एखाद्या नऊ वर्षांच्या मुलीच्या आयुष्यातील सगळ्या गोष्टी माझ्याही बाबतीत घडत होत्या. त्या अनुभवांच्या लाटांवरच मी हिंदोळत होते.

माझ्या त्या छोट्याशा आयुष्याच्या क्षितिजावर तेव्हा धमकीवजा काळेकुट्ट रागीट ढग गर्दी करू लागले होते; पण आमची कार शिबिराच्या जागेपासून घराकडे निघाली, त्या वेळी मला त्यांची जाणीवही नव्हती. माझे बालपण जवळजवळ संपुष्टात येणार होते, याची मला जराशीही कुणकुण लागली नव्हती.

आमचे गाव सेलाकोव्हिस सुंदर व आनंदी होते. जवळजवळ प्रत्येक जण एकमेकांना ओळखत होता. त्या गावात सगळे लोक उत्साही आणि मित्रत्वाने वागणारे होते. विस्तीर्ण मध्यवर्ती रस्त्यांच्या दुतर्फा घरे आणि इमारती होत्या. आम्हा मुलांसाठी दोन खूपच छान, जुन्या शाळा होत्या.

याशिवाय आम्हाला अभिमान वाटत असलेली, आनंददायक, आधुनिक आणि खर्चिक उपकरणांनी सुसज्ज अशी एक व्यायामशाळा पण होती. गावातले सर्व जण तिथे जात असत. आठवड्यातून दोनदा मात्र ही सर्व उपकरणे हलवली जात अन् त्या मोठ्या हॉलचं रूपांतर चित्रपटगृहात होत असे! तिथे मग बाकडी ठेवली जात. एकाआड एक शनिवारी ती बाके पण हलवली जाऊन तो हॉल नृत्यगृह बनत असे. तिथे बॅन्डच्या तालावर जोडपी नृत्य करत. चौकातच रंगीबेरंगी, सुंदर फुलांचे ताटवे फुलवले जात. त्या ताटव्यांवर मोठ्या चेस्टनटच्या झाडांची सावली पडायची. ती जागा गावातल्या वृद्धांसाठी उन्हाळी दिवसांत आराम अन् गप्पा-टप्पा वगैरे गोष्टी करण्यासाठी एक छान ठिकाण होते. शनिवारी इथे एक गावठी बाजार भरायचा. मिळेल त्या ठिकाणी आपापली छोटी दुकाने थाटून दुकानदार बसलेले असायचे.

गावातल्या बायका तिथे हिंडत-हिंडत अंडी, भाज्या, फळफळावळ वगैरे खरेदी करायच्या. त्यांचे नवरे मात्र हळूच तिथून सटकत अन् जवळच्या दोन पबमध्ये बसून बिअर, सिगारेट्स पीत अन् पत्ते खेळत बसत! गावातल्या ह्या चौकात कधीतरी जत्रापण भरायची किंवा एखाद्या रविवारी दुपारी बॅन्डपथक येऊन आपला कार्यक्रम सादर करायचे. दुसरा कुठला कार्यक्रम तिथे नसला, तर मात्र इथल्या वाळूच्या रस्त्यावर सायकली चालवल्या जायच्या.

गावाच्या भोवतालचा प्रदेश सुंदर क्रीडांगणासारखा होता. नजर जाईल तिथपर्यंत झाडी, शेतं अन् कुरणं पसरलेली होती. गावाबाहेरून वाहणाऱ्या 'जिझेरा' व 'एल्ब' या दोन नद्या होत्या. जिझेराचं पाणी बर्फासारखं थंडगार, नितळ होतं. तिचं पात्र अरुंद असून दोन्ही तीरांवर डौलदार बर्च वृक्ष सावली धरून उभे होते. नदीच्या पाण्यातून सुळ्कन पोहत जाणारे 'ट्राऊट' मासे खूप असायचे. आम्हा मुलांना मात्र एल्ब नदी जास्त आवडायची. तिचं पाणी स्वच्छ नसलं तरी कोमट असायचं अन् पात्र पण खूप रुंद होतं. मुख्य आकर्षण म्हणजे, गावाबाहेर तिचा प्रवाह पुढे दुभंगला जाऊन एक प्रकारचं नैसर्गिक खोरं तयार झालं होतं आणि भोवताली छानपैकी उतरते किनारे होते. तिला आम्ही अभिमानाने 'लिडो' म्हणत असू, कारण पोहण्यासाठी तिचा प्रवाह खूप छान होता आणि रविवारी तर तिथे लांबलांबून लोक अंघोळीसाठी येत असत.

उन्हाळा संपताना व हिवाळ्याच्या सुरुवातीस गावाच्या भोवतालची वनं ही माझी आवडती जागा असे. तिथली गूढरम्य स्तब्धता, पायाखालच्या हिरवळीचा मखमली मुलायम स्पर्श, रानफुलांच्या ताटव्यांमध्ये विखुरलेले नितळ जमिनीचे विविध आकारांचे पट्टे... हे सर्व दृश्य अनुभवताना मी एखाद्या सुंदर पऱ्यांच्या प्रदेशात तर आले नाही ना, असं मला वाटे!

एखाद्या झाडामागे लपलेले जंगली छोटे मशरूम शोधण्यात कधीकधी माझा दिवस जात असे. असे खूपसे मशरूम मला सापडले की, मी घरी धावत जात असे अन् मोठ्या अभिमानाने बाबांच्या हातात ते देत असे. मग ते म्हणायचे, "तुझ्या आईसारखी मशरूमची भाजी कुणालाच जमत नाही, बरं का!" अन् ती पण मी खुडून आणलेली ताज्या-ताज्या मशरूमांची! त्यांची चव अगदी स्वप्नवत लागायची!

खरं तर माझ्या बाबांना मुलाची खूप हौस होती. माझ्या रूपाने जेव्हा दुसरी मुलगी जन्मली तेव्हा ते जरा हिरमुसलेच होते. पण लवकरच माझ्याही नकळत माझ्याशी त्यांनी मैत्री केली. कारण मी मुलीपेक्षा एखाद्या मुलासारखीच वागत असे. त्यांना खूश करण्यासाठी म्हणून नव्हे; तर तो माझा स्वभावच होता. स्वच्छता, टापटीप हा एखाद्याचा गुण असेल, पण मला मात्र त्याचा कंटाळा येत असे! धूळ, घाण यांविषयी मला काही वाटत नसे. उलट घाण करायला, पसारा करायला मला

आवडत असे! मुलांबरोबर खेळायला मला जास्त आवडत असे. सुरुवाती-सुरुवातीला ते मला त्यांच्यात खेळायला घेत नसत. पण माझं झाडावरून उड्या मारणं, ऑर्चर्डच्या झाडांवरून फळं गुपचुप तोडणं, नाल्याच्या एका बाजूने दुसऱ्या बाजूला उडी मारताना चिखलात पडणं – अशांसारखे उपद्व्याप पाहून, कुरकुरत का होईना ते मला त्यांच्यात सहभागी करून घेत असत! त्यांच्यातच खेळायचं, असं मी ठरवून टाकलं होतं. नंतर मात्र मला कुणी हटकलं नाही.

मुलांमध्ये खेळण्याशिवाय मला दुसरी आवडणारी गोष्ट म्हणजे मांजर. हा पिटुकला, केसाळ प्राणी कुठेही मला दिसला अन् त्याने माझ्याकडे भुकेल्या व्याकुळलेल्या नजरेने बघायचा अवकाश; मी पटकन त्याला उचलून घरी घेऊन यायची. ते हरवलंय किंवा कुणीतरी सोडून दिलंय, असं मला वाटायचं. आमचा 'वाना' नावाचा एक घोडा होता. तेव्हा आमच्या वाइन फॅक्टरीच्या स्टोअररूमच्या वर एका कोपऱ्यात त्याच्यासाठी मऊ-मऊ गवत ठेवलेलं असे. मी त्या बिचाऱ्या मांजरीला खुशाल त्या गवतावर ठेवून देत असे. कधी ती तिथेच बसून राहायची किंवा एखाद्या वेळी गुपचुप तिच्या घरी पळून जायची! माझं हे मांजरीचं वेड सगळ्या गावाला माहीत झालं होतं. म्हणून एखाद्याचं मांजर हरवल्यास, इकडेतिकडे कुठे शोधण्याआधी ते माझ्याकडे विचारायला यायचे. खूपदा बाबा स्टोअररूमवर छापा टाकायचे अन् आमची कायदेशीर मालमत्ता – आमची स्वत:ची मांजर ठेवून बाकीच्यांची सुटका करून टाकायचे! मग रडू अन् हुंदके आणि अबोला. पण लवकरच मी ते सर्व विसरून माझ्या मांजरवेड मोहिमेला लागायची!

मला घोड्यांबद्दल पण विशेष प्रेम होतं. आमच्या 'वाना' या घोड्याच्या पाठीवर खोगिराविनाच बसून नदीच्या काठाकाठाने रपेट करायला मला खूप आवडायचं. मग मी माझ्याजवळच्या ब्रशने अन् साबणाने त्याला छान अंघोळ घालायची. त्याच्या त्या ओल्या, दाट आयाळीचा पायांना गुदगुल्या करणारा स्पर्श अनुभवत मी त्याला दौडवत घरी घेऊन यायची.

माझ्या या चार पायांच्या मित्रासाठी माझे खिसे नेहमीच साखरेच्या खड्यांनी भरलेले असत. अर्थातच मांजरांप्रमाणे मी रस्त्यातल्या घोड्यांना मात्र कधी घरी ओढून आणलं नाही!

वानाच्या ओल्या आयाळीचा स्पर्श मला माझ्या आजोबांच्या दाढीची आठवण करून देत असे. त्यांनी त्यांची दाढी अगदी छान, स्वच्छ ठेवलेली असायची; पण मला मात्र ती खूप टोचायची. त्यांचे कौतुकाने पापे घेताना, ती दाढी फारच टोचत असे अन् खुदुखुदु येणारं हसू मला दाबून ठेवावं लागे! माझे आजोबा म्हणजे एक विलक्षण देखणं, रुबाबदार करारी व्यक्तिमत्त्व होतं. त्यांची नजर अगदी भेदक, समोरच्या व्यक्तीच्या काळजाचा वेध घेणारी होती. तरीही त्यांच्या हृदयात इतरांसाठी

ओलावा होता. ते एक यशस्वी व्यावसायिक असूनही एक उत्तम पियानोवादक व राजकारणी होते. अगदी विरुद्ध दोन टोकं! ह्या सगळ्यांपेक्षाही ते अत्यंत कुटुंबवत्सल गृहस्थ होते अन् रविवारी मुलं-मुली, नातवंडांच्या मेळाव्यात ते रमून जायचे. त्यांच्या प्रागच्या घरातलं ते मोठ्ठं डायनिंग टेबल आमच्या मोठ्या कुटुंबाला सामावून घ्यायचं.

गुस्तावमामांची मुलं, माझे दोन्ही मामेभाऊ – होन्झा व टॉमी (Honza & Tommy), माझी ताई ईव्हा अन् मी – असे सगळे आम्ही बरोबरीचे होतो. माझ्या आजोबांच्या घराशेजारीच त्यांचं म्हणजे माझ्या मामांचं घर होतं.

गुस्तावमामा एक निष्णात वकील होते. मार्टामामी तर काळ्या-सावळ्या सौंदर्याचा एक उत्कृष्ट नमुना होती. दोन्ही मुलं आईसारखी सुंदर अन् वडिलांसारखी हुशार होती. दोघेही थोडेसे शांत, गंभीर प्रवृत्तीचे अन् टापटिपीचे होते. त्यांच्या सहवासात आम्हाला खूप मजा यायची.

माझ्या ह्या मामेभावंडांचा शांत स्वभाव, त्यांची वागण्या-बोलण्याची ती पद्धत अन् उंची कपड्यांत त्यांना सहजतेने वावरताना बघून मला कधीकधी त्यांचा हेवा वाटायचा. रविवारी आम्ही सर्व जेव्हा एकत्र जमत असू, तेव्हा मस्ती-गडबड न करता एका जागी स्वस्थ बसून राहणं अन् व्यवस्थितपणे, मांडीवर ताट न ठेवता जेवण करणं म्हणजे मला शिक्षाच वाटे!

आमची आजी टेबलाच्या एका टोकाशी बसून असायची. उंचनींच अन् ताठ कण्याची माझी आजी सुंदर होती. एका जागी बसून तिच्या दृष्टिहीन डोळ्यांनी ती आम्हाला न्याहाळायचा प्रयत्न करायची. एका दुर्दैवी अपघातात वयाच्या विसाव्या वर्षी तिची दृष्टी गेली. तक्रारीचा सूरही न काढता अन् कुठलाही कडवटपणा मनात न ठेवता ती तिचं आयुष्य जगली. ती इतकी व्यवस्थित अन् सहजतेने वावरायची की, तिला दृष्टी नाही ह्यावर कुणाचाच काय, पण आमचाही क्षणभर विश्वास बसायचा नाही! जेव्हा जेव्हा आजी अन् मी एकट्याच असायचो, तेव्हा ती माझ्या अंतरात्म्याला बघू शकत असावी, अशी जाणीव मला व्हायची.

आमच्या रविवारच्या ह्या भेटीगाठीच्या कार्यक्रमात माझी ताई ईव्हा खूप मोकळेपणाने वावरत असे. ती माझ्यापेक्षा साडेचार वर्षांनी मोठी होती. ती शांत स्वभावाची आणि अतिशय अभ्यासू वृत्तीची होती अन् तिच्या वयाला न साजेसा छान असा शहाणपणा तिच्या अंगी होता. माझा मुलासारखा चळवळ्या स्वभाव अन् पोरकटपणा बघून तिला खूप राग येत असे. संधी मिळाली की, ती मला 'सुधारण्याचा' अन् माझ्यावर हुकमत गाजवायचा प्रयत्न करत असे. पण आम्ही दोघीही आपल्या मतांशी ठाम असायचो अन् तिचे बिचारीचे हे प्रामाणिक प्रयत्न पाण्यात जायचे! लहानपणी आमचं दोघींचं फारसं पटत नसे. तिच्या तांबूस वर्णाचा

अन् सौंदर्याचा मला थोडा हेवा वाटायचा. पण तिच्या-माझ्या वयातील अंतरामुळे आणि तिच्या अंगी असलेल्या समजूतदारपणामुळेच भावी आयुष्यात जेव्हा मला तिची आत्यंतिक गरज होती, तेव्हा ती माझ्यासाठी जगातली सर्वोत्कृष्ट बहीण बनली होती!

ईव्हा अन् टॅटिनेक म्हणजे माझे बाबा ह्यांच्यात एक खास नातं होतं. कधीकधी ते दोघेच लांबवर फिरायला जायचे अन् कुठल्यातरी मुद्द्यावर त्यांची चर्चा चालायची. बाबांचं अर्थातच आम्हा दोघींवर सारखंच प्रेम होतं. त्यांच्या दृष्टीने मी तेव्हा फार लहान, थोडीशी अवखळ होते. ईव्हा मात्र मोठी अन् मैत्रीपूर्ण वागणारी होती. बाबांना कधीकधी त्यांच्या स्वभावानुसार काहीतरी विनोद करण्याची, गंमत करण्याची लहर यायची. कधीकधी मात्र ते खूप चिडत, त्याला अर्थातच मीच कारणीभूत असायची! त्यांना औपचारिकपणाची चीड होती. शिवाय नातेवाइकांच्या घोळक्यात ते फारसे रमायचे नाहीत. कधीकधी ते या कार्यक्रमाला नसायचे म्हणूनही माझ्याप्रमाणेच आमच्या रविवारच्या कार्यक्रमाबद्दल त्यांना फारशी आवड नसावी, अशी मला शंका यायची. असं असलं तरीही माझ्या आजी-आजोबांविषयी त्यांना खूप प्रेम होतं आणि त्यांनाही आपल्या ह्या जावयाबद्दल खास प्रेम होतं. त्यांच्या स्वभावातली ऋजुता, दुसऱ्यांना आनंद देण्याची वृत्ती, शिवाय त्यांचं पुरुषी सौंदर्य ह्या त्यांच्या अंगभूत वैशिष्ट्यांमुळे त्यांनी खूप जणांच्या हृदयात खास स्थान पटकावलं होतं. जेवढी लोकप्रियता त्यांना त्यांच्या व्यावसायिक वर्तुळात मिळाली, तेवढेच ते गावातील त्यांच्या मित्रांमध्ये लोकप्रिय होते. शनिवारी सकाळी ते घरीच असत अन् कुणी त्यांचा सल्ला विचारला तर ते देत असत. एखाद्याची आस्थेवाईकपणे चौकशी करत. पबमध्ये जाऊन पत्ते किंवा बुद्धिबळाचा डाव मांडणं यासाठी तर ते एका पायावर तयार असत.

माझ्यात अन् मामिन्कामध्ये म्हणजे माझ्या आईत खूप जवळीक होती, त्यामुळे ईव्हा अन् टॅटिनेक – ह्यांच्यातल्या मित्रत्वाच्या नात्याचा मला कधी हेवा वाटला नाही.

'मामिन्का' – हे नाव उच्चारताच तिची गाढ आश्वासक मिठी, तिच्या मृदु स्वभावाच्या आठवणी अन् तिची पराकोटीची सहनशीलता व समंजसपणा हे सर्व पुन:पुन्हा आठवत राहतं. इतरांच्या दृष्टीने ती देखणी होतीच; पण माझ्यासाठी तर ती त्याहूनही सुंदर होती. तिच्या प्रेमावर, तिच्या सगळ्याच गोष्टींवर माझाच एकटीचा हक्क आहे, अशी तेव्हा माझी भावना होती.

माझ्या आईचे खूप चाहते होते. ती मात्र माझ्या वडलांशीच एकनिष्ठ होती. बऱ्याचशा बाबतींत त्या दोघांत विरोधाभास होता. ती खूप शांत स्वभावाची; तर ते जरा रागीट होते. ती थोडी मितभाषी, तर ते मनातलं पटकन बोलून दाखवणारे; ती

खूप नीटनेटकी, टापटिपीची तर ते थोडे निष्काळजी असे होते. त्या दोघांच्या मूलभूत प्रवृत्तीतील इतक्या फरकांमुळे, किंबहुना, तसे फरक होते म्हणूनही असेल; त्यांचं वैवाहिक आयुष्य हे अतिशय सुखाचं होतं. त्यांच्यात असलेल्या या गाढ प्रेमबंधामुळे मी आणि ईव्हा सुखाच्या व सुरक्षिततेच्या राशीवर लोळत होतो.

बर्टामावशी ही माझ्या मामिन्काची अविवाहित बहीण खूपदा आमच्या घरी राहाण्यासाठी येत असे. अनेक वर्षे ती माझ्या आजोबांचा अगदी उजवा हात, तर आजीसाठी तर तिची दृष्टीच बनून राहिली होती. माझी आई अन् बर्टामावशीत खूप गाढ प्रेम होतं. त्यामुळेच की काय, जेव्हा जेव्हा त्या दोघी एकत्र असत तेव्हा बाबांना एकटं किंवा दुर्लक्षित वाटत असे. तसं पाहिलं तर त्यांना पण त्यांच्या मेव्हणीबद्दल प्रेम होतंच. पण कधीकधी तिच्या आमच्याकडच्या मुक्कामात त्यांना कामानिमित्त दौऱ्यावर जावं लागे, त्या वेळी म्हणजे माझ्या लहानपणी ही बर्टामावशी मला फारशी आवडायची नाही. ती खूपच टापटिपीची, नीटनेटकी अन् हुशार होती. माझा निष्काळजीपणा, गबाळेपणा पाहून ती खूप हतबुद्ध होऊन जायची. तिच्या सुंदर, टापटिपीच्या बहिणीला – माझ्या मामिन्काला माझ्यासारखी इतकी बावळट, गबाळी मुलगी कशी काय झाली, असं ती नेहमी म्हणत असे! त्यामुळेच की काय, बर्टामावशी आली रे आली की तिच्यापासून तोंड लपवून मी पळ काढत असे. तिची बोलणी व टीका सतत ऐकून-ऐकून मला इतका कंटाळा यायचा की मला वाटायचं – मी कधी एकदाची मोठी होतेय अन् तिला सणसणीत उत्तर देतेय! मी लवकर मोठं व्हावं, अशी एकमेव इच्छा तेव्हा माझ्या मनात असायची.

बारीक अंगकाठीपेक्षा माझा बांधा सुंदर, कमनीय असावा, माझ्या बहिणीचं जसं कौतुक होतं तसंच आपल्याही वाट्याला यावं, कुणीतरी आपलं म्हणणं कधीतरी ऐकून घ्यावं, अशी माझी तेव्हा आत्यंतिक इच्छा होती. माझ्या आईचे केस खूप मुलायम, कुरळे व सुंदर होते. ती रात्री जेव्हा केसांवरून कंगवा फिरवायची, तेव्हा तिच्या केसांच्या सुंदर लाटा खांद्यावर रुळायच्या अन् तिचा चेहरा आणखीनच सुंदर दिसायचा.

माझे केस पिंगट अन् सरळसोट का? तिच्यासारखे का नाहीत? माझे पाय तिच्या पायांसारखे डौलदार का नाहीत, किंवा तिचं सौंदर्य माझ्यात का उतरलं नाही? माझं नाक बाबांच्या ज्यू वंशीय नाकासारखं मोठ्ठं का; आईसारखं ग्रीक वंशीय चाफेकळी का नाही? बाबांसारखे माझे कान मोठ्ठे का? – असे चित्रविचित्र प्रश्न मला तेव्हा पडत असत. मी जर आईसारखी सुंदर असते तर आमच्या शनिवारच्या भेटीच्या कार्यक्रमात तरुण मुलं माझ्याजवळ येऊन, 'माझ्याबरोबर नृत्य करशील का?' असं विचारतील, असं तेव्हा मला नेहमी वाटायचं. माझ्या बहिणीबरोबर नृत्य करण्यासाठी ती तरुण मुलं रांगा लावून धडपडत असायची आणि बाबा, आई

जमिनीवर वर्तुळाकार बसून गप्पा मारायचे. मी मात्र खुर्चीला चिकटून बसून राहायची. खूपदा मग मला कंटाळा यायचा आणि मी तिथून सटकून जिझेरा नदीकाठी जाऊन बसायची. घरी परतायची वेळ झाली की, बाबा मला शोधत यायचे. मी तेव्हा आरामात झाडावर चढून बसलेली किंवा नदीच्या पाण्यात पाय बुडवून, कपडे ओले करताना, ट्राऊट माशांना पकडण्याचा निष्फळ प्रयत्न करताना त्यांना दिसायची. तेव्हा माझा असा स्वभावच होता.

मार्टा – माझी वर्गमैत्रीण माझी सगळ्यांत जीवलग मैत्रीण – आमच्याबरोबर फिरायला आली की, मी खूश असायची. ती आमच्या घरी खूपदा यायची. मामिन्का गमतीने म्हणायचीसुद्धा – ''मार्टा म्हणजे तुझी सावलीच आहे!'' तिचे वडील चामड्याचा उद्योग करणारे एक साधेसुधे व्यक्ती होते. त्यांच्या कारखान्याच्या वरतीच एका मोठ्या खोलीत ते सर्व राहायचे. त्यांच्या घरी गेलं की, तिथला ऐसपैस पलंग बघून मला गंमत वाटायची. तो पलंग पूर्ण खोली व्यापून टाकायचा अन् त्यावरती मार्टा, तिचे आई-वडील असे तिघं झोपायचे. मार्टाची आई खूप स्थूल होती. तिचं हास्य पण तिच्यासारखंच दिलखुलास होतं. तिचा स्वयंपाकाचा थाट तर राजेशाही असायचा. ॲप्रिकॉट आणि प्लम घालून तिने केलेली स्वीट डिश फार चवदार असायची. ती विशिष्ट, रुचकर, जिभेवर रेंगाळणारी चव माझ्या बालपणीची एक छान आठवण आहे. माझी आई खरं तर छान सुगरण होती. तिच्या हातचे, तोंडाला पाणी सुटणारे चवदार पदार्थ मला खायला मिळावेत, असं माझं अजूनही स्वप्न आहे; पण मार्टाकडची फळांची ती डिश वेगळीच चवदार असायची.

अन् कधीकधी मी अन् मार्टा बाहेर खेळण्याऐवजी घरातल्या घरातच खेळत असू. आमचं घर मोठं होतं. आई कामानिमित्त बराच वेळ ऑफिसात असायची. मग आम्ही घरातली आमची तऱ्हेतऱ्हेची आयुधं काढून खेळायचो. आमच्यावर लक्ष ठेवायला एक बिचारी वयस्कर कामवाली बाई होती, पण मी त्या बिचारीला माझ्या बोटांच्या इशाऱ्यावर नाचवत असे. आमच्या घरात एक ऐसपैस, सुंदर सजवलेली खोली होती. तिचं प्रवेशद्वार बाहेरून उघडत असे, त्या खोलीला काचेच्या मोठ्या खिडक्या होत्या आणि मुख्य रस्त्याच्या दिशेला व्हरांडा होता. एकाच भिंतीवर हाताने बनवलेली सुंदर शोकेस होती. त्यात वडलांची लायब्ररी अन् आईने जमवलेले मौल्यवान, काचेचे व चिनीमातीचे क्रॉकरी सेट्स होते. त्या खोलीत बारा माणसं एका वेळी जेवायला बसू शकतील एवढं मोठं गोल टेबल होतं. काही खास घरगुती कार्यक्रम अन् बाबांच्या व्यावसायिक कामासाठी व बैठकांसाठीही त्या टेबलाचा उपयोग होत असे. एरवी त्या खोलीत अर्थातच आम्हाला प्रवेश निषिद्ध असे. मग मी अन् मार्टा त्या खोलीत कुतूहलापोटी प्रवेश करून खेळायचो.

एकदा बोलता-बोलता बाबा म्हणाले होते की, त्या खोलीतलं ते टेबल अन्

शोकेस एका फ्रेंच सरदाराने त्याच्या नववधूला लग्नाप्रीत्यर्थ भेट म्हणून खास हाताने कलाकुसर करवून बनवून घेतलं होतं; पण दुर्दैवाने लग्नाच्या काही दिवस आधी ती अपघातात मरण पावली. तो फ्रेंच सरदार अन् त्याची ती दुर्दैवी वधू ह्यांच्या प्रणयाची मी तेव्हा उगीचच मनातल्या मनात कल्पना करत असे.

मी न् मार्टा त्या खोलीत पाऊल न वाजवता हळूच प्रवेश करत असू. तिथल्या लाकडी गुळगुळीत जमिनीवर लोळत असू आणि तिथल्या काचेच्या व चिनीमातीच्या महागड्या भांड्यांना हलकेच स्पर्श करून बघत असू. खोलीच्या एक कोपऱ्यात ठेवलेल्या पियानोला स्पर्श करून त्यातून सूर काढायचा प्रयत्नही करत असू, पण आम्हा दोघींना खरं तर पियानो वाजवता येतच नव्हता.

मार्टा कॅथॉलिक होती अन् आमच्या शेजारी राहणारा 'जिर्का' (Jirka) सोडला तर माझे कुणीच मित्र-मैत्रिणी ज्यू धर्मीय नव्हते. तसं पाहिलं तर आमच्या गावात फार थोडे 'ज्यू वंशीय' लोक होते. त्या जमान्यात आपापसांतील धार्मिक भेद फार महत्त्वाचे वाटत नव्हते. आम्हीही धार्मिक चालीरिती काटेकोरपणे पाळणाऱ्यांपैकी नव्हतो. सिनेगॉगमध्ये (ज्यू धर्मीयांचं मंदिर) पण आम्ही कधीतरीच जायचो. आमच्या शाळेत पण जेव्हा ख्रिश्चन धर्मावर पाठ घेतला जाई, तेव्हा मला ते आवडत असे. (आम्ही 'ज्यू' विद्यार्थी कमी असल्यामुळे आमच्या धर्मावर पाठ घेतला जात नसे.) माझ्यापुरतं बोलायचं झालं तर, परमेश्वर एकच आहे आणि तुम्ही चर्चमध्ये, चॅपेलमध्ये किंवा सिनेगॉगमध्ये जा – सगळं सारखंच आहे, असं मला वाटतं असे.

माझा धर्म 'ज्यू' असण्यापेक्षाही मी 'झेक' आहे, ह्याच गोष्टीचं मला जास्त अप्रूप होतं. माझ्या देशाबद्दल मला खूप प्रेम होतं आणि झेक म्हणून मी जन्माला आले, याबद्दल मला फार अभिमान होता.

जसजशी मी मोठी होत गेले तसतशी मला समज येत गेली. 'स्वातंत्र्य' हे कधीच गृहीत धरलं जाऊ नये, अशी मला शिकवण दिली गेली. गेल्या ३०० वर्षांपासून आमचे लोक जबरदस्तीने पारतंत्र्यात जगत होते. त्यामुळे स्वातंत्र्य ही खरं तर त्यांच्यासाठी चैनीची गोष्ट होती. झेकोस्लोव्हाकियाचं स्वतंत्र प्रजासत्ताक राज्य ऑक्टोबर १९१८मध्ये स्थापन करण्यात आलं. मी त्यानंतर दहा वर्षांनी जन्माला आले. हे राष्ट्र ऑस्ट्रिया-हंगेरिया या साम्राज्याची विभागणी होऊन स्थापन करण्यात आलं होतं. लोक अजूनही स्वातंत्र्याच्या आनंदात बेहोष होते. नव्या प्रजासत्ताकातील मी पहिल्या पिढीची बालक होते. अजूनही स्वातंत्र्य ही आमच्यासाठी दुर्मीळ अन् मौल्यवान देणगी होती. घरी व शाळेत पण 'झेक' म्हणून जन्माला येण्याचा अभिमान, मायभूमीबद्दल प्रेम आणि जर्मन भाषेच्या खालोखाल बोलल्या जाणाऱ्या आपल्या भाषेबद्दल अभिमान अशा गोष्टी शिकवल्या जायच्या. लेखक, तत्त्वज्ञ,

कलाकार, संगीतकार यांच्या कामगिरीमध्ये देशाभिमान प्रतिबिंबित होत असे. अशा थोर व्यक्तींबद्दल कृतज्ञता व्यक्त करण्याची शिकवण आम्हाला दिली जायची. झेक नागरिकांची स्वातंत्र्याची आकांक्षा, त्यासाठी त्यांनी केलेला संघर्ष आणि सरतेशेवटी स्वातंत्र्यप्राप्तीचा आनंद अशा गोष्टी पण आम्हाला शिकवल्या जात. ह्या सर्व गोष्टी स्मेताना यांच्या 'माझा देश' (Ma Vlast) यांत अंतर्भूत होत्या. त्या ऐकल्या की, सर्व इतिहास कळत असे.

प्राथमिक शाळेपासून आम्हाला शिकवणाऱ्या एक छान, हाडाच्या शिक्षिका होत्या. एखाद्या संत-महात्म्याप्रमाणे त्या खूपच सहनशील प्रवृत्तीच्या होत्या. आमच्यातील सुप्त गुण ओळखणं आणि आमच्यात देशाभिमान व उत्साह जागृत करण्याचं उत्कृष्ट कसब त्यांच्या अंगी होतं. गोष्टी सांगण्याची त्यांची हातोटी तर वाखाणण्याजोगी होती. आमची संस्कृती, आमचा संपन्न वारसा, आमचा इतिहास ह्या सर्व गोष्टी एखाद्या परीकथेसारख्या गुंफून त्या सांगत असत. ह्या परीकथांचा शेवट अर्थातच आनंददायीच असे. ह्या सर्व कथा पुढे वाढवत लिहिणं आमच्याच हातांत आहे, कारण नव्या स्वतंत्र देशाच्या भवितव्यात आम्हाला महत्त्वाची भूमिका बजावायची आहे, ह्याचीही त्या आम्हाला जाणीव करून देत.

मध्य युरोपातील आमच्या देशाच्या महत्त्वाच्या स्थानामुळेही आमच्या देशाला महत्त्व प्राप्त झालं होतं. आमच्या देशाचा उल्लेख कधीकधी 'युरोपच्या हृदयातील शांतता व सुव्यवस्था यांचं बेट' असा केला जात असे. शांतता व सुव्यवस्था राखण्याचं काम राष्ट्रपिता 'मसारिक' (Masaryk) ह्यांच्याकडे होतं. तेच झेकोस्लोव्हाक प्रजासत्ताकाचे संस्थापक व पहिले अध्यक्ष होते. घोडागाडीचा चालक असलेल्या एका साध्यासुध्या व्यक्तीच्या पोटी जन्माला आलेले हे गृहस्थ स्वकर्तृत्वाने एका नावाजलेल्या विद्यापीठात प्राध्यापक बनले अन् पुढे राजकारणात एक महत्त्वाची व्यक्ती म्हणून उदयास आले. पहिल्या जागतिक महायुद्धाच्या आधीपासूनच ब्रिटन, फ्रान्स आणि अमेरिका येथील स्लोव्हानिक नागरिकांच्या न्याय्य हक्कांसाठी त्यांनी लढा दिला. त्यांना मिळणाऱ्या दबावपूर्ण वागणुकीविरुद्ध त्यांनी आवाज उठवला. सत्य व स्वातंत्र्य यांसाठी कुठलीही तडजोड न स्वीकारणारे ते एक समर्पित कार्यकर्ता होते. झेक जनतेला त्यांच्याबद्दल अतिशय आदर व भक्ती होती. त्यांच्या तैलचित्राशेजारी त्यांचं घोषवाक्य – 'सत्याचा नेहमीच विजय होईल.' आमच्या वर्गाच्या भिंतीवर ठळकपणे लिहिलेलं असायचं. आम्हा मुलांना त्यांच्याविषयी खूप प्रेम होतं. दर आठवड्याला त्यांच्या तैलचित्राखाली आम्ही ताजी फुलं ठेवत असू अन् आमच्या प्रार्थनेत त्यांना अभिवादन करत असू. घोड्यावर दोन्ही बाजूंना टांग टाकलेले व ताठ बसलेले 'मसारिक' (Masaryk) ही एक ऐतिहासिक दंतकथाच होती. माझ्या दृष्टीने ते परिकथेतले एक शूर सरदारच होते. सप्टेंबर १९३७मध्ये

ते मरण पावले, तेव्हा देशातील सर्व नागरिक शोकसागरात बुडाले. त्यांच्या निधनानंतर दुखवटा पाळण्यात आला.

आमच्या देशाच्या क्षितिजावर एव्हाना राजकीय ढग जमा होऊ लागले होते. 'नाझी राजवट', 'सत्ता बळकावणे', 'ज्यू द्वेष', 'हिटलर' अशांसारख्या शब्दांचा अर्थ समजण्याचं तेव्हा माझं वय नव्हतं. परंतु माझ्या आई-वडिलांचे काळजीने ग्रासलेले चेहरे अन् आमच्या घरावर हळूहळू पसरत जाणारी ती दुष्ट सावली बघून मला 'काहीतरी बिनसल्याचं' समजत असे. त्यामुळे मीही नाराज होत असे.

ह्या सावल्या १९३८च्या सुरुवातीला जास्त गडद होऊ लागल्या. देशाच्या क्षितिजावरील ढग काळेकुट्ट होऊ लागले. हिटलरच्या सैन्याने युरोपभर धुमाकूळ घालायला सुरुवात केली. हिटलरने ऑस्ट्रियावर कब्जा मिळवला, तरीही माझे बाबा अजूनही आशावादी अन् निवांत होते. ब्रिटन, फ्रान्स, रशिया ही आमची दोस्त राष्ट्रे होती. शिवाय मध्य युरोपातील पाश्चिमात्य संस्कृतीत झेकोस्लोव्हाकियाचं स्थान महत्त्वाचं होतं. त्यांनी आम्हाला नक्कीच वाऱ्यावर सोडून दिलं नसतं! दोस्त राष्ट्रांच्या पाठिंब्याव्यतिरिक्त आमची सेना पण होती आणि ती जगातली एक सर्वोत्तम व प्रबळ सेना होती. शिवाय, आमची बाजू सत्याची व योग्य होती. आमचा उद्देश स्पष्ट होता आणि सर्वांत महत्त्वाचं म्हणजे, आम्हाला शांततापूर्ण जीवन जगण्याची इच्छा होती. आम्हाला कसलीच भीती नव्हती.

तरीही टॅटिनेकनी – माझ्या बाबांनी काही खबरदारी घेण्याचं ठरवलं. टिकाऊ, जीवनावश्यक वस्तूंचा साठा करण्यासाठी त्यांनी मामिन्काला – माझ्या आईला सूचना दिली आणि ईव्हाचा अन् माझा ख्रिश्चन धर्म स्वीकाराचा विधी – बाप्तिस्मा करवला. जर्मन सैन्य कब्जा करेल अशी त्यांना शंकाही आली नव्हती; मग झेकोस्लोव्हाकियावर विजय तर दूरच, असं त्यांना वाटलं होतं. तरीही त्यांनी आम्हाला ख्रिस्ती धर्माची दीक्षा देववून खबरदारीचं पाऊल उचललं. जर्मनीत ज्यू धर्मीयांचा छळ होतोय, त्यांना वाईट वागणूक दिली जातेय, ह्याची त्यांना जाणीव झाली होती. तरी इतरांप्रमाणेच आमच्या पूर्ण धर्मावरच त्याचे भयानक परिणाम होतील, अशी त्यांना अजिबात शंकासुद्धा आली नाही! मी लहान असल्यामुळे अर्थातच, एकाएकी ज्यू असणं हे वेगळं व धोकादायक का आहे, हे मला समजू शकलं नाही.

ऑस्ट्रियावर ताबा मिळवून समाधान न झाल्याने हिटलरने दिलेल्या आश्वासनांचा भंग केला व सप्टेंबर १९३८मध्ये त्याने सुडेटनलॅन्ड (Sudetenland) ह्या भूभागाची मागणी उचलून धरली. झेक व जर्मन सरहद्दीवरचा हा अत्यंत संवेदनशील भाग होता. दोस्त राष्ट्रे त्यांच्या वचनाला जागतील, हा झेकोस्लोव्हाकियातील जनतेचा विश्वास अनाठायी ठरला! त्यांनी ह्याबाबतीत मदत देण्याचं आश्वासन

पाळलं नाही. हिटलरला सुडेटनलॅन्डचा ताबा दिल्यानंतर त्याचा लोभीपणा थांबेल, असा त्यांना वरवर तरी विश्वास वाटला असावा. सप्टेंबरच्या शेवटी शेवटी म्युनिच इथे एक करार संपन्न झाला — 'झेकोस्लोव्हाकियाने सुडेटनलॅन्डचा ताबा जर्मनीला द्यावा' असा फतवा दोस्त राष्ट्रांनी काढला! जागतिक शांततेसाठी ही आमच्या देशाकडून देणगी होती; आमचं त्यासाठीचं योगदान व स्वार्थत्याग होता!

ह्या सर्वांत बळकट व सुरक्षित भूभागाचा त्याग करूनही युरोपात फार काळ शांतता प्रस्थापित झाली नाही. ह्या घटनेमुळे झेकोस्लोव्हाकियातील जनतेच्या आशा-आकांक्षा मात्र धुळीस मिळाल्या.

माझ्यासाठी मात्र आयुष्य 'जैसे थे'च होतं. आमचं स्वयंपाकघर अन् साठवणीची खोली जादा खाद्यपदार्थ आणि गरम कपड्यांच्या साठ्याने भरून गेली. 'कधी गरज भासली तर'... आई म्हणू लागली... 'आपल्याला तुटवडा पडू नये.' तिच्या चेहऱ्यावर बोलताना नेहमीच एक आश्वासक स्मितहास्य असायचं; त्यामुळे आम्ही सर्व कुठल्यातरी शौर्यकथांतील पात्रंच आहोत, असा आमचा समज व्हायचा!

एक दिवस आमच्या शाळेत एक नवी मुलगी दाखल झाली. ऑक्टोबर महिन्याच्या त्या कडाक्याच्या थंडीतही तिच्या अंगावर कोट नव्हता अन् ती अनवाणी होती. ॲना तिचं नाव. जर्मन सैन्याने सुडेटनलॅन्डवर कब्जा केल्यानंतर रिक्त हस्ताने जे हजारो निराश्रित लोक तिथून तुलनेने सुरक्षित अन् जर्मनांनी अजून कब्जा न केलेल्या झेक प्रदेशात पळून आले होते; त्यांतली ती एक होती. तिच्या वडिलांनी तिला कसंबसं ब्लँकेटात गुंडाळून गाढ झोपेतूनच उचलून आणलं होतं. "आम्ही इतक्या घाईत निघालो की, व्यवस्थित कपडे घालायला पण अवसर मिळाला नाही." तिनं सांगितलं.

आक्रमणाचा बळी ठरलेल्या व्यक्तीशी त्या वेळी प्रथमच माझा संबंध आला होता. आमच्या कुटुंबाच्या सुरक्षिततेला कुणीही धक्का लावू शकणार नाही, ती कुणीही भंग करणार नाही, ह्या माझ्या विश्वासाला तडा गेला अन् मी मनातून हादरून गेले. मला एकाएकी लाज वाटू लागली – माझे नवे कपडे, माझं परिपूर्ण आरामशीर घर, माझं सुरक्षित आयुष्य ह्या सर्वांचीच मला लाज वाटू लागली. ॲनाने मात्र आपलं सर्व काही गमावलंय, ही जाणीव मला त्या क्षणी झाली. एका झटक्यात मी माझे बूट काढून तिला दिले. "हे घे तुला घालायला –" मी तिला म्हटलं, "माझ्याजवळ घरी खूप आहेत."

शाळेच्या मधल्या सुट्टीत मी धावत-धावत चौकातून घरी आले अन् दुसरे बूट घातले. आई आता मला रागावणार, असं मला वाटलं. मी तिला जे झालं ते सर्व सांगितलं, तेव्हा तिचे डोळे भरून आले. तिने मला मिठी मारली अन् म्हणाली, "शाळा सुटली की ॲनाला घरी घेऊन ये. आपण तिला थोडे कपडे देऊ या."

१९३८ साल संपत आलं होतं. कुठेतरी अंगाईगीतांत अस्वस्थता होती; आपण अजून सुरक्षित आहोत, अशी खोटी-खोटी भावना होती. हिवाळ्यातली पहिली हिमवृष्टी सुरू झाली. आता नाताळचा सण जवळ आलाय, ह्या कल्पनेने मी अन् माझ्या मैत्रिणी खूप उत्साहित झालो. घरबसल्या हिवाळ्याचा अनुभव घ्यायला मला खूप आवडत असे. सहा डिसेंबरला सांताक्लॉज आम्हाला पार्टी देणार होता. आम्ही सर्व मुलं-मुली जिमखान्यात जमलो होतो. सांताक्लॉज आला. स्टेजवर चढला. त्याच्या पाठीवर भली थोरली पिशवी होती. त्याच्याबरोबर एक देवदूत होता अन् हातात चाबूक घेऊन एक राक्षस होता. जी मुलं चांगली समजूतदार होती; त्यांना देवदूताने छान-छान, छोट्या-छोट्या भेटवस्तू दिल्या. तो राक्षस खोडकर मुलांना शोधत होता! सुदैवाने कुणी मुलगा लपला नाही अन् सर्वांनाच छान भेटवस्तू मिळाल्या. आम्ही कुणीच बहुधा खोडकर नव्हतो! घरी घालवलेल्या त्या शेवटच्या हिवाळ्यातल्या माझ्या आठवणी मला अगदी स्पष्टपणे आठवतात. माझ्यासाठी त्या जादूई आठवणी आहेत. पांढरंशुभ्र चमचमणारं, एखाद्या परिकथेत असावं तसं बर्फाच्छादित घनदाट जंगल... रस्त्यातल्या दिव्याखालचा चमकणारा बर्फाचा थर... गोठलेल्या नदीच्या पृष्ठभागावरून केलेल्या स्केटिंगचा आनंद... डोंगरावरील बर्फाने पांढऱ्या झालेल्या उतारावरून, छोट्या अरुंद लाकडी पट्टीवरून घसरत जाण्यातली मजा... अन् मग घरी आल्यानंतर मामिन्काने दिलेल्या वाफाळलेल्या कोकोचा आस्वाद... ह्या सगळ्या माझ्या त्या हिवाळ्यातल्या सुंदर आठवणी!!!

...अजूनही मला तो तोंडाला पाणी सुटायला लावणारा, नाताळमधला, वातावरणात भरून राहिलेला भाजका वास आठवतोय... ईव्हा आणि माझ्यासाठी मामिन्काने घरी बनवलेला बदाम, किसमिस घालून सजवलेला रुचकर केक, एकट्या अन् आजारी लोकांसाठी ताटंच्या ताटं भरून बनवलेल्या कुकीज... मग मी न् ईव्हा त्यांना वाटत असू. तसं करताना आम्हाला वाटणारा आनंद... आपली कुणीतरी आठवण ठेवतंय, ह्या विचाराने त्यांना झालेला आनंद... सगळं, सगळं अगदी जसंच्या तसं आठवतंय!

दक्षिण बोहेमियातल्या गोड्या पाण्याची तळी व नद्या ह्यांमधून हजारो मासे लाकडी पिंपात साठवून झेकोस्लोव्हाकियातल्या गावागावांत आणि खेड्यांत आणले जात. दुकानांपुढे ती पिंपं ठेवली जात. पिंपातल्या त्या थंडगार पाण्यात बोटं खुपसून पाहायला मला मजा वाटायची. आई मग त्यातले चांगले चवदार मासे निवडायची. त्या सर्व बिच्चाऱ्यांना बादलीत घालून आम्ही घरी आणायचो. शिजायला टाकेपर्यंत मासा तसाच ताजा राहावा म्हणून अखेरच्या क्षणापर्यंत त्याला जिवंत ठेवलं जायचं. हा सर्व उद्योग आम्हाला खूप आवडायचा. अंड्यात व पावाच्या चुऱ्यात घालून

शिजवलेला आणि घट्ट, मेयोनिज सॉस व सॅलड यांबरोबर तो पदार्थ खूप चवदार लागत असे. शिवाय जोडीला वाइन, सुरुवातीला माशाचं सूप आणि शेवटी सफरचंदांची दाट खीर. हा सर्व मेजवानीचा बेत फार चवदार असतो, असं सर्व मला सांगायचे. मात्र मी तो मासा कधीच खाल्ला नाही, कारण तो शिजून टेबलावर येईपर्यंतच्या मधल्या वेळात माझा लाडका पाळीव प्राणी व मित्र बनलेला असे.

तेव्हा रानातून ताजं पाईनचं छोटं झाड 'ख्रिसमस ट्री' म्हणून बाबा आणायचे. त्याचा तो सुगंध घरातल्या दिवाणखान्यात दरवळत असायचा. त्याच्याखाली बसून आम्हाला मिळालेल्या भेटवस्तू उघडण्यात खूप गंमत असायची. अर्थात मी एव्हाना मोठी झाले होते अन् ज्यू धर्मीय होते. म्हणून मग 'छोटा येशू येऊन आमच्यासाठी भेटवस्तू ठेवून जातो', ह्या कथेवर माझा विश्वास बसायचा नाही. ॲना आणि तिच्या आई-वडिलांना पण त्या ख्रिसमसच्या वेळी आईने जेवायला बोलावलं होतं. अर्थातच त्यांच्यासाठी पण भेटवस्तू आम्ही आणल्या होत्या. माझ्या आई-बाबांची आत्यंतिक इच्छा व उदार मन मला त्या वयात पण जाणवलं आणि दुसऱ्याला देण्यात व कुठल्याही गोष्टीत सहभागी करून घेण्यात खूप आनंद अन् समाधान असतं, हेही लक्षात आलं होतं.

लुकलुकणाऱ्या चांदण्यांनी सुशोभित झालेल्या आकाशाखाली त्या शांत रस्त्यावरून चालत असताना मामिन्काच्या हातांचा तो स्पर्श मला अजूनही आठवतोय. अजूनही घुमताहेत माझ्या कानांत दूरवरून तरंगत येणारे नाताळच्या गाण्यांचे सुरेल सूर... घोडागाडीला लटकलेल्या घंटेचे व छोट्या चर्चमधल्या घंटेचे सूर!

ह्या सगळ्यापेक्षाही मला आठवतोय तो दिवसभरातल्या सुंदर कार्यक्रमानंतर मऊ-मऊ अंथरुणात झोपी जाताना तिच्या उबदार अन् आश्वासक मिठीचा स्पर्श अन् मधाळ, शांत आवाज!! सुरेल अन् मंजूळ स्वर!

१५ मार्च १९३९ हा दिवस उजाडला तोच मुळी बरोबर हिमवादळ घेऊन. त्या सकाळी वातावरणात नेहमीपेक्षा अतिशय कडक हिवाळी थंडी होती. आकाशात काळेकुट्ट ढग जमा झाले होते. जणू काही स्वर्गलोकांतून झेक जनतेवर सहानुभूतीचा वर्षाव होतोय, असं वाटत होतं! ह्याच दुर्दैवी दिवशी झेकोस्लोव्हाकियातील जनतेला दिलेल्या आमच्या सरहद्दीचा आदर राखण्याच्या वचनाचा हिटलरने भंग केला आणि आमच्या देशात त्याचं सैन्य घुसवलं!

अर्धवट झोपेतून जागी होत, माझ्या पिसासारख्या मऊ व उबदार बिछान्यात, पांघरूण अंगावर ओढून घेऊन एक छानशी डुलकी घेण्याच्या प्रयत्नात मी होते. रस्त्यावरून काहीतरी विचित्र आवाज येताहेत, हे माझ्या लक्षात आलं. खिडकीच्या दिशेला मी डोकं वळवलं. माझे आई-बाबा, ईव्हा तिथे उभे असलेले मला दिसले. ईव्हा त्या दोघांना अगदी चिकटून उभी होती. बाबा दोन्ही खांदे खाली झुकवून,

त्यांत डोकं खुपसून उभे होते; तर हुंदक्यांनी मामिन्काची पाठ गदगदताना दिसत होती. झोपेच्या अमलामुळे गोंधळलेल्या अवस्थेतच मी बिछान्याबाहेर सरपटत आले व टाचा उंच करून त्यांच्यामध्ये उभी राहिले.

शस्त्रास्त्रांनी भरलेल्या मोटारगाड्या, फटफट्या, रणगाडे रस्त्यातून जात होते. त्यांच्या मागोमाग 'लेफ्ट-राइट, लेफ्ट-राइट'ची कवायत करत सैनिक चालत होते. हा सर्व ताफा रस्त्यावरून आमच्या चौकाच्या दिशेने कूच करत होता. अर्थातच, हे सर्व सैन्य जर्मन होतं. आमच्या लोकांची स्वातंत्र्याची उरलीसुरली शेवटची इच्छा धुळीला मिळाली, बर्फात गाडली गेली. आम्हाला फार मोठा धक्का बसला. हताशपणे, दुःखी अंतःकरणाने रस्त्याच्या कडेकडेने उभ्या असलेल्या लोकांनी माना खाली घातल्या आणि ते उत्स्फूर्तपणे म्हणू लागले आमचं झेक राष्ट्रगीत – 'माझं घर कुठे आहे?'... 'Where Is My Home?' माझ्या झोपायच्या खोलीतून आम्ही चौघे हातांत हात गुंफून त्यांच्या सुरांत सूर मिसळून गाऊ लागलो. सर्व राष्ट्रच रडत होतं अन् गात होतं, "व्हेअर इज माय होम – व्हेअर इज माय होम?" कारण आमचं घर आता एकाएकी आमचं राहिलं नव्हतं! पारतंत्र्याचे दिवस आता सुरू झाले होते!

बाबांना त्यांच्या व्यावसायिक कामानिमित्त त्या दिवशी प्रागला जायचं होतं, पण ते गेले नाहीत. मामिन्का पण ऑफीसला गेली नाही. आम्ही सर्व माझ्या झोपायच्या खोलीत बसून राहिलो. तिथल्या खिडकीतून चौकातल्या हालचाली दिसत होत्या. आता सैनिकांची संख्या कमी दिसत होती, कारण काहींना आजूबाजूच्या खेड्यांत पाठवलं गेलं. एक सैनिक आमच्या शाळेच्या प्रवेशद्वारावर खिळ्याने नोटीस ठोकत होता. आमची आया तिथे चौकशीला जाऊन आली. तिने बातमी आणली, "लष्कराने शाळेचा तात्पुरता ताबा घेतला असून काही दिवस शाळा बंद राहील."

आमच्या घरावर नैराश्याचं, दुःखाचं सावट पसरलं होतं; पण त्याही परिस्थितीत अचानक मिळालेल्या सुट्टीने मला आनंद झाला. पण आईचा अश्रूभरला चेहरा बघून माझ्या 'त्या' विचारांबद्दल मला एक प्रकारचा अपराधीपणा व अस्वस्थ वाटू लागलं. तेव्हा मी फक्त दहा वर्षांची होते, जगाकडे मी निष्पाप नजरेने अन् मनात आशावाद ठेवून बघत होते – सगळ्याच लहान मुलांसारखी. काही असलं तरी दिवसभरातल्या घडामोडी आश्चर्यजनक अन् भीतिदायक होत्या.

आई मला बाहेर जाऊ देत नव्हती, पण मार्टा आल्यामुळे मला खूप आनंद झाला. खिशांत साखरेचे खडे कोंबून आम्ही तबेल्यात वानाशी – आमच्या घोड्याशी गप्पागोष्टी केल्या अन् त्याच्यासाठी ठेवलेल्या गवताच्या भाऱ्यावर पायऱ्यांवरून चढून जाऊन माझ्या मांजरीशी अन् तिच्या पिल्लांशी खेळत बसलो. जिर्का – माझ्या

वर्गातला एकमेव ज्यू मुलगा आमच्याबरोबर खेळायला आला. आत्ताच्या ह्या सुट्टीत काय काय गोष्टी करायच्या – विशेषत: सध्याच्या परिस्थितीत सुरक्षिततेसाठी आपल्याला मोठी माणसं बाहेर खेळायला जाऊ देणार नाहीत, तर घरातच आपला वेळ कसा घालवायचा, असे एकेक बेत आम्ही ठरवत बसलो.

संध्याकाळच्या सुमारास कुणीतरी दरवाजा ठोठावला. ''हेल हिटलर!'' एक अनोळखी आवाज आला आणि एक जर्मन अधिकारी आत घुसला.

''मला असं कळलंय की, तुमच्याकडे एक मोठी खोली असून त्याला स्वतंत्र प्रवेशद्वार आहे'' तो जर्मन भाषेत बोलत होता. ''मला ती बघायची आहे. हेड कमांडरना ती खोली ऑफिससाठी हवी आहे.'' तो पुढे म्हणाला.

सबंध दिवसभर आईने खूपच संयम अन् शांतपणा धारण केला होता. आता मात्र ती खूप रडायला लागली. ती थोडीशी घुटमळली आणि दरवाजापासून बाजूला झाली.

''आमचंच घर का? नाही, नाहीऽऽ कृपा करून आमच्या घरात नको.'' ती रडत-रडत म्हणाली. ''ह्या गावात आमच्या घरापेक्षा मोठी अन् चांगली घरं आहेत.'' ती परत त्या जर्मन अधिकाऱ्याला म्हणाली.

त्या अधिकाऱ्यावर आईच्या रडण्याचा अन् बोलण्याचा काहीएक परिणाम झाला नाही. तो म्हणाला, ''कारण तुमचं घर मध्यवर्ती अन् सोईचं आहे. आता मला ती खोली दाखवा.''

''हं, ही खोली खूपच छान आणि योग्य होईल.'' आमची ती सुंदर खोली पाहून अधिकारी बोलला. फक्त आम्हा मुलांना प्रवेश निषिद्ध असलेली आमची ती सुंदर खोली यापुढे आमच्या सर्व कुटुंबासाठीच निषिद्ध होणार होती!

त्या जर्मन अधिकाऱ्याचं काम संपलं. तो एखाद्या मित्राप्रमाणे वागू लागला. किल्ली ताब्यात घेऊन तो म्हणाला की, आता तो उद्या पुन्हा येईल. त्याने छानपैकी आमचा निरोप घेतला आणि 'हेल हिटलर!' म्हणून सलाम ठोकून तो निघून गेला.

मला जर्मन भाषा काही खूप चांगली येत नव्हती. खरं तर मला एखादी गोष्ट कळू द्यायची नसेल, तर आई-बाबा एकमेकांशी जर्मनमध्ये बोलत! पण एक-दोन वर्षे मी जर्मन भाषेचे खासगी वर्ग लावले होते. काही दिवस आम्हाला शिकवायला जर्मन बाई ठेवली होती. त्यामुळेच आई-बाबा काय बोलायचे, ते मला कळायचं – पण थोडंसंच!

हा सगळा काय प्रकार चाललाय, हे न समजून मी गोंधळले होते. आईच्या मनावर आलेला ताण बघून खूप दु:खी झाले होते. तरीही, जर्मन सैन्याचा प्रमुख आमच्या घरात ऑफीस थाटणार आहे, ही बातमी मैत्रिणींना सांगितल्याशिवाय मला राहवलं नाही! ह्या गोष्टीबद्दलचा वाटत असलेला 'मोठेपणा' अन् एक परका

माणूस – त्यातही शत्रूचा – आमच्या घरात घुसून आमची सर्वांत छान खोली बळकावयाचं धाडस कसं करू शकतो ह्याबद्दल आलेली चीड, ह्या दोन परस्परविरोधी विचारांमुळे माझ्या मनात एक विचित्रच भावना निर्माण झाली.

दुसऱ्या दिवशी तो अधिकारी पुन्हा उगवला. ''हेड कमान्डन्टनी ताबडतोब तुम्हा सर्व कुटुंबीयांना त्यांच्या ऑफीसमध्ये हजर राहण्याचा हुकूम दिला आहे.'' तो नम्रपणे बोलला!

आम्ही त्याच्या ऑफीसमध्ये शिरलो. ज्या खोलीतल्या टेबलापाशी प्रमुख खुर्चीत बाबा बसत, त्याच खुर्चीत तो कमान्डन्ट उद्धटपणे बसला होता. त्याच्या पायांतल्या चकचकीत बुटांनी आमच्या सुंदर जमिनीवरचं गुळगुळीत पॉलिश खरवडलं जात होतं. मामिन्काने स्वत: हाताने विणलेल्या गालिच्यावर त्याच्या बुटांच्या टाचा घासल्या जात होत्या. त्याची सर्व कागदपत्रं आमच्या सुंदर टेबलावर इतस्तत: विखुरली होती. थोडक्यात, आमच्याच मौल्यवान वस्तूंवर तो मालकीहक्क गाजवत होता. हे सगळं दृश्य बघून मला एकाएकी चीड आली. ''मला असं कळलंय की, तुम्हाला व तुमच्या कुटुंबीयांना जर्मन भाषा येते.'' तो बाबांना म्हणाला.

''होय, ते बरोबर आहे.'' बाबा उत्तरले.

''छान! आजपासून ह्या घरात तुम्ही सर्वांनी जर्मन भाषेतच बोललं पाहिजे.'' तो कमान्डन्ट उद्गारला.

एक क्षणभर तिथे शांतता पसरली.

''मी ह्या घराचा कुटुंबप्रमुख आहे.'' बाबा म्हणाले, ''आणि जोपर्यंत मी जिवंत आहे तोपर्यंत मी व माझे कुटुंबीय झेक भाषेतच बोलतील. जर्मन बोलली जाईल फक्त तुमच्या उपस्थितीत.'' बाबा त्याच्या नजरेशी नजर भिडवत बोलले!

तो कमान्डन्ट खुर्चीतून उठला. बाबांपाशी गेला अन् त्यांच्या तोंडावर पचकन थुंकला!

माझे बाबा – टॅटिनेक – सहा फूट उंच, ताठ, अभिमानी आणि आदरणीय व्यक्ती... त्यांचा झालेला तो घोर अपमान... मी आयुष्यात कधीही विसरणार नाही; कधीच नाही! मी भयकंपित होऊन त्यांच्या त्या सुरेख चेहऱ्यावरून ओघळणारी ती घाणेरडी थुंकी बघत जागच्या जागी थिजले!

'कधीही नाही, केव्हाही नाहीऽऽ मी जर्मन भाषेचा एकही शब्द यापुढे उच्चारणार नाही.' मी मनातल्या मनात मूकपणे शपथ घेतली आणि खरोखरच 'त्या' दिवसापासून आजतागायत मी त्या भाषेचा एकही शब्द कधीही उच्चारला नाही.

त्या दिवसापासूनच 'नाझीव्याप्त' म्हणजे काय, ते मला समजू लागलं.

त्या कमान्डन्टने नंतर पुन्हा आम्हाला त्रास दिला नाही. काही दिवसांनी तो व

त्याचे ते नाझी सैनिक आमच्या गावातून पसार झाले. जणू काही त्या दिवसांत घडलेल्या न विसरता येणाऱ्या घटना म्हणजे एक दु:स्वप्नच होतं.

बालपणातील सहजसुलभ प्रवृत्ती पुन्हा माझ्या मनात उसळी मारून वर येऊ लागल्या. माझी शाळा पूर्ववत सुरू झाली. वार्षिक परीक्षेचा अभ्यास सुरू झाला. प्राथमिक शाळेतलं ते माझं शेवटचं वर्ष होतं. येत्या सप्टेंबरमध्ये मी माझ्या बहिणीबरोबर ब्रॅन्डिसमधील ग्रामर स्कूलमध्ये प्रवेश घेणार होते. आमच्यापैकी काही जण त्या शाळेच्या प्रवेश परीक्षेला बसणार होते. मी पास होईन, अशी मला खात्री होती. मी शाळेची एक हुशार विद्यार्थिनी म्हणून गणली जात होते आणि माझे रिपोर्ट्स सातत्याने उत्तम होते. माझ्या आयुष्यातल्या ह्या नव्या पर्वाची मी वाट पाहत होते. बाकीच्या विद्यार्थ्यांबरोबर रोज आगगाडीने प्रवास करायचा... नव्या मैत्रिणी, नवी शाळा, मोठी झालेली अन् जास्त 'भाव' खाणारी मी... सगळं चित्र कसं छान होतं! पण ज्या माझ्या छोट्या शाळेत मी पाच वर्षे आनंदात घालवली, त्या शाळेचा अन् गावातल्याच सेकंडरी स्कूलला प्रवेश घेणाऱ्या माझ्या मित्र-मैत्रिणींचा निरोप घेण्याची कल्पना मला सहन होत नव्हती. ह्या सेकंडरी हायस्कूलमध्ये पुस्तकी ज्ञानाबरोबरच प्रत्यक्ष प्रयोगांवरही भर दिला जात असे. सर्वांत कठीण गोष्ट म्हणजे माझी प्रिय विश्वासू मैत्रीण मार्टा हिचा वियोग... तो मला सहन न होणारा होता.

मागे वळून बघताना, आता असं वाटतंय की, नाझींनी घुसखोरी केल्यानंतर आमच्या आयुष्यात एक प्रकारचा यांत्रिकपणा आला होता. जसे काही आम्ही वाट बघत बसलो होतो – आता पुढे काय घडणार आहे, ह्या गोष्टीची वाट! सध्याची खोटी खोटी शांतता कधी भंग पावतेय अन् वादळ कधी घोंघावत येतंय, ह्याची आम्ही वाट बघत होतो! बाबांनी त्यांचा व्यवसाय पुन्हा सुरू केला होता. आई पण ऑफिसमध्ये जायला लागली. आमच्या आजोबांच्या गाठीभेटीचा रविवारचा कार्यक्रम पुन्हा सुरू झाला. मला घराबाहेर जायला, मैत्रिणींबरोबर खेळायला जायला परवानगी मिळाली. मात्र माझ्या मामिन्काच्या चेहऱ्यावर सतत दिसून येणारी चिंता सगळ्याच गोष्टी पूर्वीसारख्या राहिलेल्या नाहीत याची जाणीव करून देत होती.

आमच्या डोक्यावर युद्धाची टांगती तलवार सतत होती. सर्व युरोपभर अफवांचं पेव फुटलं होतं. वडिलांना मात्र आशा वाटत होती. त्यांना वाटायचं की, कदाचित युद्ध होईलही, पण दोस्त राष्ट्रांची सरशी होईल आणि सध्याची परिस्थिती लवकरच बदलेल. किंवा युद्ध होणारच नाही. कदाचित ज्यू धर्मीयांना मिळणाऱ्या अपमानास्पद वागणुकीबद्दल बोलायचं झालंच, तर नाझींनी अजून तरी आम्हाला हात लावला नव्हता.

"खरं तर आपल्याला त्रास द्यायचं त्यांना काय कारण?" ते म्हणायचे, "आपण तर ख्रिश्चन धर्माची दीक्षा घेतलीय! हे फक्त चहाच्या पेल्यातलंच वादळ

होतं, अशी आशा करू या.''

त्यावर आई सूचना करायची – ''सुरक्षिततेसाठी आपण परदेशी निघून जायला हवं.'' बाबांना मात्र त्यांचा भरभराटीला आलेला व्यवसाय सोडायची आणि सध्याच्या जीवनशैलीत बदल करण्याची अजिबात इच्छा नव्हती. 'त्या' कमान्डन्टबरोबर घडलेला 'तो' प्रसंग त्यांनी मनाच्या तळाशी ठेवून दिला.

''तो घाणेरडा जर्मन आपल्या घरात घुसून बसला, हे खरं तर आपलं दुर्दैव!'' ते बोलले.

आईने पुन्हा आणखी काही सूचना केल्या नाहीत. आपली दृष्टिहीन आई अन् परावलंबी होत चाललेले वडील ह्यांना सोडून जाण्याची कल्पना तिलासुद्धा भयानक आणि सहन न करण्यासारखी, अशी तिला वाटली असावी.

''मी नसले तर बर्टा एकटी कशी काय सगळ्या गोष्टी व्यवस्थित करू शकेल?'' ती एकदा मला म्हणाली. मग परदेशी जायची कल्पनाच पूर्णपणे बारगळली.

पण, तिच्या डोक्यात दुसऱ्याच काही कल्पना येत होत्या...

काही आठवडे गेले अन् बॉंबस्फोटच झाला! आम्ही चौघं टेबलाभोवती बसून रात्री जेवण करत होतो. आई जेवत नव्हती. स्तब्ध बसून होती. एकाएकी तिने जेवणाचं ताट दूर सारलं आणि वडिलांना म्हणाली, ''आजच मला कळलंय की, ईव्हा आणि व्हेराला इंग्लंडला पाठवता येईल.''

तिथे एक भयाण शांतता पसरली! वडिलांना त्या कल्पनेने एकदम धक्काच बसला अन् अतिशय आश्चर्यही वाटलं.

त्यांनी काही न बोलता तिने पुढे काहीतरी बोलावं, ह्या अपेक्षेने प्रश्नार्थक नजरेने आईकडे पाहिलं.

''मी काही आठवड्यांपूर्वी प्रागला गेले होते नं –'' ती बोलत होती. ''गुस्तावदादाशी माझं बोलणं झालं. इंग्लंडमध्ये एक संस्था आहे. ती झेक-ज्यू मुलांना इथून नेऊन तिथल्या ब्रिटिश कुटुंबाकडे सोपवते. प्रागच्या त्यांच्या ऑफीसचा त्याने मला पत्ता दिलाय. टॉमी अन् होन्झाची नावं त्यानं तिथे दाखल केली आहेत. मी ईव्हा आणि व्हेराची पण नावं तिथे दाखल करून आलेय... त्यांची निवड झालीय. जुलै महिना संपण्याआधी त्यांना इथून निघावं लागेल.''

बाबांनी अजूनही काहीच प्रतिक्रिया दिली नव्हती. त्यांचा तो प्रेमळ चेहरा काळजीने काळवंडून गेला अन् ते वयस्कर दिसू लागले. त्यांनी आपला चेहरा दोन्ही हातांनी झाकून घेतला. आम्ही सर्व मूकपणे बसून होतो. नंतर त्यांनी वर मान करून बघितलं. डोळ्यांतल्या अश्रूंसकट ते आमच्याकडे बघून हसले अन् म्हणाले, ''ठीक आहे, जाऊ दे त्यांना.'' आणि त्यांनी एक उसासा सोडला!

हा निर्णय केवळ आमचे जीव वाचविण्यासाठीच होता. परंतु त्या क्षणी, त्याबद्दल मला भीती वगैरे काही वाटली नाही; उलट आपल्याला प्रवास करायला मिळणार, म्हणून मी उल्हसितच झाले होते!

जूनच्या अखेरीस आमच्या प्रयाणाची तारीख ठरवली गेली. त्या दृष्टीने घरात तयारी सुरू झाली. माझा सर्व मौल्यवान खजिना गोळा करायला सुरुवात केली. माझी स्वाक्षऱ्यांची वही – माझे सर्व नातेवाईक व मित्रमैत्रिणींच्या सह्या, त्यांनी लिहिलेले संदेश तिच्यात होते. माझी आवडती बाहुली, माझी सगळी आवडती पुस्तकं, माझ्याजवळचा झेकचा छोटा झेंडा, माझ्या गुरुजींनी भेट दिलेली एक छोटी कठपुतळी आणि माझा फोटोंचा अल्बम – एक ना दोन, हजार वस्तू!

आईनं आम्हा दोघींना अगदी रुबाबदार कपड्यांत पाठवायचं ठरवलं होतं. आम्ही प्रागच्या खूप दुकानांतून हिंडलो. शिंप्याला कामाचे जास्त पैसे देऊन खूप कपडे शिवून घेतले. आम्हाला सामानाची फक्त एकच पेटी न्यायची होती. ती सुंदर -सुंदर नव्या कपड्यांनीच भरून गेली. पण ते सर्व कपडे अगदी अंगानेटके होते. बाबा आम्हाला सारखे सांगत होते, "तुम्ही नक्कीच वर्षभरात परत याल, बघाच तुम्ही!" आईनं पण त्यावर विश्वास ठेवण्याचा प्रयत्न केला. ह्या एकाच विचाराने, आम्हाला लांब पाठवण्याचा त्यांनी जो निर्णय घेतला होता, त्या निर्णयावर ठाम राहण्यास त्यांना बळ मिळत होतं.

आम्ही सगळेच त्या आशेला चिकटून होतो. आमच्यापैकी एकाला जरी कल्पना आली असती की, आमची ताटातूट बराच काळपर्यंत होणार होती किंवा आम्ही कदाचित परत कधीही भेटू शकणार नाहीत; तर आम्ही आमची ताटातूट होऊ दिली नसती.

मी आईला तऱ्हेतऱ्हेचे प्रश्न विचारून भंडावून सोडत असे. "मामिन्का गं, मला कुणाकडे जायचं आहे? ईव्हाची न् माझी कशी काय निवड झाली?"

तिचं त्यावर एकच मोघम उत्तर असायचं – "प्रागधल्या एका छोट्या ऑफिसात मी तुमचे फोटो घेऊन गेले होते. ती संस्था ब्रिटिश निराधार समितीची आहे. तिथे केवढी मोठी रांग होती – तुम्ही बघायला पाहिजे होती! मला त्या रांगेत काही तास उभं राहावं लागलं होतं. तुम्हाला आश्चर्य वाटेल किती आई-वडील आपल्या मुलांना इंग्लंडला पाठवायला उत्सुक आहेत. तिथल्या लोकांनी मला काही फॉर्म्स भरायला दिले. तुमचे फोटो, कौटुंबिक माहिती आणि तुमच्या आवडी-निवडी वगैरे सगळी माहिती त्यात लिहायची होती. ते फॉर्म्स त्यांनी नंतर लंडनला पाठवले. ज्या माणसांनी आणि कुटुंबांनी तुमची निवड केली, त्यांना तुमचे फोटो व माहिती आवडली असेल. त्यांच्याबद्दल मला तुम्हाला फार काही सांगता येणार नाही; पण ते नक्कीच चांगले लोक असणार. त्यांना आपल्याला मदत करायची खूप इच्छा

असणार. मला एवढंच कळलंय की, डॉर्सेट या गावी एका महिलेसोबत ईव्हा राहील आणि व्हेरा, तू लिव्हरपूलला एका कुटुंबात राहणार आहेस. तुम्हाला बाकीच्या गोष्टी लवकरच कळतील.''

काही लोक अशाही विचाराचे होते की, माझी आई किती पाषाणहृदयी आणि दुष्ट आहे. आम्हाला एका अनोळखी देशात, अनोळखी लोकांकडे ती पाठवतेय. त्यांची भाषासुद्धा आम्हाला समजत नाही. आमची आई आमच्या वियोगाच्या कल्पनेनेसुद्धा आतल्या आत किती कोलमडून पडतेय याची जिर्काच्या – माझ्या वर्गमित्राच्या आईला अजिबात कल्पना आली नाही. त्यामुळे आईवर अशा तऱ्हेची टीका करण्यात तिचा पुढाकार होता! 'हिची आई म्हणजे एक दुष्ट, सावत्र आई आहे', असाही तिने आरोप केला! तिला जर तिचं भविष्य ज्ञात झालं असतं, तर आईवर तिने केलेल्या टीकेबद्दल, आरोपांबद्दल आईपुढे गुडघे टेकून तिची क्षमा मागितली असती आणि आईचं मन किती मोठं आहे, ती किती उदारहृदयी आहे याबद्दल तिला धन्यवाद दिले असते! कारण पुढील काही महिन्यांतच एका असाध्य रोगाने तिचा मृत्यू झाला. जिर्काच्या वडिलांना गेस्टापोंनी पकडून नेलं आणि गोळ्या घालून ठार मारलं! आईने मग जिर्का आणि तिच्या लहान भावाला आमच्या घरी आणलं आणि स्वत:च्या मुलांप्रमाणे त्यांचा संभाळ केला.

माझी शाळा, आमचे मुख्याध्यापक, माझे शिक्षक आणि माझे मित्र-मैत्रिणी ह्या सर्वांचा निरोप घेऊन मी आले. मी खूपच उल्हसित झाले होते आणि स्वत:ला खूप मोठ्ठी, महत्त्वपूर्ण समजत होते. माझ्या माहितीप्रमाणे, आमच्या गावातून तोपर्यंत इंग्लंडला कुणीही गेलेलं नव्हतं. त्यामुळे मी स्वत:ला कुणीतरी महत्त्वाची व्यक्ती समजू लागले आणि खरं तर मला खात्री वाटत होती, लवकरच मी घरी परत येणार आहे...

इग्लंडला जाण्याच्या आदल्या दिवशी दुपारी माझ्या काही मित्र-मैत्रिणी मला 'हॅपी जर्नी' आणि 'स्पिडी रिटर्न', असं सांगून मला भेटून गेले. आईने त्याप्रीत्यर्थ सगळ्यांना 'मलागा वाइन' दिली.

मला आता आठवतंय त्याप्रमाणे मलागा वाइनची बाटली आईच्या ऑफीसमध्ये नेहमी असायची. काही खास कारणानिमित्त मला तिचा एखादा थेंब मिळायचा किंवा मी आजारी असेन तर आई मला ती द्यायची, कारण त्या वाइनमध्ये औषधी गुणधर्म होते आणि तिची चव छान गोड, घट्टसर आणि सुक्यामेव्यासारखी असायची. त्यामुळे मी खूपदा त्यासाठी आजारी आहे, असं भासवायची.

त्या दिवशी सगळे मित्र-मैत्रिणी त्यांच्या घरी परत गेले. एकटी मार्टा थांबली होती. ''तू मनीबरोबर खेळायला येत जा, बरं का.'' मी तिला हुकूमच सोडला. ''ती नक्कीच माझी आठवण काढेल. आणि तिच्या पिल्लांना तू कुणाला पाण्यात बुडवू

देऊ नकोस.'' माझी मांजरी – मनी – तिला आता पिल्लं होणार होती आणि मार्टा म्हणाली की, त्या सर्वांना ती कुणाकुणाच्या घरी सोडून देणार होती. म्हणून मी तिला पुन्हा म्हणाले, ''मामिन्काला फारच एकटं-एकटं वाटेल गं.'' मार्टाने मला वचन दिलं की, ती रोज येऊन मामिन्काला भेटून जाईल आणि एखाद्या विश्वासू मैत्रिणीप्रमाणे तिनं तिचं वचन पाळलं. ख्रिश्चन लोकांना ज्यू लोकांत मिसळण्यास, भेटण्यास बंदी केली गेली होती, तरीही! तिच्या सुरक्षिततेच्या दृष्टीनेच आईनं तिला न येण्याविषयी खूप सांगून पाहिलं, पण तिने मला शब्द दिला होता, त्याप्रमाणे ठामपणे अन् धैर्यानं ती येत राहिली.

आम्ही दोघी मग वानच्या तबेल्याकडे गेलो. लवकरच वाना पण आमचं घर सोडून जाणार होता. कारण त्यांच्या सैन्यात भरती करण्यासाठी जर्मनांनी त्याला त्यांच्याकडे सोपविण्याचा हुकूम सोडला होता. मी दोन्ही हात त्याच्या मानेभोवती गुंफले आणि माझं डोकं त्याच्या आयाळीत खुपसलं. त्याच्या नाकाची पापी घेऊन मी त्याला साखरेच्या खड्यांचा शेवटचा खुराक भरवला. तोही एका अनोळखी भविष्यात प्रवेश करणार होता. मला माहीत होतं की, मी त्याला पुन्हा कधीच पाहू शकणार नाही!

त्या दिवशी संध्याकाळी बाबांनी मला एक सुंदर, चामड्याचं कव्हर असलेली वही दिली. ती वही पूर्ण कोरी होती. ''हे कशासाठी?'' मी त्यांना विचारलं. ''तू रोजनिशी म्हणून तिचा उपयोग कर.'' ते म्हणाले. ''मला खात्री आहे. तू आम्हाला खूप पत्रं पाठवशील. पण तू तुझे रोजचे कार्यक्रम, तुझे विचार, तुझ्या भावना लिहून ठेवल्यास; तर खूप छान होईल. तारखा नसलेलीच डायरी मी मुद्दाम आणली. कारण कधीकधी लिहिण्यासारखं तुझ्याजवळ काही नसेल किंवा एखादे वेळी तू पानंच्या पानं लिहीत जाशील. केव्हा लिहायचं, ते तुझं तुलाच समजेल. जेव्हा तू परत येशील आणि आपण सर्व मिळून तुझे अनुभव, तुझे विचार वाचू; तेव्हा किती छान वाटेल!''

मी झोपायला गेल्यावर नेहमीप्रमाणे पांघरूण घालण्यासाठी आई आली. दिवसभरातला माझा उत्साह आता ओसरला होता. माझी खोली, माझ्या सर्व सुंदर वस्तूंकडे बघताना, त्या सोडून जाताना मला जाणीव झाली की; उद्या मी प्रवासाला निघणार आहे! निघण्याच्या आधीच मला खूप एकटं वाटलं, घराची आठवण येऊ लागली.

आईनं जणू काही माझे विचार ओळखले. तिनं मला मिठी मारली अन् म्हणाली, ''तुला खूपदा एकटं वाटेल. घराची आठवण येईल. ते स्वाभाविकच आहे. पण एक लक्षात ठेव – तू आमचा मौल्यवान, धैर्यवान हिरा आहेस आणि तुझे अश्रू म्हणजे मोती आहेत.'' तिने मला उचलून घेत खिडकीजवळ नेलं. आम्ही

दोघीही चमचमत्या चांदण्यांनी भरलेल्या आकाशाकडे बघत बसलो. मग ती म्हणाली, ''यदाकदाचित आपल्याला एकमेकींना पत्रं लिहिता आली नाहीत किंवा लिहिता आली तरीही... जो सूर्य, जे तारे तिथे तुझ्यावर प्रकाशतील; तोच सूर्य, तेच तारे इथे आमच्यावर पण प्रकाशतील. आपण कुठेही असलो तरीही तो सूर्य, ते तारे हेच आपलं प्रेम, आपले विचार यांचे दूत असतील. त्यांच्या अस्तित्वातून आपण नेहमीच जवळ असू.''

आणि मग 'तो' जाण्याचा दिवस उजाडला! आमचं सामानसुमान मोटारीत कोंबून आम्ही चौघे प्रागच्या दिशेने रवाना झालो. आधी आम्ही आजोबांच्या घरी गेलो. त्या दिवशी ते दोघेही एकदम वयस्कर अन् तणावग्रस्त दिसत होते. आजीच्या डोळ्यांभोवती काळसर वर्तुळं दिसत होती. जणू खूप दिवस ती झोपलीच नसावी, असं वाटत होतं. तिचे मऊ-मऊ हात आमच्या चेहऱ्यावरून फिरत होते, जणू आमच्या चेहऱ्याची रेषन्‌रेष तिच्या आठवणीत साठवायचा ती प्रयत्न करत होती. तिचे दृष्टिहीन डोळे अश्रूंनी भरलेले होते. आजोबांनी मला त्यांच्या गुडघ्यावर उचलून घेतलं आणि घट्ट मिठी मारली. ''तू तुझ्या आई-वडिलांची 'मुलगी' आहेस.'' ते उद्‌गारले, ''मला खात्री आहे की, आम्हाला तुझा नेहमीच अभिमान वाटेल.'' त्यांनी माझी पापी घेतली आणि त्यांची ती टोचणारी दाढी मला आता अजिबात जाणवली नाही! मला एकदम वाटू लागलं की, आमच्या त्या रविवारच्या मेजवान्या थोड्याशा कंटाळवाण्या वाटल्या तरी नेहमी चालू राहिल्या पाहिजेत.

घराच्या बाहेरच आम्हाला टॉमी अन् होन्झा हे माझे मामेभाऊ भेटले. सप्टेंबरच्या सुरुवातीलाच ते दोघेही इंग्लंडला येऊ शकणार होते, म्हणून ते खूप उत्साहात होते. या आनंदाच्या बातमीने त्या दिवशीचा तणाव अन् काळजी थोडी कमी झाली. ''आता इंग्लंडमध्ये भेटू या,'' असं म्हणून आम्ही त्यांचा निरोप घेतला आणि कार स्टेशनच्या दिशेने धावू लागली.

बर्टामावशी माझ्या शेजारीच बसली होती. तिच्या शरीराचा थरकाप उडाल्याचं मला जाणवत होतं. मी तिच्या चेहऱ्याकडे बघण्याचं टाळलं. ती एकदम निस्तेज अन् थकलेली दिसत होती. तिच्या चेहऱ्यावर नेहमीचा असलेला धीरगंभीर भाव कुठे दिसत नव्हता. ती काळजीने अगदी ग्रस्त वाटत होती. ''तू पत्र पाठवत जाशील ना नेहमी – होय ना?'' ती म्हणाली, ''मामिन्का तुझ्या पत्रासाठीच जगेल, अन् आम्हीसुद्धा.'' त्या क्षणी मला तिचं आमच्यावर किती प्रेम होतं, ते लक्षात आलं. आणि वरवरच्या तिच्या थंडपणामागे तिच्या अस्सल भावना होत्या, तेही!

स्टेशनचा फलाट पालकांनी भरून गेला होता. सगळे खूप भयग्रस्त अन् तणावात होते. गाडीचे डबे भांबावलेल्या, काहीशा उल्हसित झालेल्या मुलांनी गच्च भरलेले होते. तिथे होते ओघळणारे अश्रू... उपदेशाचे शेवटचे शब्द, प्रोत्साहनाचे

शेवटचे शब्द... प्रेमाचे, वात्सल्याचे शेवटचे शब्द अन् शेवटच्या भेटीची मिठी! ''आता स्वतंत्र झेकोस्लोव्हाकियात पुन्हा भेटू या!''

आगगाडीची शिट्टी वाजली अन् मला खूप खूप रडू फुटलं!

माझे आई-वडील अन् इतर सर्व खूप घाबरलेले दिसत होते, कारण त्यांना नाझींचे गेस्टापो सैनिक स्टेशनवर दिसले होते. गाडी हळूहळू स्टेशनच्या बाहेर पडू लागली. माणसांच्या त्या समुद्रात माझ्या आई-बाबांच्या धूसर होत जाणाऱ्या प्रेमळ आकृत्या दिसत होत्या. त्यांच्या चेहऱ्यांवरचं धीट हास्य त्यांची चिंता झाकून टाकण्याचा निष्फळ प्रयत्न करत होतं.

माझ्या घशात आवंढा दाटून आला. माझ्या मुठी आवळल्या गेल्या. माझे डोळे बारीक करून मी अश्रू थोपवण्याचा प्रयत्न केला! माझ्या हातावर एका हाताचा स्पर्श मला जाणवला. मी वळले आणि ईव्हाच्या चिंताग्रस्त चेहऱ्यावर मला भावनांचा कल्लोळ जाणवला. माझ्या भावनांचेच प्रतिबिंब मी तिच्या चेहऱ्यावर पाहिलं. आम्ही दोघीही मूकपणे बसून राहिलो – आमचं दुःख, आमची भीती, आमच्या आशा यांना कवेत घेऊन! आयुष्यात पहिल्यांदाच मला माझी बहीण खूप जवळची वाटायला लागली.

माझे विचार जणू काही तिने वाचले. ईव्हा म्हणाली, ''मी नेहमीच तुझ्याजवळ असेन. मला माहित्येय, मी आई-बाबांची जागा भरून नाही काढू शकणार; पण तरीही मी सदैव तुझ्यासाठी असेन. मला वचन दे, जेव्हा जेव्हा तू दुःखी असशील, जेव्हा तुला घराची आठवण येईल, जेव्हा तुला माझी गरज भासेल; तेव्हा तू नक्की मला हाक मारशील... मला तुझी खूप काळजी वाटते; विसरू नकोस.'' त्या क्षणी मला कळलं की, तिच्यासारखी बहीण मला होती, हे माझं किती भाग्य होतं आणि तीही माझ्याचबरोबर एका अज्ञाताच्या प्रवासाला निघाली होती...

२

आम्ही तुझ्यावर खूप प्रेम करू!

बाबांनी दिलेली रोजनिशी मी प्रथमच उघडली! आणि लिहिलं,

"...गाडी सुटल्यानंतर मला थोडी झोप लागली. टेरेझिन येता-येता गाडी थांबली. तिथे ती चांगली चार तास थांबली. आमच्या गटाचे व्यवस्थापक काही महत्त्वाची कागदपत्रे प्रागमध्ये विसरून आले होते. त्याशिवाय स्टेशनवरचे अधीक्षक गाडीला सीमा ओलांडून पुढे जाऊ देत नव्हते. आमचे व्यवस्थापक प्रागहून कागदपत्रे घेऊन आले. स्टेशन अधीक्षकांनी ती तपासली. मग गाडी पुढे चालू झाली. त्यानंतर गाडीने जर्मनीत प्रवेश केला. जर्मनीत साधारण बोहेमियासारखं, थोडं जास्तच घाणेरडं वातावरण होतं. पण तिथली पर्वतराजी व जंगलं खूप सुंदर होती. त्यानंतर आम्ही हॉलंडला पोहोचलो. वाऽ! हॉलंड देशात सगळीकडे जमीन सपाटच दिसत होती. सगळी घरं अगदी एकसारखी दिसत होती. नद्या बऱ्यापैकी रुंद होत्या, कारण त्या लवकरच समुद्राला मिळणार होत्या. मग काय, त्याच रात्री आम्ही समुद्रपण बघितला. ते दृश्य अंधारातदेखील सुंदर दिसत होतं!

तिथेच आम्ही आगगाडीतून उतरलो. मग एका मोठ्या बोटीत चढलो अन् आपापल्या केबिनमध्ये झोपायला गेलो. समुद्रातल्या प्रवासाचा मला काहीच त्रास झाली नाही. सकाळी लवकरच मी जागी झाले. ईव्हा माझ्या आधीच उठली होती. आमच्या केबिनला समुद्राच्या बाजूला एक गोल खिडकी होती. समुद्राच्या पाण्यावर पसरलेले सूर्याची पहिली किरणे ईव्हा पोर्टहोलमधून बघत बसली होती. ते दृश्य फारच सुंदर, अगदी श्वास रोखून धरायला लावणारं होतं. मी ईव्हाच्या बाजूला सरकले. तिने माझ्या खांद्याभोवती हात टाकला आणि आम्ही दोघींनी सूर्योदय बघितला..."

माझ्या नव्या आयुष्याचा पहिला दिवस. मला आईचे शब्द आठवले. मी त्या उगवत्या सूर्याकडून तिला माझं प्रेम पाठवलं आणि मग त्यानंतर खूप वर्षे

चाललेल्या युद्धाच्या काळात मी माझा हा नेम कटाक्षानं पाळला.

त्या पहिल्या दिवसाच्या प्रवासातल्या अगदी बारीकसारीक गोष्टीदेखील आजही मला स्पष्टपणे कोरल्यासारख्या आठवताहेत.

आम्हाला दिला गेलेला तो पहिला इंग्रजी प्रकारचा माशांचा ब्रेकफास्ट... पहाटे पहाटे आगगाडीचा तो झोपाळलेल्या प्रदेशातून केलेला प्रवास... गावागावांतून, खेड्यांतून दिसणाऱ्या लाल विटांच्या बैठ्या एकसारख्या घरांच्या ओळीच्या ओळी... त्यानंतर अखेर एकदाचे आम्ही लंडनला आलो. लंडनच्या त्या गजबजलेल्या रस्त्यावरून, दुमजली बसमधून छानपैकी प्रवास केला! आम्ही एका मोठ्या, उदासवाण्या दिसणाऱ्या हॉलसमोर थांबलो आणि तिथे प्रवेश केला. आत शिरल्यानंतर आम्ही सर्व एका रांगेत बसून राहिलो. प्रत्येकाच्या गळ्यात नावाचा बिल्ला लटकत होता. एखाद्या पराभूतासारखे, घाबरून आपलं नाव कधी पुकारलं जातंय ह्याची वाट बघत, पुढे काय होईल ह्याबद्दल आश्चर्य बाळगत आम्ही बसून राहिलो! एकामागून एक नावं जसजशी पुकारली जात होती, तसतशी मुलं आपल्या जागेवरून उठून त्यांच्या नव्या पालकांना भेटायला बाजूच्या दारातून आत जात होती. ईव्हाचं नाव पुकारलं गेलं तशी ती उठून बाजूच्या दारातून अदृश्य झाली आणि मला भयानक एकाकी वाटायला लागलं! काही मिनिटांनी तिथून पटकन निसटून ती माझ्याजवळ आली आणि कागदाचा एक तुकडा तिने माझ्या हातात कोंबला. त्यावर तिचा पत्ता लिहिलेला होता. मी माझ्या मुक्कामी पोहोचल्यावर तिला ताबडतोब पत्र लिहिण्याविषयी तिनं मला बजावलं. माझी पापी घेऊन तिने मला मिठी मारली आणि ती गेली! मी एकटीच तिथे बसून राहिले!

एकेक करून सगळी मुलं त्या हॉलमधून निघून गेली. मीच एकटी आता तिथे उरले होते. माझं नावच पुकारलं गेलं नव्हतं! एका मोठ्या रिकाम्या हॉलमध्ये मी एकाकी बसून राहिले – हरवलेपणाची, नाकारले गेल्याची भावना आणि खूप काही चिंता उरात घेऊन! 'कदाचित त्यांना मी नको असेन, त्यांचं मन बदललं असेल.' मी विचार करत होते. माझ्या मनातला गोंधळ, भीती वाढत चालली होती. मी विचार करत होते, 'आता माझं काय होणार होतं?'

खूप वेळानंतर किंवा कदाचित मला तसं वाटलं असेल – आम्हाला इथपर्यंत आणणारा तो मुख्य जबाबदार माणूस आला नि मला म्हणाला, "तुझे इंग्लिश पालक काही कारणांनी सोमवारपर्यंत तुला नेण्यासाठी येऊ शकत नाहीत." माझ्या डोळ्यांतले अश्रू थोपवण्याचा मी आटोकाट प्रयत्न करत होते. तिकडे मुद्दाम दुर्लक्ष करून तो पुन्हा म्हणाला, "ज्यांनी तुम्हा मुलांना इथपर्यंत आणण्यासाठी मदत केली, त्यांच्यापैकी काही सज्जन माणसांकडे मी तुला घेऊन जातो. त्यांच्याबरोबर तू सोमवारपर्यंत राहू शकशील."

तो आमचा प्रमुख मला एका 'लिमोझिन' मोटारीकडे घेऊन गेला. ती मोटार एक चालक चालवत होता. त्याने आम्हा दोघांना एका सुंदर घरापाशी नेलं, त्याच्यासमोरच एक बाग होती. ज्यांनी आम्हा मुलांच्या प्रवासाची जबाबदारी घेतली होती; त्यांच्यापैकी एका चर्चच्या धर्मगुरूंचं ते घर असलं पाहिजे, असं मला वाटलं. एका चपराशाने येऊन पुढचं दार उघडलं आणि त्याने मला एका आयाकडे सोपवलं. तिचा चेहरा एखाद्या लोखंडी कांबीसारखा होता – अगदी निर्विकार. त्यावरची रेषही हलली नाही! लिफ्टमधून तिनं मला तिसऱ्या मजल्यावरच्या खोलीत नेलं. ती खोली पाहूनच मला उदास वाटायला लागलं, कारण तिथलं वातावरण मुळीच प्रसन्न नव्हतं! दरवाजा बंद करून ती आया निघून गेली अन् मी त्या खोलीत अगदी एकटी उरले!

त्या खोलीतल्या भल्या मोठ्या अवजड पलंगाकडे अन् तिथल्या उंची जाडजूड बिछान्याकडे, पडदे वगैरेंकडे मी बघत बसले. तिथल्या या भयाण शांततेत माझ्या डोळ्यांत पुन्हा अश्रू दाटून येऊ लागले.

थोड्या वेळाने दरवाजा उघडला गेला. साधारण अठरा वर्षांची एक मुलगी आत आली. माझ्याकडे हसून बघत तिने 'झेक' भाषेत मला विचारलं, ''हॅलो! छोटी, तुला काही हवंय का?''

अत्यानंदाने तिच्या गळ्यात हात घालावेसे मला वाटलं! पण मी तो मोह आवरून तिच्यावर प्रश्नांची सरबत्ती सुरू केली! तिच्याकडून मला कळलं की, मी एका फार मोठ्या व्यक्तीची पाहुणी होते. त्यांना दोन जुळ्या मुली असून, मारिया – ती झेक मुलगी – त्या जुळ्या मुलींची सोबतीण म्हणून काम करत होती. ती माझ्याशी बोलत असताना मी हातपाय धुतले अन् कपडे बदलून तयार झाले. मग आम्ही त्या जुळ्या बहिणींना भेटायला गेलो. मारिया झेक भाषेत बोलताना खूप चुका करत होती, ते माझ्या लक्षात आलं. बालसुलभ निरागस स्पष्टवक्तेपणाने मी तिला विचारलं, ''तुझं झेक बोलणं इतकं खराब का?''

तिने उत्तर दिलं, ''तू माझ्यासारखीच इथे वर्षभर राहिलीस तर तुला झेक भाषेत बोलायला संधीच मिळणार नाही. मग कदाचित तू ती भाषा पूर्णपणे विसरून जाशील.''

त्या कल्पनेनेच मी शहारले. मामिन्का, टॅटिनेककडे गेल्यावर मोडक्यातोडक्या झेकमध्ये बोलायचं किंवा अजिबातच झेक भाषा बोलायची नाही... तो विचार असह्यच होता! असं कधीच होऊ द्यायचं नाही, असा मी मनाशी पक्का निर्धार केला. मी माझी भाषा, त्यातला एकसुद्धा शब्द विसरणार नव्हते!

खरं तर मारिया ही सुडेटनलॅन्डमधून आलेली निर्वासित होती. तिचं शिक्षण जर्मन भाषेत झालं होतं आणि ती झेक भाषा फार काही शिकलेली नव्हती. खरं तर

तिनं मला एक चांगली गोष्ट लक्षात आणून दिली होती. तिची सूचना मी मनापासून लक्षात ठेवली आणि माझी मातृभाषा न विसरण्याचा मनाशी पुन्हा एकदा निश्चय केला.

मी तयार झाल्यानंतर मारियानं मला त्या जुळ्या मुलींबरोबर चहा पिण्यासाठी एका दिवाणखान्यात नेलं. तिने आमची ओळख करून दिली व ती निघून गेली. त्या दोघी खूप लहान असतील, अशी माझी कल्पना होती. पण त्याऐवजी दोन उंच, हडकुळ्या स्त्रियांना पाहून मला आश्चर्याचा धक्काच बसला. त्यांनी छानपैकी हसून माझं स्वागत केलं. माझ्याकडे कटाक्ष टाकून मला बसण्याची सूचना केली. त्यांनी माझ्यासाठी कपात चहा ओतला. इंग्लिश पद्धतीचा – कडक, कमी दूधवाला व कडवट चहा मी कधी याआधी प्यायले नव्हते. मला बोटीवर मिळालेल्या त्या पांचट, बेचव चहाची आठवण झाली न् मी टेबलावरच्या दुधाच्या भांड्याकडे बोट दाखवलं, ‘‘ओ, तुला दूध हवंय वाटतं?’’ त्यांतल्या एकीने म्हटलं. ही गोष्ट तिच्या लक्षात आल्याबद्दल तिलाच खूप बरं वाटलं आणि तिनं माझ्यासाठी छान कपात ताजं, थंड दूध ओतलं.

खरं तर मला खूपच भूक लागली होती, कारण मी नाश्तापण केला नव्हता. आदल्या दिवसापासून काहीच खाल्लंपण नव्हतं. मी टेबलावरचा एक पातळसा पावाचा तुकडा अन् लोणी घेतलं. त्या तुकड्यावर मधासारखा दिसणारा ‘लेमन कर्ड’ नावाचा पदार्थ पसरवला. त्या पावाच्या तुकड्याचा पहिलाच घास तोंडात घातल्याबरोबर मला कसंतरीच झालं. मला गोड जास्त आवडायचं व खाण्यापिण्याचे माझे जरा जास्तच नखरे असायचे. खूप भूक लागलेली असतानासुद्धा तो पातळसा विचित्र पाव, खारट लोणी आणि आंबट दह्याचं विचित्र मिश्रण मला परकं वाटलं अन् खावंसं वाटलं नाही. त्या दोन्ही बायकांचं लक्ष नाहीसं पाहून मी त्या पावाचे तुकडे माझ्या रुमालांत हळूच गोळा केले. नंतर मी ते संडासात टाकून देणार होते. त्या दोघींचं माझ्याकडे लक्ष गेलं की, मी हसून घास चघळण्याचं नाटक करायची. मी कृतघ्न आहे, असं त्यांना वाटायला नको, म्हणून मी ते करत होते. माझ्या पोटात कावळे ओरडत होते. आईनं खाण्याच्या पदार्थांची दिलेली बॅग मला हवी होती. त्यातला झेक पावाचा तुकडा हवा होता. अर्धा तरी पाव त्या बॅगेत शिल्लक होता. तो खाण्याशिवाय मला अजिबात राहवेना. ‘तो छानपैकी जाड पाव मी आईनं दिलेल्या जॅमबरोबर खाईन...’ मी मनातच स्वत:ला बजावलं. मारिया आल्या आल्या मी तिला माझ्या बॅगेविषयी विचारलं.

‘‘ती बॅग स्वयंपाकघरात आहे. चल, मी तुला तिथे नेते.’’ ती म्हणाली.

तळघरातल्या स्वयंपाकघरात डोक्यावर उंच पांढरी टोपी घातलेला आचारी होता. त्याने मोठ्यांदा हसून माझ्याकडे बघितलं आणि हस्तांदोलन केलं. पण मला

धक्क्यामागून धक्के बसत होते! माझी बॅग रिकामी होती!

आमच्याबरोबरच्या अधिकाऱ्याने आम्ही इथे पोहोचल्यावर म्हटलं होतं, "आता आपण इंग्लंडमध्ये आलो आहोत. आपण इंग्लिश अन्न खाऊ. आपल्याबरोबरचे झेक पदार्थ फेकून द्या." आणि आयालोकांनी आज्ञाधारकपणे त्यांच्याबरोबरच माझी पण बॅग फेकून दिली! मला इतकं वाईट वाटत होतं की, मारियाने काय सांगितलं, ते मला नीट ऐकायलाच आलं नाही. आत्यंतिक निराशेबरोबरच मला खूप संताप आला. झेक पाव पवित्र असतो, अशी शिकवण मला नेहमीच देण्यात आली होती. तो वाया घालवायचा नाही आणि फेकून तर कधीच द्यायचा नाही. 'त्याने असं का केलं?' मी हुंदके देऊ लागले. मात्र, मी त्या इंग्लिश पावाचं काय केलं, ह्याचा मला त्या क्षणी विसर पडला होता!

पहिल्याच दिवशीच्या त्या रात्री माझ्या साध्याशाच खोलीच्या खिडकीतून मी एकटीच आकाशाकडे बघत बसले. मला माझ्या घराची आठवण येऊ लागली. मला खूप-खूप ओढ वाटू लागली. माझ्या नेहमीच्या वस्तू, माझी ऐसपैस छानदार खोली, बाबांच्या चिरुटाचा वास, गमतीने चिडवतानाचा त्यांचा आवाज, आईच्या हातांचा मायेचा स्पर्श... हे सारं आठवू लागलं. "माझी प्रिय मामिन्को, तूही ह्या क्षणी खिडकीपाशी बसली आहेस का? माझाच विचार करते आहेस ना?" मी त्या ताऱ्यांशी हितगुज केलं आणि वही अन् पेन काढून घरी पहिलंच पत्र लिहिलं.

सोमवारी मला एका ऑफीसमध्ये नेण्यात आलं. तिथल्या एका रिकाम्या खोलीत मला थांबवून ठेवण्यात आलं. तिथे माझे यापुढे होणारे इंग्लिश आई-वडील मला न्यायला येणार होते. थोड्याच वेळानं दरवाजा उघडून एक नाजूक, ठेंगणी जेमतेम माझ्याहून थोडीच उंच स्त्री आत आली. तिच्या डोक्यावरची हॅट थोडी तिरपीच बसलेली होती आणि तिच्या ओव्हरकोटची बटणेसुद्धा चुकीच्या पद्धतीने खाली-वर लागलेली होती. चष्म्याआडच्या नितळ चमकदार डोळ्यांनी आधी तिनं एकवार माझ्याकडे थोड्या अस्वस्थपणे पाहिलं; मग तिच्या गुलाबी गालांच्या प्रेमळ चेहऱ्यावर दिलखुलास आणि आश्वासक हसू उमटलं. तिनं माझ्याकडे धाव घेतली आणि एकाच वेळी हसत-हसत, रडत-रडत मला घट्ट मिठी मारत, मला न कळणाऱ्या शब्दांत माझ्याशी बोलली. मी जराशी गोंधळले; कुचंबले मात्र नाही. उलट थोडीशी भावनाविवश झाले आणि इतक्या प्रेमळ व आनंदी व्यक्तीची भेट झाल्यामुळे माझ्या मनावरचा ताण खूपच कमी झाला.

आत्ता ह्या क्षणी मी हे शब्द लिहितेय, तेव्हा ती स्त्री अठ्ठ्याण्णव वर्षांची आहे! ती तशीच छोटीशीच, चार फूट आणि काही इंचच उंच आहे; पण तिचं अंत:करण मात्र विशाल आहे. एखाद्या मोठ्ठ्या घराइतकं! आमच्या त्या पहिल्या भेटीबद्दल तिला काय काय आठवतंय, ते मी तिला २-४ दिवसांपूर्वीच विचारलं.

ती म्हणाली, "ब्लूम्सबरी इथल्या एका घरी त्यांनी मला नेलं आणि एका मोठ्या रिकाम्या खोलीकडे निर्देश केला. ती खोली अगदी सुनी-सुनी होती. तिथे काठी किंवा खुर्ची नव्हती. खोलीच्या मध्यभागी एक रिकामी बॅग आणि एक जाकीट पडलेलं होतं. त्या बॅगेजवळच एक दीनवाणी मुलगी एकटीच उभी होती. ते दृश्य खूपच हृदयद्रावक होतं! मी त्या मुलीच्या खांद्याभोवती हात पसरून तिला कवेत घेतलं आणि म्हणाले, 'आम्ही तुझ्यावर खूप प्रेम करू!'"

– आणि खरोखरच तिथे मला खूप प्रेम मिळालं. माझ्या इंग्लिश कुटुंबाबरोबर राहताना माझं भाग्य उजळलं...

लगेचच आम्ही लिव्हरपूलला जाणारी ट्रेन पकडली. एव्हाना, त्या लहानखुऱ्या स्त्रीचं नाव मिसेस रेनफोर्ड आहे, हे मला माहीत झालं. मी तिला रेनफोर्ड आई म्हणून हाक मारावी, अशी इच्छा तिनं व्यक्त केली. तिची डोरोथी नावाची एक मुलगी आहे, हे पण तिनं सांगितलं. माझी बहीण ईव्हा इथे इंग्लंडमध्येच आलेली आहे, हे मीपण तिला सांगून टाकलं. आपल्याला इंग्लिश भाषा खूप छान येतेय, हे दाखवण्यासाठी मी अभिमानाने मला येत असलेलं एकुलतं एक वाक्य उच्चारलं – "I have hunger – मला भूक लागलीय."

त्या क्षणी माझी ही रेनफोर्ड आई ताडकन उठून गाडीच्या डब्याबाहेर पडली. मला मात्र तिनं माझ्या जागेवरच बसून राहायला सांगितलं. गार्ड शिट्टी वाजवून गाडी सोडायच्या बेतात होता. त्याकडे तिने पूर्ण दुर्लक्ष केलं.

'ओऽ मला सोडून देण्यात आलंय?' आत्यंतिक भीतीने मी उसासा टाकला. 'ती येण्याआधी गाडी सुटली तर? मला जिथे कुठे जायचंय, तिथला पत्ता पण माहिती नाही.' गाडी चालू झाली होती, एवढ्यात धापा टाकत ती रेनफोर्ड आई डब्यात जवळजवळ येऊनच पडली! विजयी मुद्रेनं तिनं आइसक्रीमचे थेंब गळत असलेला एक कोन हातात उंच धरून आणला होता! मी तो घेतला. मनातल्या मनात, ती परत आली म्हणून आणि त्या सुंदर चवदार आइसक्रीमसाठी तिचे आभार मानले! मी ब्रिटिश मातीत पाय ठेवल्यानंतरचं माझ्या ओठांतून पोटात गेलेलं ते पहिलं अन्न होतं आणि मुख्य म्हणजे आमच्या 'झेक' आइसक्रीमसारखंच थोडंसं जास्त गोड होतं.

बसस्टॉपपासून चालत, रस्ता जिथे संपत होता, त्या शांत गल्लीकडे आम्ही वळलो. ते बूटल या भागातलं एक लाल विटांनी बांधलेलं छोटंसं घर होतं. माझ्या बाजूनं माझी इंग्लिश बहीण चालत होती. 'डोरोथी' तिचं नाव. मी तिच्याकडे लाजत हळूच एक कटाक्ष टाकला. ती माझ्यापेक्षा तीन वर्षांने मोठी होती. ती आम्हाला घ्यायला बसस्टॉपपाशी येऊन बराच वेळ शांतपणे थांबली होती. तिच्या आईप्रमाणेच तिने उस्फूर्तपणे व मित्रत्वाच्या नात्यानं माझं स्वागत केलं होतं. डोरोथी विलक्षण

सुंदर होती. तिच्या त्या लांब, जाड दोन वेण्या पाठीवर रुळत होत्या. मला नेहमीच अशा छान लांब वेण्यांचा हेवा वाटायचा.

आम्ही दिवाणखान्यात येताच माझी त्यांच्या कुटुंबप्रमुखाशी ओळख करून देण्यात आली. ते उंच व सडपातळ होते आणि त्यांचा चेहरा छान बोलका वाटत होता. ते उत्साही अन् आनंदी स्वभावाचे होते. त्यांनी माझं स्वागत मनापासून केलं. आजच्या या खास कार्यक्रमासाठी गावाहून आजी-आजोबापण आलेले होते. त्यांनीही माझं स्वागत मनापासून केलं.

तो दिवस मोठा व खूप गडबडीचा आणि संपत आला होता. माझ्या वयाची दहा वर्षे पण पूर्ण होत आली होती. कारण उद्याच माझा अकरावा वाढदिवस होता.

त्या रात्री माझ्या स्वतःच्या छोट्याशा खोलीमध्ये, घरून आणलेल्या माझ्या नेहमीच्या परिचयाच्या वस्तूंच्या गराड्यात मी बसले होते. मी तेव्हा माझ्या आई-बाबांना पुन्हा पत्र लिहिलं. दिवसभरातल्या घडामोडींबद्दलची वाटलेली आतुरता आता माझ्या आवडत्या व्यक्तीबरोबर अनुभवावी, असं मला वाटायला लागलं. ती मला माझी एक गरज वाटू लागली. माझं आधीचं पत्र तिला केव्हाच मिळालं होतं अन् तिनं माझ्या वाढदिवशीच पोहोचेल असं त्याचं उत्तर मला पाठवलं होतं, ह्याची मला कल्पना नव्हती.

सेलाकोव्हिस
४ जुलै १९३९

माझी खूप खूप आवडती, गोड व्हेरुस्का,

तुझं पत्र वाचताच माझं मन आनंद आणि अपार समाधानानं भरून पावलं. माझ्या ह्या छोट्याशा व्हेरुस्काबद्दल मला नेहमीच खूप विश्वास होता आणि तिनं आताही माझी निराशा केली नाही. माझ्या ह्या छोट्या, धिटुकल्या मुलीचा नेहमीच मला अभिमान वाटत आला आहे आणि वाटत राहील.

आज तुझ्या अकराव्या वाढदिवसाच्या दिवशी मी तुला खूप शुभेच्छा व आशीर्वाद देते. जीवनात तू नेहमी आनंदी राहावीस, नेहमी तुला 'त्या'ची साथ लाभो. तुझ्या तारुण्यात हास्य अन् हर्ष नेहमी तुला छान साथ करोत, तुझ्या उज्ज्वल भविष्यासाठी तुझा दृढ निश्चय आणि विश्वास तुला सतत शक्ती देईल. तुझ्यावर आत्यंतिक प्रेम करणाऱ्या तुझ्या आई-बाबांचे विचार, आता जशी तू चांगली आणि गोड आहेस, तसेच तुला नेहमी ठेवतील. तुझं मन आत्ता जसं शुद्ध आहे, तसंच ते सतत शुद्ध राहील.

तुझी खूप काळजी घेणाऱ्यांशी तू सदैव चांगली वाग, कृतज्ञ राहा.

माझ्या प्रिय मुली,

जो सूर्य तुझ्यावर प्रकाशाचं छत्र धरतोय, तोच सूर्य आमच्यावरही प्रकाशाचं छत्र धरतोय. त्याच्यातर्फे मी तुला माझं प्रेम, ममता, माझे विचार आणि असंख्य पापे पाठवतेय अन् नेहमीच पाठवत राहीन. टॅटिनेक आज संध्याकाळी घरी आल्यावर तुला लिहितीलच.

तुझी आनंदी,

मामिन्का

एक-दोन दिवसांनी बाबांचं पण पत्र आलं.

सेलाकोव्हिस

५ जुलै १९३९

माझ्या छोट्याशा लाडक्या व्हेरास,

तुझं सुंदर पत्र पाहून मी किती खूश झालो असेन, याची तू कल्पना करू शकणार नाहीस. त्यातला शब्द न् शब्द मला खूप आनंद देऊन गेला. आमच्या सुखासाठीची तुझी कळकळ पाहून माझं मन हेलावून गेलं. तुझ्यामुळे आजचा दिवस आनंदात गेला. तू कुठे आहेस, तुझं कायमस्वरूपी घर आणि त्या माणसांबद्दल जेव्हा कळेल; तेव्हा आम्हाला अत्यानंदाने उडी मारावीशी वाटेल. पण तू आणि ईव्हा दोघीही भल्या व दयाळू व्यक्तींच्या देखरेखीखाली आहात, हे कळल्यावर माझा विश्वास पक्का झाला की, तुम्ही दोघीही शुभ नक्षत्रावर जन्मला आहात आणि तुम्ही दोघीही स्वत:च्या पायांवर निश्चित उभ्या राहाल.

सेलाकोव्हिसमधल्या किती जणांनी तुझं पत्र वाचलं असेल, हे तुला कळलं तर तुला आश्चर्यच वाटेल. तू इतकं छान पत्र लिहिलंस आणि तू खूप धीट मुलगी आहेस, ह्याबद्दल सगळ्यांनीच तुझं खूप कौतुक केलं. तू खूप धीट आहेस. अन् का असू नये? शेवटी तू 'माझी' मुलगी आहेस. आणि हो, तुझ्या टिचरनी पण तुझं पत्र वाचलं. एखादा मोर कसा अभिमानानं ऐटीत मान उभारतो त्याप्रमाणे त्यांना अभिमान वाटला! लवकरच तुला इंग्लिश जेवण आवडायला लागेल, अशी आशा आहे.

बर्टामावशी आज भेटायला येणार आहे. मुख्य म्हणजे, तुझं न् ईव्हाचं पत्र वाचण्याकरता आणि आजी-आजोबांसाठी त्या पत्राची कॉपी करून त्यांना आनंद देण्यासाठी एक छान कारण आहे ते.

तुला खूप-खूप शुभेच्छा. तुला छान आरोग्य लाभो.

माझी खूप आवडती छोटुकली – तुला छान, दयाळू कुटुंबात जागा मिळावी, त्यासाठी पण खूप शुभेच्छा!

लवकरच तुझ्याकडून खूप गोष्टी कळण्याची मी वाट पाहत राहीन.

तुझा,

टॅटा (बाबा)

मी माझा वाढदिवस ताज्या स्ट्रॉबेरीज अन् सुंदर आइसक्रीम खाऊन मस्तपैकी साजरा केला. दुसऱ्या दिवशी मी शाळेत गेले. तो अनुभव कधीही विसरण्यासारखा नव्हता! झेकोस्लोव्हाकियातील शाळांना जशी सध्या सुट्टी लागली होती, तशी इथल्या शाळांना अजून लागली नव्हती.

आपल्याला एक झेक आश्रित मुलगी नवी बहीण म्हणून मिळाली, म्हणून डोरोथी उत्साहानं नुसती फसफसत होती.

तिनं माझ्या आगमनाची बातमी एव्हाना सगळीकडे पोहोचवली होती! त्या काळात झेकोस्लोव्हाकिया या देशाबद्दल फारशी कुणाला माहिती नव्हती आणि एखाद्या परग्रहावरून आलेल्या विचित्र प्राण्यासारखी मी दिसत असणार, असंच तिथल्या मुलांना वाटत होतं! मी 'तशी' दिसत नव्हते म्हणून त्यांची खूप निराशा झाली असावी, ह्याबद्दल माझी खात्री आहे! मी आणि रेनफोर्ड मम्मी शाळेसाठी अर्धा मैल चालत गेलो. त्यांनी माझा हात घट्ट धरून ठेवला होता. रस्त्याच्या दुतर्फा मुलं उत्सुकतेने शांतपणे उभी होती. खरं तर मी खूप खूश व्हायला पाहिजे होतं. परंतु फक्त आमच्याच पावलांचा होणारा आवाज, माझ्या पाठीवर रोखल्या गेलेल्या इतक्या नजरा ह्यांमुळे मला स्वत:विषयी काहीतरी विचित्र व अस्वस्थ वाटायला लागलं! आम्ही शाळेत पोहोचल्यानंतर मात्र मुलांनी त्यांचं मौन सोडून दिलं व ती माझ्याभोवती गोळा झाली. तशी मी कधीच लाजरी-बुजरी नव्हते, म्हणून मग तो दिवस संपता-संपता मी बरेच नवे मित्र-मैत्रिणी मिळवले.

मला सहा वर्षांच्या मुलांबरोबर वर्गात बसवण्यात आलं. ही फक्त सुरुवात म्हणून आहे, असं मला सांगितलं तरी मला खूप राग आला. त्या वर्गाच्या शिक्षिका जर्मन बोलू शकत होत्या, त्यामुळे सहाव्या क्लासच्या वर्गातली भाषा मला मुळापासून शिकता येईल, असं त्यांना वाटलं. आधी सांगितल्याप्रमाणे मी तर जर्मन कधीही न बोलण्याची शपथ घेतली होती, पण मला जर्मन बोलायची वेळ आलीच नाही. शिक्षक बोलायचे, समजावून सांगायचे; मी फक्त ऐकायची. त्यामुळे अर्थातच माझी इंग्लिश भाषेशी तोंडओळख सोपी झाली.

डोरोथी माझी सर्वोत्तम शिक्षिका होती. मी काहीतरी चमत्कार घडवून दाखवेनच, त्याबद्दल तिची खात्रीच होती. म्हणून ती वेगवेगळे शब्द, म्हणी, वाक्प्रचार, काळ ह्यांबद्दल समजावून सांगण्यात तासन्तास घालवायची. मीही तिला 'झेक' शिकवण्याचा तितकाच निश्चय केला होता! लवकरच मी माझा तो प्रयत्न सोडून दिला. तिला मात्र

अजूनही तिच्या पियानोवर मी वाजवलेल्या काही छोट्या कविता व गाणी आठवतात. मला घरच्यासारखं वाटावं, खूप प्रेम मिळावं, आपलेपणा वाटावा यासाठी डोरोथी आणि तिच्या कुटुंबीयांनी शक्य ते सर्व प्रयत्न जीवापाड केले.

पुढे अनेक वर्षांनंतर, कोणत्या उद्देशाने माझा स्वीकार त्यांनी केला, असं मी रेनफोर्ड पप्पांना विचारलं असता, त्यांनी उत्तर दिलं, ''मला माहिती होतं की, मी सगळं जग वाचवू शकणार नव्हतो... मला माहिती होतं की, युद्ध सुरू होण्यापासून मी थांबवू शकत नव्हतो, पण मला एक गोष्ट माहिती होती – मी एक जीव वाचवू शकत होतो.'' ते पुढे म्हणाले, ''ग्रेट ब्रिटनने झेकोस्लोव्हाकियाबरोबर केलेल्या कराराचा भंग केला आणि ज्यू धर्मीयांचे प्राण धोक्यात आले म्हणून झेक-ज्यू बालकाचा स्वीकार करावा, असं मी ठरवलं.''

आणि अनेक फोटोंमधून डोरोथीनं माझा फोटो निवडला होता, कारण तिला माझं हास्य आवडलं होतं.

माझ्या आई-बाबांना पत्र लिहिण्याची माझ्या नव्या कुटुंबीयांना खूप उत्सुकता होती. त्यांनी माझं नव्या घरी कसं स्वागत केलं आणि हृदयात कसं स्थान दिलं, याची त्यांना आई-बाबांना खात्री पटवून द्यायची होती. माझ्या आई-बाबांनी पण त्यांना पत्र लिहून त्यांचे व्यक्तिशः आभार मानले. मी व ईव्हाने पण हावरटाप्रमाणे एकमेकींना खूप पत्रं लिहिली. वसंत ऋतू सुरू होण्याआधीच माझ्या पालकांनी प्रयत्न करून ईव्हाची येण्याची व्यवस्था केली आणि तिची-माझी भेट घडवून दिली. तिच्या पालक डॉर्सेट इथल्या एका शाळेच्या मुख्याध्यापिका होत्या. त्या शाळेचं वसतिगृहसुद्धा होतं आणि त्याच शाळेत ईव्हा आता शिकत होती.

युद्ध सुरू होण्याआधीच्या त्या काही महिन्यांत मी पत्रांमागून पत्रं लिहून आई-बाबांवर भडिमार केला. त्यांनीही माझ्या प्रत्येक पत्राला उत्तर दिलं. सुरुवातीची माझी पत्रं इकडच्या घडामोडी आणि त्यांच्याबद्दलच्या प्रेमानं भरलेली असत. त्यांची पण प्रतिक्रिया तशीच असायची. 'तुझं पत्र वाचून खूप आनंद झाला. त्या आनंदात मी इतकी उंच उडी मारली की, माझं डोकं छतापर्यंत पोहोचलं!' टॅटनेकने लिहिलं, 'आणि ते सुंदर फोटो... डोरोथी किती गोड मुलगी आहे आणि तिच्या आईच्या डोळ्यांत चांगुलपणाची किती चमक दिसतेय. मी ते फोटो फ्रेम करून आणणार आहे आणि माझ्या पलंगावर लावणार आहे. म्हणजे मी तुम्हा तिघींना रोज पाहू शकेन...'

बाबा सतत सौम्यपणे मला धडे देत असत. 'तुझ्या वागणुकीमुळे आणि तू या सर्व परिस्थितीला ज्या पद्धतीने तोंड देत आहेस, हे पाहून मला आनंद होतोय.' त्यांनी लिहिलं. 'पण तू सदैव स्वच्छ राहावंस, अशी मी तुला जाणीव करून देऊ का? तुझा चेहरा, हात नेहमी स्वच्छ धूत जा, ते विसरत जाऊ नकोस. शक्यतो,

रोज अंघोळ कर आणि सकाळी-रात्री दात स्वच्छ घासत जा. तू नेहमी स्वच्छ आणि नीटनेटकी राहा. प्रत्येकाने म्हटलं पाहिजे – पाहा ती छोटीशी मुलगी, किती नीटनेटकी आणि स्मार्ट आहे! तू कायमच अस्वच्छ कपड्यांतली एक नगण्य व्यक्ती म्हणून राहू शकत नाहीस. मी सांगितलेल्या या सर्व गोष्टींचं तू कसं पालन करते आहेस, ते कळव म्हणजे आम्हाला काळजी वाटणार नाही.''

बरेच आठवडे उलटले. मी व्यवस्थित, छानपैकी रुळले. इंग्लंडमधलं माझं आयुष्य आनंदात व्यतीत होत होतं. माझ्या आई-बाबांकडून सतत येणाऱ्या पत्रांच्या ओघामुळे तर ते माझ्या ह्या आयुष्याचा एक भाग आहेत, अशी भावना माझ्या मनात रुजत होती. जसजसा माझा विश्वास अन् धीर वाढला तसतशा माझ्या काही जुन्या वाईट सवयी डोके वर काढू लागल्या. मी मग जास्तीची पुस्तकं, कपडे, बूट अन् झेक ब्रेडचीसुद्धा मागणी करू लागले! विशेषत: माझ्या बाहुलीचे किमती कपडे तिकडे घरीच राहिले होते, म्हणून मी जरा नाराज होते. त्यामुळे तिचे कपडे बदललेच गेले नव्हते. मामिन्काला लिहिलेल्या प्रत्येक पत्रात ते कपडे पाठविण्यासाठी मी खनपटीस बसू लागले.

जर्मनांनी ताब्यात घेतलेल्या प्रदेशातून कुठेही, काहीही पाठविण्याची बंदी असून, ही गोष्ट किती कठीण आहे, हे मला माहीत होतं, तरीही!

शेवटी, एका पत्रात बाबांनी कडकपणे लिहिलं, 'व्हेरा, आम्ही तुला पार्सल पाठवायचा प्रयत्न करतोच आहोत. पण तुला आता कळायला पाहिजे की, हे जवळजवळ अशक्य आहे. तुला 'झेक' कळत नाहीए का? तू आता – 'मला हे पाहिजे, ते पाहिजे' – यापासून स्वत:ला आवर घाल, असं मी तुला किती वेळा सांगू?'

'तुझ्या बाहुलीला दुसरा ड्रेस नाही किंवा तू पत्र पाठवल्याबरोबर तिला तिची उशी नाही किंवा कपडे नाहीत, यासाठी तू सबंध सेलाकोव्हिस गाव पालथं घालणारेस का? तरीही आम्ही आमच्यापरीने प्रयत्नांची पराकाष्ठा करत आहोत. आम्हाला परवानगी मिळाली तर आम्ही सर्व गोष्टी पाठवू – अगदी ब्रेडसुद्धा. फक्त तुला तो जेव्हा मिळेल, तेव्हा दगडासारखा कडक झालेला असेल अन् तुझे दात मात्र त्यामुळे तुटतील!'

एखादा चमत्कार घडावा तसं ते पार्सल शेवटी पोहोचलं! मी मागितलेल्या सर्व गोष्टी त्यात होत्या अन् ईव्हा आणि डोरोथीसाठी पाठवलेल्या भेटवस्तूपण होत्या. फक्त त्यात ब्रेड नव्हता. आई-बाबांनी तो पाठवला होता, पण 'कस्टम्स'मध्ये तो जप्त केला गेला. पुन्हा एकदा माझा आवडता झेक ब्रेड खाण्याची संधी मी गमावली. पण निदान माझे दात तरी वाचले!

माझ्या आईनंच अर्थात ते पार्सल पाठवण्यासाठी आकाशपाताळ एक केलं

होतं. माझ्या उत्तरासाठी तिकिटं पत्रातून पाठवण्याची दक्षता ती घेत असे (वडील बहुतेक वेळा विसरत असत!) तिनं माझी प्रत्येक लहर पूर्ण करण्याचा प्रयत्न केला. माझ्या मित्र-मैत्रिणी, आमचं गाव ह्यांच्याबद्दलच्या बातम्या ती मला कळवत असे. तिला प्रत्येक छोट्या-छोट्या गोष्टीबद्दल काळजी वाटायची. मी काय खाते, पुरेसं खाते की नाही, मी कशा तऱ्हेने सगळ्यांशी बोलते, मी पियानोवर सराव करते की नाही, शनिवार-रविवारची सुट्टी मी कशी घालवते, माझं रोजचं वेळापत्रक काय आहे – अशा सर्व गोष्टींबद्दल ती विचारायची.

मला तिचा व बाबांचा आणि माझी मैत्रीण – मार्टाचा, आमच्या मांजरीच्या पिल्लांचा ह्यांचे पण फोटो हवेत, असं मी लिहिण्याचा अवकाश; तिने माझे आजी-आजोबा, बर्टामावशी ह्यांच्याकडच्या भेटीच्या वेळी स्थानिक फोटोग्राफरला सांगून पूर्ण कुटुंबाचे फोटो काढून घेतले अन् मला पाठवले!

तिची पत्रं नेहमीच प्रेमानं अन् उत्तेजनपर शब्दांनी ओथंबलेली असायची. 'रोज रात्री तू व ईव्हा माझ्या स्वप्नांत येता.' तिने एकदा लिहिलं होतं, 'कदाचित तुझ्याप्रमाणे मीसुद्धा तुमचा विचार करता करताच झोपी जाते म्हणून असेल. ते दोघेही तुझ्यावर खूप प्रेम करतात, ह्याबद्दल मी त्यांची खूप आभारी आहे. तू फार टीका करत जाऊ नकोस. नेहमीच चांगली राहा. आनंदी, आशावादी राहा आणि रेनफोर्ड कुटुंबीयांवर प्रेम करायला शीक. त्यांच्या उपकाराची परतफेड करण्याचा हाच सर्वोत्तम मार्ग आहे.'

'माझ्या वतीने सूर्य तुझी पापी घेतो का?' किंवा 'चांदण्या तुझ्यावर प्रेमाची बरसात करतात का?' ही वाक्यं नसलेलं एकही पत्र नव्हतं.

आणखी काही आठवडे गेल्यानंतर माझी पुष्कळ जणांशी मैत्री झाली आणि नवं वातावरण व नव्या आयुष्याला मी जास्त सरावत चालले. रेनफोर्ड पप्पा व डोरोथी मला खूप वेळा फिरायला घेऊन जात. विशेषत: मला वाळूचा किनारा आठवतोय. तिथेच मी पहिल्यांदा समुद्राच्या खारट पाण्याची चव घेतली होती. मिठात आणि व्हिनेगरमध्ये घोळलेल्या, डोरोथीने वर्तमानपत्राच्या कागदात आणलेल्या चिप्स मला खूप आवडल्या. एकदा ह्या नव्या पदार्थाची चव मी घेतल्यानंतर जेव्हा जेव्हा 'फिश अँड चिप्स' या दुकानातून तो विशिष्ट वास हवेतून तरंगत येत असे, तेव्हा मला मूर्च्छा आल्यासारखं वाटे आणि माझ्या हातातला शेवटचा पैसा संपेपर्यंत मी तो चिप्ससाठी खर्च करत असे.

ऑगस्टच्या मध्याला रेनफोर्ड कुटुंबानं मला सॉमरसेट परगण्यातल्या पेन्सकॉट या खेडेगावी सुट्टीवर नेलं. वा! पुन्हा त्या टेकड्यांच्या रांगा, गावाबाहेरचं सृष्टिसौंदर्य माझ्या भवताली होतं! मला खूप आनंद झाला. निळंभोर आकाश, पक्ष्यांचं कूजन, सुंदर स्वच्छ हवा... मी पळू शकतेय, चालतेय! झाडांवर चढले आणि नदीत

पोहले. या सर्व गोष्टींचा मी मनमुराद आनंद लुटला.

रेनफोर्ड कुटुंबीय चालण्यात पक्के होते आणि आम्ही ह्या सुंदर भूप्रदेशात मैलोन्‌मैल चालत गेलो. तेथील उबदार आणि हळुवार संध्याकाळ अन् माझी झेक पुस्तकं वाचणं, घरी पत्र लिहिणं मला आवडलं. माझ्या झेक भाषेतला एकही शब्द विसरायचा नाही, असं मी मनाशी ठरवलेलं होतं. त्यामुळे माझ्या इंग्लिश कुटुंबीयांबरोबरच्या वास्तव्यातील काळात माझ्याजवळ असलेली थोडीच पुस्तके मी पुन:पुन्हा वाचून काढली. झेक भाषेत बोलायला माझ्याबरोबर क्वचितच कुणी असायचं. माझ्या बाहुलीबरोबरच मी झेकमध्ये खूप बोलत बसायची.

आम्ही पेन्सकॉटला असताना एकदा मला एक स्वप्न पडलं. नंतर तेच स्वप्न पूर्ण युद्धकाळात मला वारंवार पडत राहिलं. मी अन् आई दोघीच आमच्या स्वयंपाकघरात उभ्या होतो. तिनं कमरेभोवती ॲप्रन बांधला होता. त्या ॲप्रनमध्ये तिने भाजलेल्या ताज्या-ताज्या पावाचा चौकोनी मोठा तुकडा धरून ठेवला होता. त्या मोठ्या पावातून तिने एक जाड स्लाइस हळूहळू कापून मला दिली. मला त्या पावाचा छानपैकी वास येत होता. आईच्या हातातून मी पावाचा तो स्लाइस घेतला आणि मोठ्या आदरपूर्वक हात वर करून ओठांजवळ नेला... आणि मी जागी झाले! नेहमी त्याच विशिष्ट वेळेला मला जाग येत असे.

आमचा मुक्काम 'क्वेकर्स' संघटनेने चालवलेल्या एका प्रौढांच्या शाळेच्या छोट्या अतिथिगृहात होता. रेनफोर्ड आई-बाबा चर्चमधील धार्मिक गाणी सांगणारे होते. कधीकधी ते त्यासाठी मेथॉडिस्ट चर्चमध्ये पण जात असत. रोज रात्री एक पाहुणा चर्चमधील संध्याकाळची ही सेवा बजावायचा. त्या गाण्यांतल्या ओळींचा अर्थ मला फार थोडा कळत असे. तरी मी त्यांच्यात सहभागी होत असे व माझ्या स्वत:च्या प्रार्थना म्हणत असे. 'परमेश्वर' सगळीकडे एकच आहे आणि त्याच्या आधाराची, मदतीची मला आत्यंतिक गरज होती!

पेन्सकॉटहूनच मी आई-बाबांना मोठ्या मुलीसारखं पत्र लिहिलं. तोपर्यंत युद्धाचा धोका पहिल्यापेक्षा खूप वाढला होता. 'युद्धजन्य' परिस्थिती म्हणजे काय असतं, ते खऱ्या अर्थानं मला खरोखरीच ठाऊक नव्हतं. जर युद्ध सुरू झालं तर ते लवकर संपेल आणि मग आम्ही लवकरच आमच्या घरी परत जाऊ, अशी माझी आपली भाबडी आशा होती! एवढं मात्र मला कळलं होतं की, जर युद्ध सुरू राहिलं, तर मला घरी पत्रव्यवहार करणं खूप कठीण होणार होतं.

मला स्वाभाविकच वाटू लागलं की, आपण एक खास पत्र लिहिलं पाहिजे – नेहमीप्रमाणे त्यांच्यावरच्या भक्तीचं, प्रेमाचं तर खरंच; पण आई-बाबांना हे दाखवून दिलं पाहिजे की, मी आता मोठी झालेय आणि समंजसपण! आणि 'त्यांची' मुलगीपण! हेही त्यांना दाखवून द्यायचं होतं, की ही 'त्यांची' मुलगी त्यांना कधीही

मान खाली घालायला लावणार नाही.

पेन्सकॉटहून आम्ही घरी बूटलला परत आलो तो आईचं पत्र येऊन पडलं होतं.

'तुझ्या पत्राने मला किती आनंद झाला त्याची तुला कल्पना येणार नाही. तू चांगली आणि सहृदयी आहेस. तू आमची छोटीशी लाडकी लेक आहेस. तू आत्तापर्यंत आम्हाला मान खाली घालायला लावली नाहीस आणि ह्यापुढे पण कधीही तसं होणार नाही. तुझ्यासाठी आणि ईव्हासाठी आम्ही आत्ता जे करू शकत नाही, ते थोडंफार जरी करायला आम्हाला परमेश्वराने संधी दिली; तर त्याचे फार उपकार होतील.

'तुझ्या मनात नेहमी आमचेच विचार असतात. तुझं चिमुकलं हृदय आमच्या भेटीसाठी धावू बघतंय... तर माझ्या लाडके, मी आणि टॅटिनेक ह्यांच्या मनात तुझा विचार नाही असा एक तरी क्षण असेल का?

'परंतु तुला खूप छान छान गोष्टी बघायला मिळताहेत; अनुभवायला, शिकायला मिळताहेत, ह्यातच आम्ही खूश आहोत.

'तुम्ही दोघीही चांगल्या माणसांच्या सहवासात आहात, ह्याबद्दल आम्ही परमेश्वराचे आभार मानतो. प्रिय बेटा, तुम्हाला दूरवर पाठवून आम्ही चांगली गोष्ट केली हे आम्हाला आता उमगलंय, ह्यावर विश्वास ठेव. मला वचन दे की, काहीही घडलं तरी तू सदैव धैर्य दाखवशील.

'दुर्दैवाने, तुला खूप लवकरच समजलंय की, आयुष्याचा मार्ग कधीच सोपा नसतो. आपल्या खूप इच्छा-आकांक्षा तशाच बाजूला ठेवाव्या लागतात. अर्धवट राहतात. तुझ्या आयुष्याचा मार्ग तू तुझ्या बहिणीप्रमाणे अभिमानानं व धैर्यानं काढला पाहिजेस; निश्चयाने आणि निर्भयपणे तुझी मान ताठ राहिली पाहिजे. आपल्या सहनशीलतेबद्दल एक दिवस परमेश्वर आपल्याला नक्की बक्षीस देईल आणि आपण पुन्हा आनंदाने एकत्र येऊ.

'होन्झा आणि टॉमी आम्हाला नुकतेच भेटून गेले. साधारण दहा दिवसांनी ते इथून निघतील. ते आता जास्त काळ थांबू शकत नाहीत आणि इंग्लंडमध्ये तुम्हाला भेटण्याची ते अगदी आतुरतेने वाट बघत आहेत.

'तुम्ही दोघीही माझ्याच, माझ्या स्वत:च्या गोड मुली आहात आणि तुम्ही जिथे आहात तिथे खूश आहात, या विश्वासानं मला खूप उत्साह आला आहे...'

...मी लिव्हरपूलला परतल्यानंतर ईव्हा माझ्यासोबत राहायला आली. तिला ट्रेनमधून उतरताना बघून मला इतका आनंद झाला की, तसा आनंद कुणालाही बघून झाला

असेल, असं मला वाटत नाही. ती जणू काही घराचा श्वास होती. तिची भेट म्हणजे क्षणभरासाठी का होईना, जणू आई-बाबाच भेटल्याचा आनंदानुभव होता. तिचा ओळखीचा चेहरा माझ्याकडे वळला आणि मी आनंदानं व उत्साहानं ओरडत तिच्याकडे धावले.

रेनफोर्ड मम्मी-पप्पांना ती किती आवडली म्हणून सांगू? पंधरा वर्षांच्या मानानं ती किती मोठी वाटत होती, किती समंजस होती आणि ती छानपैकी इंग्लिशही बोलत होती!

ईव्हा म्हणाली की, तिची शाळा तिला खूप आवडली. ती शाळा एका भव्य, सुंदर मैदानावर उभारलेली होती. प्रत्येक जण तिच्याशी चांगलं वागत होता. तिला बऱ्याच मैत्रिणी मिळाल्या होत्या. त्यांच्या घरातल्या व्यक्तींशीपण तिची ओळख झाली होती. त्यांपैकी बंटी ह्या मैत्रिणीकडे सुट्टीत ती काही दिवस जाऊन राहिलीसुद्धा होती. त्यांनी आम्हाला दोघींना नाताळच्या सुट्टीत त्यांच्या घरी येण्याचं आमंत्रण दिल्याचा मला खूपच आनंद झाला. ईव्हा मला म्हणाली की, त्यांच्या घरातून 'पूल हार्बर' दिसतो आणि झोपायच्या खोलीतून समुद्रपण दिसतो. सगळ्यात शेवटी तिने मला छान बातमी दिली की, त्यांच्याकडे मांजर आणि कुत्रासुद्धा आहे! त्यांच्या भेटीसाठी; विशेषत: त्यांच्या पाळीव प्राण्यांना भेटण्यासाठी खरं तर डिसेंबरपर्यंत मला धीर धरवणार नव्हता!

ईव्हा आणि मी माझ्याच पलंगावर एकत्र झोपलो. मध्यरात्रीपर्यंत आणि तो पूर्ण दिवस आम्ही बोलतच बसलो. मी सावलीसारखी तिला चिकटून होते. ती अंघोळीला गेली तरी दाराआडून मी तिच्याशी बोलले. अगदी ती टॉयलेटला गेली, तरीही! आम्ही दोघींनी घरी आई-बाबांना एकत्र पत्र लिहिलं. त्यांनी पण आम्हाला दोघींना एकत्र उत्तर पाठवलं. २४ ऑगस्टला त्यांनी पत्र पाठवलं, त्यांतला थोडा भाग माझ्या 'मी मोठी झाले' या पत्राच्या उत्तराचा भाग होता.

'माझ्या लाडक्यांनो,

एकाच दगडात दोन पक्षी मारण्याचा काय आनंद असतो म्हणून तुम्हाला सांगू? आणि माझ्या दोन्ही मुलींशी एकाच वेळी बोलण्याचापण. कालच मी माझ्या छोट्या सुट्टीवरून घरी आलो आणि पहिली गोष्ट कोणती केली असेल, तर ती म्हणजे, तुमची आधीची पत्र वाचणं आणि नवे फोटो पाहणं. ईव्हा, तुझं वजन थोडं वाढलेलं वाटतंय. तू छानपैकी रुळतेयस, एक तरुण स्त्री होतेयस; पण तुझ्या डोळ्यांतली ती चमक घालवू नकोस. फोटो पाठवल्याबद्दल आभार. मला तुझी मैत्रीण आणि तिचं घर आवडलं, सगळंच आवडलं. पण सगळ्यांत आवडलं ते तुझं पत्र – आनंदानं आणि उत्साहानं श्वास भरून घेतलेलं.

'तुम्ही जे काही सांगताहात त्यावरून आणि पेपरमधल्या बातम्या वाचून मला अशी भीती वाटतेय की, आम्ही तुमच्याजवळ पुरेसे योग्य बूट दिलेले नाहीत. आम्हाला काय माहिती की, इंग्लंडमध्ये वर्षाचे १८५ दिवस पाऊस पडत असतो, १०० दिवस ढगाळलेलं आकाश असतं आणि उरलेले दिवसच फक्त छान असतात! आणि आता तर उन्हाळा आहे; मग हिवाळ्यात काय होणार? म्हणून आम्ही ठरवलंय की, तुमच्यासाठी घोट्यावर येणारे लेसवाले बूट पाठवायचे. तसा प्रयत्न करतोय. तुम्हाला आवडो अथवा नावडो तुम्ही ते घातले पाहिजेत. मला वाटतंय की, खरा हिवाळा सुरू झाला की, तुम्हाला ते आवडतील आणि समजा तुम्हाला वाटलं की, त्यांची काही गरज नाहीये, तर तुम्ही ते पावसाळी दिवसांसाठी राखून ठेवा.

'मामिन्काने मागील पत्रात तुम्हाला एक पत्ता पाठवला होता. तो पाठ करून ठेवा आणि लिहून कुठेतरी जपून ठेवा. एखादे दिवशी त्या सद्गृहस्थांच्या मार्फत तुम्हाला पत्रं पाठवावी लागतील. ते मग ती पत्रं आम्हाला पाठवतील.

'तुझ्या पत्रानं मला किती आनंद झाला, ते काय सांगू तुला व्हेरुस्का! तुझा मला खरोखरीच अभिमान वाटतोय. माझ्या लाडके, मामिन्काने त्याचं उत्तरपण सुंदर लिहिलंय आणि मीही त्या पत्राचं उत्तर नक्की देणार आहे; पण अजून खूप खूप उशिरा; ईव्हा आत्ता जेवढी आहे तेवढी मोठी तू होशील तेव्हा. कारण मला जे सांगायचंय, ते तुला तेव्हा कळायला लागेल आणि मी ते समोरासमोर पण सांगू शकेन, अशी मला आशा आहे. ह्या क्षणी मी तुला एवढंच सांगतो की, मी आनंदानं रडलो. तिच्या पायाशी लोळण घेतली, स्वयंपाकघरात तिच्याभोवती नाचलो! ते पत्र माझ्यासाठी किती गरजेचं आहे, हे मला तुला सांगता येणार नाही. तुझ्या अंत:करणात काय दडून बसलंय, ते मला दिसलं. तुझं उत्तम चारित्र्य, गोड अंतरात्मा आणि तुझा विचारीपणा. मी अशाच पत्राची अपेक्षा केली होती आणि वाटच बघत होतो. माझी प्रतीक्षा वाया गेली नाही. कदाचित सगळेच वडील माझ्यासारखे असतील. आपली मुलं असाधारण आहेत, असं त्यांना वाटतं. तुझ्या पत्राने ते सिद्ध केलंय. माझी छोटीशी व्हेरुस्का इतकं छान पत्र लिहू शकते, यावर माझा अजूनही विश्वास बसत नाहीये! कारण ते पत्र एका खूप समंजस मुलीने लिहिलंय.

'तू खूप मजा आणि गमतीजमती करतेस, हे छानच आहे. दगडा-खडकांवर आणि झाडांवर चढण्याबद्दल मी तुला आता मुळीच रागावणार नाही. पण जास्त काळजीपूर्वक राहा. रेनफोर्डबाईंना काळजी वाटेल किंवा

त्या वैतागतील, अशी काही खोडी किंवा अवज्ञा करू नकोस. तुझा खोडकरपणा आणि अवखळपणा थोडा बाजूला राहू दे. तो घरी परत आल्यावर कर!'

आईने पाठवलेले फोटो माझ्यापर्यंत पोहोचण्यास खूप अवधी लागला. बाबांनी त्यासोबत एक चिठ्ठी पाठवली होती.

'तुझ्या चेहऱ्यावर मला हास्य पाहायचंय. तुझी मान ताठ राहिली पाहिजे. तीच माझी मुलगी आहे! मार्टा, मांजरीची पिल्लं आणि आम्हा सगळ्यांचे फोटो बघून, तू घरच्या आठवणीने हळवी होऊ नकोस.'

मी अजूनही ते फोटो जपून ठेवलेले आहेत. मार्टा मांजरीच्या पिल्लांबरोबर खेळतेय... माझे आई-बाबा, आजी-आजोबा, बर्टामावशी ह्यांचा एक आणि आई-बाबांचा एक स्वतंत्र फोटो – ह्या शेवटच्या फोटोमागे २९.७.१९३९ ह्या तारखेचा शिक्का आहे. आणि त्याखाली मी लिहून ठेवलेले वाक्य आहे, 'हा मौल्यवान फोटो युद्ध सुरू झाल्या झाल्या घरून आला.'

वस्तुत: तो फोटो पाच सप्टेंबरला पोहोचला; दुसरं महायुद्ध सुरू झाल्यानंतर दोन दिवसांनी. त्यांचे आवडते चेहरे फोटोतूनच माझ्याकडे बघून हसताहेत. तो फोटो त्या दिवसापासून अजूनही मी माझ्या बिछान्याजवळ ठेवते.

तीन सप्टेंबरला ईव्हा अजून माझ्याजवळच होती. त्याच दिवशी बातमी आली की, ग्रेट ब्रिटन पण युद्धात सहभागी झालाय. ती गंभीर आणि मलूल दिसायला लागली. माझा हात आश्वासकतेनं तिनं आपल्या हातात घेतला. भय आणि अतीव संताप या भावनांची एक संमिश्र लाट माझ्या आतून उसळतेय, असा भास मला झाला. जगावर ह्या युद्धाचा काय परिणाम होईल, ह्याची मला कल्पना नव्हती. पण माझ्या आयुष्यात आता प्रचंड उलथापालथ होणार आहे, हे मला समजलं.

सर्वप्रथम माझ्या मनात विचार आला तो माझा नाही, माझ्या आई-बाबांचा पण नाही; तर माझे मामेभाऊ होन्झा आणि टॉमी यांचा. ते दोघे त्याच दिवशी प्रागहून निघणार होते. त्यांची मी आतुरतेने वाट बघत होते. 'ते आता पोहोचू शकतील का?' मला काळजी वाटायला लागली.

दुर्दैवानं, ते कधीच पोहोचले नाहीत. नंतर मला कळलं की, ते ट्रेनमध्ये बसले, पण ती ट्रेन स्टेशनमधून बाहेर पडूच दिली गेली नाही.

त्या दिवसापासून तिकडून मुलांना इंग्लंडला पाठवण्याचा कार्यक्रम पूर्णतया थांबविण्यात आला!

माझ्या बाबांनी रेनफोर्ड पप्पांना लिहिलेलं पत्र –

सेलाकोव्हिस
९ जुलै १९३९

प्रिय रेनफोर्ड मॅडम यांसी,

पाच तारखेच्या पत्रातील आपण दाखवलेल्या अनपेक्षित औदार्याबद्दल आम्ही आपले अत्यंत ऋणी आहोत! त्याबद्दलची पोचपावती आम्ही अगदी आमच्या अंत:करणापासून देत आहोत. सुरुवातीच्या काही दिवसांत आम्हाला आमच्या मुलींच्या भवितव्याबद्दल काहीच कल्पना नव्हती, यावर आपण विश्वास ठेवू शकता. आत्यंतिक काळजीने आम्ही त्रस्त होतो; परंतु तुमचं पत्र उघडल्याबरोबर आमचं दु:ख व अस्वस्थता नाहीशी झाली. गेल्या काही दिवसांपासून मात्र या विचाराने आम्ही खूश आहोत की, आमची मुलगी तुमच्या हाती सोपवली गेलीय; एका अशा आदरणीय कुटुंबात जिथे प्रेमळ अंत:करण आणि कनवाळूपणा आहे. एका आईसाठी हा फार मोठा दिलासा आहे. जिला स्वार्थत्याग करावा लागला व आपली छोटीशी प्रिय कन्या इतक्या दूर पाठवावी लागली! आपला आकाशातला तो दयाळू परमेश्वर तुम्हाला तुमच्या सत्कृत्याबद्दल नक्कीच चांगले फळ देवो. रेनफोर्ड आणि छोटी डोरोथी, तुम्ही तुमच्या ममतेची पाखर आमच्या बालकावर घाला.

आम्ही येथे अत्यंत तणावपूर्ण परिस्थितीत राहत आहोत. आमच्या दोन्हीही मुलींचे शिक्षण चांगल्या वातावरणात झाले आहे. तुम्हीही त्याच पद्धतीनं व्हेराचं शिक्षण सुरू ठेवल्यास आम्ही तुमचे अत्यंत ऋणी राहू.

आमच्या छोटुकलीच्या शिक्षणासाठी आवश्यक असलेली काही मदत आम्ही करू शकत नाही, याबद्दल आम्हाला खूप वाईट वाटतं आहे. त्यासाठी लागणारा पैसा इथून इंग्लंडला पाठविण्यास आम्हाला बंदी आहे. तुम्ही पत्रात लिहिल्याप्रमाणे कमिटी कदाचित व्हेराच्या मोफत शालेय शिक्षणासाठी व्यवस्था करेल आणि तुम्हीच ह्या बाबतीत लक्ष घालावं, अशी मी तुम्हाला प्रार्थना करतो. किंवा आम्ही वैयक्तिकरीत्या ह्या प्रश्नाविषयी कमिटीला पत्र पाठवावे काय, त्याबद्दल आम्हाला कळवावे. ह्या संदर्भात, आमचं इंग्लिश भाषेचं ज्ञान तितकंसं चांगलं नाही व काही चुका झाल्यास आपण माफ करावे.

प्रिय रेनफोर्ड मॅडम, तुम्ही पत्रात लिहिलंय की, आमची छोटी कन्या तुमच्या कुटुंबीयांत रमली आहे, आनंदात आहे. त्या शब्दांमुळे पुन्हा

एकवार आमचा देवावर विश्वास बसला आणि आमच्यासाठी लवकरच चांगले दिवस येतील, अशी आमची खात्री पटली. तुमचा दृष्टिकोन सकारात्मक आहे, हे वाचून आनंद वाटला. तुम्ही आमचे एक चांगले मित्र आहात, तुमच्याबद्दल आम्हाला वाटणारी कृतज्ञता अगदी मनापासून व प्रामाणिक आहे, असे मी जाणीवपूर्वक सांगतो.

आमच्या ह्या छोट्या कन्येविषयीचं प्रेम नेहमी असंच राहो व तुमची आमच्याशी मैत्रीपण अभंग राहो, अशी आम्ही परमेश्वराकडे रोज प्रार्थना करू.

सदैव आपले विश्वासू,
कॅरेल व इर्मा डायमंट्स

३

युद्धाची अखेर आनंददायी होवो

लिव्हरपूलमधले उद्योग-व्यवसाय आणि बंदरातल्या विस्तीर्ण गोद्या जर्मनांच्या बाँबवर्षावाचे सर्वप्रथम लक्ष्य ठरल्या. मुलांना मोठ्या प्रमाणावर तिथून बाहेर काढण्याची योजना आधीच तयार केली गेली होती. आता तातडीने तिची अंमलबजावणी सुरू झाली. मी इंग्लंडला आल्यानंतर जेमतेम दोनच महिन्यांनीच, मला पुन्हा एकदा प्रवासाला जावं लागणार होतं!

माझ्या भागातील सर्व मुलांना साऊथपोर्टच्या हद्दीजवळ लिव्हरपूलजवळच्याच समुद्रालगतच्या सुंदर विश्रामगृहात हलवलं गेलं.

डोरोथी आणि मी खूप नशिबवान ठरलो, कारण रेनफोर्ड मम्मीची तिथे एक मैत्रीण होती. तिने आम्हाला दोघींना ठेवून घ्यायची तयारी दर्शविली. त्यामुळे पूर्णपणे अनोळखी व्यक्तीकडे आम्हाला जावं लागलं नाही किंवा आम्हाला वेगळं व्हावं लागलं नाही.

सुरुवातीला हा बदल मला गोंधळवून टाकणारा वाटला. कारण मी नुकतीच कुठे रेनफोर्ड कुटुंबीयांमध्ये आणि त्यांच्या जीवनशैलीस सरावत होते. तेवढ्यात मला एक वेगळ्या कुटुंबाबरोबर राहावं लागलं व खूपच वेगळ्या जीवनशैलीला सामोरं जावं लागलं.

रेनफोर्ड्सच्या घरापेक्षा माझं हे नवं घर खूप मोठं व आरामशीर होतं. ते खूपच नीटनेटकं व स्वच्छ होतं. ते तसंच राहायला हवं, हे सुरुवातीपासूनच आम्हाला स्पष्ट सांगण्यात आलं. त्या घरातील यजमानीणबाई मार्गेरीमावशी स्वयंपाक खूप छान करायच्या, असं माझ्या लवकरच लक्षात आलं. त्यांनी केलेलं कुरकुरीत, हलकं, वरून पाक ओघळत असलेलं यॉर्कशायर पुडिंग आणि पिसाप्रमाणे हलकंफुलकं वाफवलेलं काकवीचं पुडिंग खाल्ल्यानंतर आईच्या हातचं रुचकर जेवण जेवण्याची माझी इच्छा पूर्ण झाली. 'झेक' ब्रेडचं स्वप्न बघणं मात्र थांबलं नाही!

रेनफोर्ड कुटुंबीयांकडच्या आयुष्यापेक्षा इथलं आयुष्य खूपच वेगळं वाटत होतं. मम्मींना हृदयविकाराचा आयुष्यभर त्रास होता. त्यामुळे विश्रांतीची खूप गरज

असायची. त्यामुळे त्यांच्यामध्ये फारसा व्यवस्थितपणा, टापटीप किंवा चोखंदळपणा नव्हता. त्या चोखंदळ गृहिणी आहेत, असं कुणी म्हटलं नसतं. त्यांचं घर खूप अव्यवस्थित होतं, पण ते आरामशीर वाटायचं! मी कधी पाय पुसले नाहीत किंवा स्वच्छता बाळगली नाही (बाकीचे पण तसेच होते, हे वेगळं), तरी फारसा फरक पडायचा नाही. रेनफोर्ड मम्मीपण चांगलं जेवण बनवायच्या तरी त्यांचा स्वयंपाक खूप चविष्ट असेलच, असं नव्हतं. मी धरून त्यांचे सर्वच कुटुंबीय, खूप खिदळत आनंदात असायचो. त्यांना फारसं कुणात मिसळायला आवडत नसे आणि त्या स्वत: रागावणं, टाकून बोलणं आणि व्यवस्थित आवराआवर करणं, ह्या गोष्टी करू शकत नव्हत्या; आणि हाच त्यांचा फार मोठा प्रश्न होता! त्या सगळ्यांबद्दल चांगलाच विचार करत आणि त्यांना कधी राग येत नसे. आयुष्यातलं त्यांचं मुख्य ध्येय 'प्रेमाचा प्रसार' होतं आणि ते त्यांनी सातत्याने आयुष्यभर केलं. त्यांच्या अबोल, हळव्या स्वभावामुळे त्यांच्याशी संबंधित सर्वच आनंदी आणि सुखी असत. त्यांनी धर्माची फक्त शिकवणच दिली नाही, तर स्वत:ही दिवसातला क्षण न् क्षण त्या धर्माप्रमाणे जगल्या आणि अजूनही जगत आहेत.

ह्याच्या उलट मार्गेरीमावशी होत्या. त्या उंच, जाडजूड होत्या. त्यांच्या छोट्या चेहऱ्याभोवती महिरपीसारख्या रुळणाऱ्या मऊ, कुरळ्या केसांचा त्या अंबाडा बांधत. त्या खूपच व्यवहारी, जबरदस्त संघटित होत्या. त्यांना पटकन राग येत असे; अर्थात त्या रागावू नयेत ह्याची मी काळजी घेत असे. त्यांची जबरदस्त इच्छाशक्ती आणि अधिकारवाणी असलेलं व्यक्तिमत्त्व ह्यामुळे साहजिकच त्या त्यांच्या घराच्या स्वामिनी होत्या. परंतु त्याही तशा खूप प्रेमळ होत्या आणि चर्चमध्ये व तिथल्या चांगल्या कामात त्या खूप तडफेने सहभागी होत असत.

घरी मी माझ्या आईला बोटाच्या इशाऱ्यावर नाचवण्यात यशस्वी होई. मम्मी रेनफोर्डच्या साध्या स्वभावामुळे माझ्या आयुष्यात शिस्त आली नव्हती. पण आता मात्र मला शिस्त शिकून त्याप्रमाणे वागावं लागलं.

खरं तर, त्यामुळे माझा फायदाच झाला. अर्थातच त्याबद्दल मी फारसं मनावर घेतलं नाही आणि लवकरच मी तिथे चांगल्या प्रकारे जुळवून घेतलं. सर्वसाधारण निराश्रितापेक्षा एका युद्धामुळे निराधार झालेल्यास आपण आसरा दिला, ह्या गोष्टीचा त्यांना अभिमान होता. त्यामुळे मला अगदी घरच्यासारखं वाटण्यासाठी त्यांनी जिवापाड प्रयत्न केले. त्यांची मुलगी मोयरा हिला त्या वेळी विसावं वर्ष लागलं होतं. ती पण खूप हळुवार स्वभावाची होती आणि तिला विनोदाची चांगली जाण होती. मोयराचे वडील भिडस्त स्वभावाचे होते. ते जेव्हा काही काम करत नसत किंवा चर्चमध्ये जात नसत, तेव्हा ते आरामखुर्चीत पेपराआड वाचन करत असत! ते घरात फारसे बोलत नसत, त्यामुळेच की काय; पण ते कुटुंब एक समाधानी

आणि एकमेकांशी खूप जवळीक असलेलं होतं. कारण मार्गेरीमावशीकडे शब्दभांडाराची कधीच कमतरता नव्हती; तिघांच्याही वाट्याचं बोलायला त्यांना आवडत असे!

ह्यासंदर्भात हे कुटुंबीय रेनफोर्ड कुटुंबीयांपेक्षा खूप वेगळं होतं. डॅडी रेनफोर्ड खूप बोलके होते. त्यांना अनेक अनुभव व मतं आमच्याबरोबर वाटून घ्यायचे असत. राजकारण आणि जागतिक घडामोडी ह्या गोष्टींत त्यांना कमालीचा रस होता. आपल्या पत्नीप्रमाणे त्यांनी पण चर्चसाठी खूप काम केलं – विशेषत: मुलांच्या संदर्भात (मी स्वत:च या गोष्टीचा जिवंत पुरावा आहे). लौकिक गोष्टींना त्यांच्या लेखी महत्त्व नव्हतं. मला तर वाटतं की, त्यांच्या जवळचा उरलेला शेवटचा पैसा पण त्यांनी जास्त गरजू व्यक्तीला देऊन टाकायला कमी केलं नसतं!

जेव्हा जेव्हा मला रेनफोर्ड डॅडींची आठवण येते, तेव्हा तेव्हा फायर प्लेसजवळ उभे असलेले, हातांची बोटं जॅकेटच्या मागील भागांत टेकवलेले, रात्रीच्या वेळी बोलत असलेले आणि सगळ्या जगाला योग्य स्थानावर आणण्याचा विचार करणारे, अशी त्यांची विविध रूपं मला आठवतात.

डोरोथी बहुतेक वेळा आमच्यात सहभागी होत असे. ती कधीच कुणाचं शांतपणे ऐकून घेणारी नव्हती. तिला स्वत:ची ठाम मतं होती आणि तिला ती लगेच बोलून दाखवायची असत. डोरोथीची ठाम विधानं आणि बोलण्याची पद्धत ह्यामुळे तिचे मार्गेरीमावशींबरोबर सुरुवातीपासूनच खटके उडू लागले आणि थोड्याच दिवसांत डोरोथी स्वत:हून तिथून निघून गेली किंवा तिला घालवून दिलं गेलं असावं!

माझ्या ह्या नव्या कुटुंबाचा आणखी एक खास सदस्य होता – तो म्हणजे 'जिल' नावाची मिश्रवंशीय कुत्री! मी खरोखरच तिची काळजी घेत असे. रोज शाळेतून परत आल्याबरोबर मी तिला बागेत लांबवर फिरायला किंवा पाण्याच्या डबक्याजवळ नेत असे. तिला 'झेक' शिकवायचा मी निश्चयच केला! आणि मी शिकवलेल्या काही नेहमीच्या आज्ञा पाळायला ती शिकली, तेव्हा तर मला स्फुरण चढलं!

तिला घेऊन मी माझ्या खोलीत हळूच सटकत असे. खरं तर तसं करायला इथे मज्जाव होता. मी तिला कुशीत घेऊन तिचे लाड करायची; 'झेक' भाषेत माझं घर, माझा घोडा, माझी मांजरं ह्यांच्या गोष्टी सांगायची. माझ्या बाहुलीपेक्षा तीच माझ्या गोष्टी ऐकणारी श्रोता होती!

मला ग्रामर स्कूल नाही, तर तिथल्या स्थानिक पालिकेच्या शाळेत जावं लागलं, त्यामुळे माझी निराशा झाली. माझी ग्रामर स्कूलला जाण्याची इच्छा होती. कारण झेकोस्लोव्हाकियात मी त्याच दर्जाच्या शाळेची प्रवेशपरीक्षा उत्तम गुणांनी उत्तीर्ण झाले होते. परंतु दुर्दैवाने, त्या शाळेच्या अधिकाऱ्यांनी माझा उत्तम रिपोर्ट

विचारात घेतला नाही! त्यांनी परत माझी लेखी परीक्षा घेतली आणि अवघ्या दोन महिन्यांच्या इंग्लंडमधल्या वास्तव्यात मला उत्तीर्ण होण्याची आशा नव्हती.

त्यामुळे इंग्लिश भाषा लवकरात लवकर शिकून त्यावर प्रभुत्व मिळवण्यासाठी मी खूपच अधीर अन् उतावीळ झाले होते. मी मार्गेरीमावशी अन् डोरोथी यांना प्रश्न विचारून भंडावून सोडलं. माझं आवडतं वाक्य म्हणजे, 'नेम प्लीज' (Name please) – वेगवेगळ्या वस्तूंकडे बोट दाखवून 'ह्याचं नाव काय?' हा प्रश्न वारंवार विचारत बसायची.

बिचारी मार्गेरीमावशी! स्वयंपाक करता करता ती झेक-इंग्लिश शब्दकोश पुढ्यात घेऊन बसायची, तेव्हाच तिला माझ्याबरोबरचं संभाषण पुढे चालू ठेवता यायचं. मी काय सांगतेय, ते तिला कळलं नाही तर मला चीड यायची; मग मी आरोप केल्यासारखी तिला म्हणायची, ''माझ्या आईला नक्की समजलं असतं!'' ह्या विषयात मात्र मार्गेरीमावशी माझ्याबद्दल कमालीची सहनशील होती....

...त्या वसंत ऋतूत माझ्यात काही नैसर्गिक शारीरिक बदल होऊ लागले. मी आले तेव्हा अकरा वर्षांची, थोडी अशक्त, वयाच्या मानाने थोडी उंचच होते. आता माझी उंची वाढायची थांबली आणि वजन वाढून मी आडवी होऊ लागले. कंबर आणि छातीचा भाग नैसर्गिकरीत्या वाढला. मला स्वत:ला त्याबद्दल खूप गंमत वाटली. पण माझे कपडे आता मला घट्ट व्हायला लागून शिवणी उसवायला लागल्या. मार्गेरीमावशी उत्तम शिवणकाम करायची. एके दिवशी तिने काही कपडे असेच देऊन टाकले, काही विकून टाकले. त्या वेळी कपडे आणि इतर काही गोष्टी कूपन्सवर मिळायच्या, म्हणून तिला माझ्यासाठी खूप काही कपडे घेता आले नाहीत. मग तिने मोयराचे खूपसे ड्रेसेस माझ्या मापाचे करून घेतले. मोयराला हे कितपत आवडलं, ते मला माहीत नाही. तिला काही सांगायची संधी दिली गेली असती का नाही, याबद्दल मला शंकाच आहे.

रविवार आला की मला नकोसं वाटे. रेनफोर्ड मम्मीच्या घरी असताना रविवारी चर्चला जाण्यासाठी ते कधी आग्रह करत नसत. दर रविवारी मी सकाळ, दुपार, संध्याकाळी चर्चच्या प्रार्थना कार्यक्रमाला जावं अशी मार्गेरीमावशीची मात्र अपेक्षा असायची आणि मधल्या वेळेत मी पियानो वाजवावा, असंही तिला वाटे. पण त्याची मला आवड नव्हती किंवा शक्यतो बायबल वाचावं, एवढीच मला परवानगी होती. ज्यांची मला नुकतीच आवड निर्माण झाली होती, ती विनोदी पुस्तकं मात्र त्यात नव्हती. बायबल समजण्याइतकं माझं इंग्लिशचं ज्ञान पुरेसं नव्हतं आणि पियानो मी कधीच चांगला वाजवायला शिकले नव्हते. जिलला बाहेर फिरायला नेण्याची सवलत मात्र मार्गेरीमावशीने दिली होती. त्यामुळे त्या रविवारचा एकसुरीपणा कमी व्हायचा.

सकाळ-संध्याकाळच्या चर्चच्या प्रार्थना कार्यक्रमात मी कमालीची कंटाळत असे. त्यातली स्तोत्रं म्हणायला मला बरं वाटायचं, पण त्यांचा अर्थ मात्र कळत नसे. मग मी अस्वस्थपणे चुळबुळ करायची, दिवास्वप्नं बघत बसायची. स्तोत्राच्या बोर्डवरच्या अंकांशी एकच खेळ पुन:पुन्हा खेळत बसायची.

"ह्या वर्षी, पुढल्या वर्षी, कधीतरी, कधीच नाही..." मी मोजायची. माझ्या नेहमीच्याच प्रश्नाला योग्य उत्तराची आशा असे आणि माझा प्रश्न नेहमीचाच असे, 'मी घरी कधी जाणार?'

बुधवारी दुपारी मी शाळेतून घरी रमत-गमत चालतच यायची. त्या दिवशी मार्गेरीमावशीने तिच्या चर्चच्या मैत्रिणींना घरी चहाला बोलावलेलं असायचं. मला आणून त्यांना दाखवायला; त्यांच्यात सहभागी करून घ्यायला तिला खूप आवडायचं. 'मोयराचे जुने ड्रेसेस मला किती छान बसतात, छान दिसतात... तिच्याकडच्या छान जेवणामुळे माझी तब्येत किती छान सुधारलीये... तिच्या मदतीने माझं इंग्लिश कसं छान सुधारतंय...' अशी त्या मैत्रिणी मार्गेरीमावशीची तारीफ करत बसायच्या. थोडक्यात, ही निराधार गरीब मुलगी इतकं चांगलं घर मिळाल्याबद्दल किती भाग्यवान आहे, असाच त्यांचा बोलण्याचा सूर असायचा! ते ऐकून मार्गेरीमावशीचा तांबूस गोरा चेहरा फुलून यायचा!

अशा तऱ्हेचं माझं 'प्रदर्शन' पाहून मात्र मला वीट यायचा. मला माहिती होतं की, हे सर्व चांगलंच होतं. पण मी लहान होते आणि खूप स्वाभिमानी होते. मला त्यांना ओरडून सांगावसं वाटायचं, 'तुम्ही माझं सुंदर घर पाह्यला पाहिजे, माझे सुंदर-सुंदर कपडे पाह्यला हवेत. माझ्या मामिन्काच्या हातचं रुचकर जेवण जेवायला पाहिजे... ती शिवणकाम कसं करते ते बघायला पाहिजे... माझी मामिन्का किती सुंदर आहे, हे तुम्ही बघायला पाहिजे...'

अर्थात माझीपण काही बाजू होती. प्रत्येक जेवणाआधी प्रार्थना म्हणायची प्रथा त्या कुटुंबात होती. एके दिवशी मार्गेरीमावशीने मला 'झेक'मध्ये प्रार्थना म्हणायला सांगितलं. क्षणाचाही विलंब न लावता, ताठ चेहऱ्याने मीही झेक भाषेत प्रार्थना म्हटली, "हे प्रभो, ह्या बाईला हुकूम गाजवण्यापासून आणि अशा तऱ्हेचं माझं प्रदर्शन करण्यापासून परावृत्त कर! आमेन!" मला मग त्यामुळे खूप बरं वाटलं!

माझ्या आई-वडिलांबरोबरचा पत्राद्वारे होणारा संवाद आता कठीण झाला होता. ईव्हा अन् मी लिहू शकत होतो, पण बर्टामावशीच्या लंडनमध्ये असलेल्या एका वयस्कर मित्राकडे आम्हाला आम्ही लिहिलेली पत्रे पाठवावी लागायची. ते त्या पत्रांमधला काही मजकूर गाळून – सेन्सॉर करून बाबांच्या हॉलंडस्थित एका ओळखीच्या व्यावसायिक मित्राकडे पाठवत असत. पत्रात काय लिहायचं आणि काय नाही याविषयी आम्हाला काटेकोर सूचना दिल्या गेल्या होत्या. आम्ही

इंग्लंडमध्ये आहोत, हे आम्ही लिहू शकत नव्हतो किंवा इंग्लिश नावं पण वापरू शकत नव्हतो. पत्रं थोडक्यात व मुद्द्याला धरून असावी लागत आणि सारखी-सारखीपण लिहू शकत नव्हतो. आणि उत्तरं तर एखादं-दुसरा अपवाद वगळता औपचारिक व कृत्रिम असत. मला फसवलं गेल्यासारखं वाटायला लागलं. मग मी सूर्य, तारे आणि परमेश्वर ह्यांच्याकडे जास्त जास्तच वळू लागले; कारण मला आता उघडपणे काहीही लिहिता येत नव्हतं. मग अर्थातच माझी दैनंदिनीच माझी सखी बनली.

२ ऑक्टो. १९३९

मी, आता दुसऱ्या गावाला नव्या कुटुंबामध्ये राहायला आले आहे. मला आता त्यामुळे सुरक्षितपणे जगता येईल. त्यांच्याकडे मोटार आहे. त्यातून बऱ्याच वेळा त्यांच्या मित्रांच्या खेडेगावातील शेतावर आम्ही जातो. तिथे आम्ही शेंगा, सफरचंद, पेअर्स वगैरे तोडतो. माझी छान काळजी घेतली जातेय आणि मी मजा करतेय. मी शाळेत जाते, पोहायला जाते, कुत्र्याला लांबवर फिरायला नेते. मी सुखी व हसून-खेळून असते. मात्र रात्री मी जेव्हा झोपायला जाते, तेव्हा माझा 'मूड' बदलतो आणि मी गंभीर होते! प्रथम मी झेक ध्वजाचं – आमच्या राष्ट्रध्वजाचं चुंबन घेते. माझी बाहुली आणि माझ्या शिक्षिकेने दिलेली एक कापडी बाहुली – पपेट यांना कवेत घेते, नंतर मला थोडं बरं वाटतं. मग मी वर आकाशाकडे बघते आणि प्रार्थना करते –

हे माझ्या पालनकर्त्या देवदूता, माझ्या पालकांना आणि मला सुरक्षित ठेव. माझ्या वडिलांना – टॅटिनेकना आशीर्वाद दे. परमेश्वर मसारेक नक्कीच स्वर्गातून आमच्याकडे बघतोय. प्रेसिडेन्ट बेन्सना आशीर्वाद दे. माझे बाबा, आई, आजोबा, आजी, मामा-मामी, ईव्हा, होन्झा, टॉमी आणि माझे सर्व प्रिय मित्र-मैत्रिणी ह्या सर्वांवर कृपादृष्टी ठेव; त्यांना आशीर्वाद दे. त्यांना आरोग्य आणि सुख लाभू दे. आणि कृपया, ह्या युद्धाचा शेवट आनंददायी होऊ दे. मला ईव्हाबरोबर माझ्या स्वतंत्र देशात परत जाऊ दे. माझ्या आई-बाबांजवळ जाऊ दे. माझी जी सर्व चांगली माणसं आहेत, ज्यांना मी सोडून आले आहे, त्यांच्याकडे मला परत जाऊ दे आणि ती सर्व सुखरूप व चांगली असलेली मला दिसू दे आणि हे सर्व लवकर कर.

आई गं! माझे बाबा! चंद्र आणि तारे ह्यांच्यातर्फे मी तुम्हाला माझं प्रेम आणि पापे पाठवतेय. अंधाऱ्या रात्रीनंतर जसा लखलखीत प्रकाशाचा दिवस उजाडतो; त्याचप्रमाणे जुलूम, जबरदस्ती, छळानंतर नक्कीच स्वातंत्र्य मिळेल. आमेन!

आणि डोळ्यांतल्या अश्रूंसकट मी झोपी जात असे! ह्याच सुमारास मला बाबांचं एक पत्र मिळालं. युद्ध सुरू होण्याअगोदर ते लिहिलेलं होतं. ते पोहोचायला भयंकर उशीर लागला होता. ते पत्र म्हणजे माझा खजिना आहे आणि मी ते अगदी खूप जपून ठेवणार आहे.

माझी लाडकी छोटुकली,

तू लहान आहेस, छोटी आहेस, म्हणून मी तुला माझी लाडकी छोटुकली म्हणतो. इव्हिका थोडी तुझ्यापेक्षा मोठी आहे, उंच आहे म्हणून मी तिला 'माझी लाडकी' असं संबोधतो. तुम्हा दोघींपैकी प्रत्येकीला माझ्या हृदयात वेगळं स्थान आहे. ते फक्त तुमचंच आहे, तिथे कुणालाही प्रवेश नाही. ही दोन्ही स्थानं, दोन्ही कप्पे प्रेमानं भरून गेले आहेत. कधी ईव्हाचा कप्पा प्रेमाने काठोकाठ भरून ओसंडतो, तर कधी तुझा. आज नक्की तुझाच कप्पा ओसंडून वाहतोय. मी तुझी आठवण सतत काढत असतो, तुझाच विचार करत असतो.

मामिन्का एक दिवसासाठी प्रागला गेली आहे आणि नवी कामवाली बाई फिरायला गेलीय. त्यामुळे मला खूप एकटं-एकटं वाटतंय. नेहमीप्रमाणे सोफ्यात मला थोडीशी डुलकी लागली आणि तुझा विचार मनात आला. तू आता काय करत असशील असाही विचार आला. एक धीट माशी सारखी माझ्या डोक्याभोवती घोंघावत होती, शेवटी मी उठून उडी मारली आणि व्यायाम करायचं ठरवलं. व्हरांड्यातल्या फुलझाडांना पाणी दिलं आणि पावाचा मोठा तुकडा कापून साखरेच्या खड्याबरोबर वानाला दिला. मी त्याची जरा गंमत केली. त्याला सांगितलं की, पावाचा तुकडा आणि खडीसाखर तू पाठवलीयस. तो मग आनंदाने खिंकाळला. मला खात्री आहे की, तो तुला, तुझ्या प्रेमाला तेव्हा पाठवत होता. त्यानंतर मग मी आपली मांजरीची तीन पिल्लं छपरावर खेळत होती, त्यांच्याकडे बघत बसलो. आता ती मोठी झाली आहेत. बशीतून दूध पितात. मटणाचा तुकडा स्वत:च खातात. पुढच्या आठवड्यात ती सगळी चांगल्या घरात जातील.

मी रस्त्यावर आलो. पण फिरायला जाण्याऐवजी आपल्या घराबाहेर एका बाकावर बसून घाईघाईने स्टेशनकडे जाणाऱ्या लोकांना न्याहाळत बसलो. या आठवड्यात इथे खूप गरम होतंय. सुगीचा हंगाम खूप जोरात आहे आणि हवामान खराब होण्याच्या आत धान्य व्यवस्थित साठवण्यासाठी प्रत्येक शेतकरी धावपळ करतोय. सध्या हवा चांगली असल्यामुळे प्रागहून बरेच लोक आपल्या 'लिडो'त पोहायला गर्दी करताहेत. तुला त्याची

कल्पना येऊ शकेल. त्यांना घरी जातानाच मी आता बघतोय. काही जण आनंदात आहेत, काही नाराज दिसत आहेत. रविवार कुणाला कसा आनंदात घालवता आला, त्यावर त्यांची खुशी किंवा नाराजी अवलंबून असावी. इथे बसून मी ती सगळी गंमत आनंदाने बघतोय. येता-जाता कुणीतरी ओळखीचं किंवा मित्र थबकून मला विचारतात की, तू व ईव्हा कशा आहात? सर्व काही व्यवस्थित, उत्तम आहे, असं सांगितलं की खूश होऊन जातात.

लाडके छोटुकले, माझ्या पत्रामुळे तुला नक्की उत्साह आला असेल, अशी मला आशा वाटते. आणखी एक गोष्ट – आपलं स्वयंपाकघर आम्ही व्यवस्थित सजवून घेतलंय. टॉयलेटलापण रंग देण्याची इच्छा होती; पण तिथल्या एका भिंतीवर तू तुझ्या गोंडस हातानं लिहिलंयस, 'गुडबाय, माय लॅव्हेटरी!' तू परत येईपर्यंत ते लिहिलेलं वाक्य तसंच राहील. त्या वेळी आपण छानपैकी समारंभ साजरा करू. तो किती छान असेल; होय ना?

मी ते पत्र वाचलं आणि पुन:पुन्हा वाचलं. ते मला पाठ झालं. आत्ता मी ते पत्र बघतेय. त्यातली अक्षरं थोडी पुसट झाली आहेत आणि माझ्या बालपणातल्या अश्रूंच्या खुणा अजूनही त्या पत्रावर दिसताहेत. माझ्या टॅटिनेककडून मला आलेलं ते शेवटचं पत्र!!

आयुष्यानं पुन्हा एकदा अनपेक्षित वळण घेतलं. माझ्या डायरीत त्याविषयी मी लिहिलंय –

१० नोव्हेंबर १९३९

माझं आजारपण...

महिन्यापूर्वी शाळेतच मला बरं वाटेनासं झालं. माझा घसा दुखायला लागला आणि थंडी वाजायला लागली. जेवण झाल्यावर मावशीनं मला झोपवून ठेवलं आणि मग तिनं मला डॉक्टरांकडे नेलं. मी आजारी पडले. डॉक्टरांनी मला एक आठवडाभर विश्रांती घ्यायला सांगितली. त्या दिवशी आणि रात्री मला बरं वाटेनासं झालं. दुसऱ्या दिवशी सकाळी जास्तच त्रास झाला. दुसरे डॉक्टर आले. त्यांना काय ते समजलं! जेवल्यानंतर रुग्णवाहिका आली आणि मला 'स्कार्लेट फिव्हर'साठी हॉस्पिटलमध्ये नेण्यात आलं.

मार्गेरीमावशीला माझी खूप काळजी वाटू लागली. मला तर वाटलं की, मी आता नक्कीच मरणार. पण मला जेव्हा रुग्णवाहिकेत उचलून नेत होते, तेव्हा डोरोथी पळत-पळत घराबाहेर आली आणि म्हणाली, "तू बरी होशील." ती हसत होती. म्हणून मला वाटलं की, मी मरणार-बिरणार नाही. मला घेऊन जात असताना ती ओरडली, "Na sbledanou – Au revoir, – Good bye till we meet again – अच्छा! पुन्हा भेटू या.''

मी हॉस्पिटलमध्ये पोचल्यावर मी माझ्या वॉर्डमध्ये आजूबाजूला नजर टाकली. मला तो वॉर्ड आवडला. रंगरंगोटी केलेली ती एक मोठी खोली होती. त्यात अकरा खाटा होत्या. प्रत्येक खाटेवरती एक खिडकी, बाजूला एक खुर्ची आणि छोटं कपाट होतं. मध्यभागी दोन मोठी टेबलं होती. त्यांच्या मध्यभागी फुलं ठेवलेली होती. एका टेबलावर मोठा टेबलक्लॉथ घातलेला होता. त्याच्या भोवती बसून चार मुली जेवत होत्या. बाकीच्या आपापल्या पलंगावर झोपून होत्या. त्या सर्व सात ते बारा वर्षे वयाच्या होत्या.

परिचारिका आली. तिने मला अंघोळ घातली आणि एक इंजेक्शन दिलं. रात्रपाळीची परिचारिका मला जास्त आवडली. सुरुवातीला विशेषत: रात्री मला खूप बरं वाटत नव्हतं. ती बऱ्याच वेळा माझ्या खाटेजवळ बसत होती आणि माझ्यासाठी तिने कपभर दुधात कोको बनवून दिला. (दिवसा आम्हाला पाण्यातला कोको मिळत असे.) ती परिचारिका दिसायला खूप सुरेख होती, अगदी एखाद्या परीसारखी.

आठवडा सरता-सरता मला एक छान मैत्रीण मिळाली. तिचं नाव जेन होतं. आम्ही दोघी प्रत्येक खाटेवर खेळणी टाकत असू आणि नर्स आसपास नसली की, बिछान्यातून बाहेर पडत असू. आम्ही पुष्कळ खात पण असू. पहिल्यासारखाच दुसरा आठवडा सरला. ती सुंदर नर्स माझ्यासाठी अजूनही रात्री छान, दुधातला कोको बनवून द्यायची. कुणालाच कळायचं नाही. ते आमचं एक गुपित होतं!

तीन आठवड्यांनंतर मला स्वत:ला कपडे करून वॉर्डात मदत करायची परवानगी मिळाली आणि खेळायला पण परवानगी मिळाली. मला हॉस्पिटल सोडायची इच्छा नव्हती, पण तो महिना खूपच लवकर संपला.

माझ्या आवडत्या हॉस्पिटलमधला शेवटचा दिवस. माझ्या खाटेजवळच्या छोट्या कपाटातली खेळणी आधीच गायब झाली. फक्त माझे कपडे तिथे होते. मी अंघोळ केली आणि स्वयंपाकघरात जाऊन तिथल्या सगळ्यांचा निरोप घेऊन आले. लवकरच मार्गेरीमावशी आली. माझ्या नव्या मैत्रिणींचा आणि परिचारिकांचा निरोप घेणं खूपच जड गेलं.

घरी परतताना आम्ही थोडी खरेदी केली. घरी आल्यावर सर्वप्रथम मी आई-बाबांना पत्र लिहिलं.

ईव्हाने विचारपूर्वक तिच्या नेहमीच्या स्वभावाप्रमाणे आई-बाबांना माझ्या

आजारपणाची बातमी मी घरी येईपर्यंत कळवली नव्हती, कारण त्या काळात स्कार्लेट फीव्हर हा आजार गंभीर समजला जायचा.

युद्ध सुरू झालेलं होतं. आमच्याकडून त्यांना वरचेवर पत्राची अपेक्षा नव्हती, त्यामुळे बऱ्याच दिवसांत माझं पत्र त्यांना मिळालं नाही तरी त्यांना फारशी काळजी वाटली नाही. आता आम्ही दोघी त्यांना सत्य परिस्थिती काय ते सांगू शकत होतो, म्हणजे त्यांना स्वस्थता लाभली असती.

मला ज्या दिवशी रुग्णवाहिकेतून हॉस्पिटलमध्ये हलवलं, त्याच दिवशी डोरोथी आपलं सामान घेऊन बूटलला निघून गेली. अर्थात त्याबद्दल मला फारसं आश्चर्य वाटलं नाही.

ती आणि मी एकाच खोलीत, एकाच पलंगावर झोपत होतो. एवढंच नाही, तर त्या रात्री जेव्हा मला खूप बरं वाटत नव्हतं, तेव्हा ती माझं डोकं धरून बसली होती. त्यामुळे तिला कडक नियम लावले गेले. (एकाच खोलीत दीर्घकाळ थांबून राहायचं.) चार आठवडे घराबाहेर पडायचं नाही आणि मार्गेरीमावशीबरोबर जुळवून घ्यायचं. हे डोरोथीला भयंकर वाटलं. तरीही मी तिचं लक्ष दुसरीकडे वेधायचा प्रयत्न करायचे. तरीदेखील त्यांचे एकमेकींबरोबरचे संबंध ही अस्वस्थपणे केलेली तात्पुरती तडजोड होती. कधीकधी त्यांचे खटके उडत. म्हणून निघून जायला तिला माझ्या आजारपणाची एक सबबच मिळाली. ती पुन्हा कधी परत आलीच नाही. मार्गेरीमावशीला बरंच वाटलं! मला नंतर समजलं की, माझ्या या आजारपणामुळे मार्गेरीमावशी खूप अस्वस्थ झाली होती. त्याचप्रमाणे रेनफोर्ड मम्मी पण खूप काळजीत पडल्या होत्या. त्यांना ही बातमी कळल्या कळल्या ॲप्रन पण न घेता त्या घाईघाईनं स्टेशनवर आल्या आणि मिळेल ती पहिली ट्रेन त्यांनी पकडली. विशेषत: त्यांना असं वाटलं की, मी म्हणजे त्यांची जबाबदारी आहे. मी इंग्लंडमध्ये होते ती एकप्रकारे त्यांच्यावरची त्यांची जबाबदारी म्हणून आणि भविष्यकाळात मला माझ्या पालकांकडे सहिसलामत, निरोगी अवस्थेत सोपवण्याची त्यांनाच खूप चिंता होती.

एका आठवड्यानंतर त्या दोघी स्त्रिया हॉस्पिटलमध्ये मला बघायला आल्या, तेव्हा त्या खूप काळजीत होत्या. वॉर्डाच्या दाराच्या छोट्या काचेच्या खिडकीतून त्यांनी डोकावून पाहिलं. पलंगावरील गादीवर मी डोकं टाचेला लावून विचित्रपणे हालचाल करताना त्यांनी मला बघितलं तेव्हा त्यांची काळजी दूर झाली...

मी आता हॉस्पिटलमधून परत आले होते. पण अजूनही मी घरातल्या घरातच बंदिस्त होते. मला भयंकर कंटाळा येऊन रडू यायला लागलं.

हॉस्पिटलमधली ती घाई-गडबड आणि बाकीच्या मुलींची मला आठवण

येऊन चुकल्या-चुकल्यासारखं झालं. म्हणूनच डेसमंड जेव्हा मला भेटायला आला, तेव्हा मला खूप आनंद झाला. त्याला येऊ देण्याची मार्गेरीमावशीची इच्छा नव्हती, पण तिच्या सक्त ताकदीकडे त्याने दुर्लक्ष केलं आणि तो माझ्या खोलीत धावतच आला. डेसमंड हा मोयराचा चुलत किंवा मावस भाऊ होता. तो सतरा वर्षांचा, साध्या सरळ स्वभावाचा एक चांगला मुलगा होता. त्याच्यामुळे माझा दिवस खूप छान जात असे.

एखादी ताज्या हवेची झुळूक यावी तसा डेसमंड यायचा. त्याच्या गोड स्वभावामुळे मार्गेरीमावशीवर पण मोहिनी पडायची. त्याच्या त्या जुन्या कारमध्ये पाठीमागे बसून जवळपासच्या सिनेमाला जायला किंवा साऊथपोर्टच्या प्रचंड मोठ्या नव्या पोहण्याच्या तलावावर जायला मला खूप मजा यायची किंवा एखाद्या खास दिवशी 'ब्लॅकपूल' इथल्या खास सुंदर मैदानावर आम्ही जायचो.

अकरा वर्षांच्या माझ्यासारख्या वेड्या मुलीबद्दल सहानुभती दाखवून तिच्यासाठी त्याचा वेळ खर्ची घालणं, नव्या आकाराचा पोहण्याचा पोशाख घेऊन देणं – हा खरं तर डेसमंडचा चांगुलपणाच होता. माझ्या घरून आणलेला पोहण्याचा पोशाख आत मला बसत नव्हता. तो माझ्यासाठी एखाद्या चिलखत घातलेल्या सैनिकाप्रमाणे होता, ह्यात काही आश्चर्य वाटायला नको!

दुर्दैवाने, डेसमंडनं माझ्यावर दाखवलेल्या दयाळूपणाची मी फारशी भरपाई करू शकले नाही. माझ्या दैनंदिनीत लिहिलेल्या काही छोट्या नोंदीवरून ते कळेल.

शुक्रवार, १६ नोव्हेंबर १९३९

मी शिवणकाम आणि माझं कपाट आवरण्याचं काम करत होते. आज संध्याकाळी डेसमंड येऊन मला भेटून गेला. आम्ही खूप खेळ खेळलो आणि 'झेक' संगीत ऐकलं!

शनिवार, १७ नोव्हेंबर १९३९

मार्गेरीमावशी बाजारात जाऊन माझ्यासाठी लोकर खरेदी करून आली. ईव्हासाठी मला नाताळमध्ये 'झंपर' विणायचाय.

हे प्रभो, आमचं स्वातंत्र्य परत मिळवून देण्याची तू आम्हाला संधी देतो आहेस. मला विश्वास आहे की, मी माझ्या आई-बाबांकडे आणि मैत्रिणींकडे लवकरच परत जाईन. ह्या नाताळात तू कृपा करून आमची भेट घडवून आणशील का?

रविवार, १८ नोव्हेंबर १९३९

रेनफोर्ड बाबा येऊन मला भेटून गेले. त्यांनी माझ्यासाठी पोस्टाची तिकिटं आणि

फळं आणली. डेसमंडपण चहानंतर येऊन गेला. तो फारसं बोलला नाही. कारण त्याचा घसा दुखत होता.

सोमवार, १९ नोव्हेंबर १९३९

आज सकाळी मला उठावंसं वाटत नव्हतं. मला स्वप्न पडलं की, मी आणि ईव्हा आमच्या घराजवळून जाणाऱ्या नदीकाठी भरलेल्या मुलांच्या सुट्टीतील शिबिरात होतो. बाबा येऊन आम्हाला घेऊन गेले. त्यांच्या हातांत खूपशा भेटवस्तू होत्या. किती सुंदर स्वप्न होतं ते! मला त्यातून जागी होऊन सत्याला सामोरं जायचं नव्हतं.

जेव्हा मी जागी झाले तेव्हा, डेसमंडला माझ्यासारखा 'स्कार्लेट फीव्हर' झाल्याचं कळलं!

मंगळवार, २० नोव्हेंबर १९३९

पोलंडमधील युद्ध संपलं; ते जर्मनीनं जिंकलं. फ्रान्समध्ये भयंकर युद्ध सुरू आहे. ब्रिटनमध्ये युद्धाला सुरुवात होतेय. ब्रिटिश आणि जर्मन बोटी बुडाल्या. हजारो झेकोस्लोव्हाक सैनिक परकीय सैन्यासह जर्मनांविरुद्ध लढत आहेत. सर्व झेक शाळांत जर्मन शिकवले जात आहे.

बुधवार, २१ नोव्हेंबर १९३९

विणकाम करण्यात मी सकाळ घालवली. आज दुपारी मार्गेरीमावशीने मला डेसमंडला भेटण्यासाठी आयसोलेशन हॉस्पिटलला नेलं. तिथे त्याला बघून मला खूप अपराधी वाटलं! पण त्यानं मला अजिबात दोष दिला नाही. फक्त मलाच एकटीला आत जाऊ दिलं! मी माझ्या जुन्या वॉर्डकडे धावत गेले, तिथे सर्व मुली व परिचारिका मला बघून खूश झाल्या.

बोहेमिया देशात झेक सैनिक जर्मनांशी लढताहेत. प्रिय प्रभो, माझ्या आई-बाबांना सुखरूप ठेव!

गुरुवार, २२ नोव्हेंबर १९३९

मी आज पुन्हा कुत्र्याला फिरायला घेऊन गेले. दुपारी मला बाजारात जाऊ देण्यात आलं. संध्याकाळी मी रेडिओ ऐकला आणि शिवणकाम केलं. रेडिओवर मी ऐकलं की, स्लोव्हाकियात जर्मन लोक ज्यू लोकांकडून दुकानं आणि व्यवसाय हिसकावून घेत आहेत आणि सगळीकडे जर्मन सैनिक दिसत आहेत.

शुक्रवार, २३ नोव्हेंबर १९३९

आज सकाळी मी जिलला छोट्या बागेत घेऊन गेले. संध्याकाळी मोठ्या बागेत नेलं.

अध्यक्ष बेन सध्या फ्रान्समध्ये आहेत. ज्याप्रमाणे मसारिक (पूर्वीचे अध्यक्ष) ह्यांनी विजय मिळवला होता; त्याचप्रमाणे बेन पण आम्हाला विजय मिळवून देतील, असा माझा दृढ विश्वास आहे.

मी विचार करत असते की, मी जेव्हा घरी आई-बाबांकडे परत जाईन तेव्हा किती मज्जा येईल! प्रिय देवबाप्पा, माझ्या देशाला स्वातंत्र्य मिळवून दे. सर्वांत सुखी, आनंदी देशात तू आमच्या कुटुंबाला सर्वांत सुखी व आनंदी करशील.

रविवार, २५ नोव्हेंबर १९३९

आजपासून माझा तापासाठीचा एकांतवास संपला. मग मी चर्चमध्ये गेले. दुपारी जेवण झाल्यावर मी घरी पत्र लिहायला घेतलं. ते किती कठीण आहे! माझ्या मनात जे काही विचार येत आहेत, मला काय वाटतंय; ते मला सांगायचंय. पण मी तसं करू शकत नाही. मला खूप काळजीपूर्वक राहावं लागतंय. त्यापेक्षा मग अजिबात न लिहिलेलंच बरं.

मी इतर बरीच पत्रं लिहिली; ईव्हाला, डेसमंडला, रेनफोर्ड मम्मी-पप्पांना. हिटलरचं चित्र बघून ते काढण्याचा मी प्रयत्न केला. मला फक्त त्याच्या मिशा बरोबर काढता आल्या!

लवकरच ख्रिसमस सुरू होईल. प्रत्येक मुलाची एक खास इच्छा असते, मीही त्याला अपवाद नाही. मला हजारो, सुंदर महागड्या भेटवस्तू दिल्या गेल्या आणि त्यात फक्त एक साधा कागद असेल – त्यावर 'युद्ध संपलं, झेकोस्लोव्हाकिया स्वतंत्र झाला.' असं लिहिलेले असलं तर मी फक्त त्याकडेच पाहीन; मला फक्त तीच भेट हवी असेल! आतापर्यंत मिळालेल्या भेटवस्तूंपैकी तीच माझ्यासाठी सर्वांत छान भेट असेल.

मला आत कुठेतरी खोलवर माहिती होतं की, ख्रिसमसला घरी जाण्याची संधी मिळणार नाही. पण स्वप्नं आणि आशा ह्यांच्याशिवायचं माझं आयुष्य कसं असलं असतं?

आश्चर्य म्हणजे डिसेंबरच्या मध्याला मामिन्काने पाठवलेलं मोठ्ठं पत्र मला मिळालं. माझ्या आजारपणाची बातमी कळल्यामुळे ती चिंताग्रस्त झाली. त्यामुळे तिला छोटं फक्त मुद्देसूद पत्रच लिहिता आलं नव्हतं.

२१ नोव्हेंबर १९३९

माझ्या छोट्या व्हेरुस्कास,

मला आशा आहे की, हे पत्र तुला मिळेल तोपर्यंत तू बरी झालेली असशील आणि पूर्वीप्रमाणे पुन्हा आनंदी असशील. तू पूर्णपणे बरी झाली नसशील

तरी दु:खी होऊ नकोस. माझ्या लाडके, तुझ्याजवळ तिथे असलेल्या खेळण्यांबरोबर खेळ. त्यांना सांग की तुझ्या इथल्या घरी आयुष्य कसं आहे, आणि तुझ्यावर खूप प्रेम केलं जातं आणि सतत तुझाच विचार चालू असतो. आणि बेटा, माझ्यावर विश्वास ठेव, जेव्हा आपण सर्व पुन्हा एकत्र असू – ती वेळ नक्की येईल म्हणून आनंदी राहा. धीर धर आणि घरच्या आठवणीने उदास होऊ नकोस. आम्ही आपली मोठी जेवणाची खोली शाळेसाठी वर्ग म्हणून वापरायला दिली आहे, हे ऐकून तुला आश्चर्य वाटेल. कारण त्यांच्याकडे जागा खूपच कमी पडत होती. शाळा पुन्हा सुरू होण्याच्या उद्याच्या दिवसाची मी वाट बघतेय. आसपास पुन्हा मुलं बागडणं किती छान असेल!

आज दाट धुकं आहे. पण तरी सूर्य चमकतोय आणि तुझं प्रेम घेऊन येतोय. असं वाटतंय की, सूर्यप्रकाश आज जास्त तेजस्वी आहे. जणू काही तो सांगतोय, आज तुझी व्हेरा तुला प्रेम आणि सुंदर आनंदी विचार पाठवतेय. तिच्याबरोबर खूश राहा! रोज रात्री मी ताऱ्यांकडे बघते आणि ते मला सांगत असतात – 'श्रद्धा ठेव.' हो, आम्ही श्रद्धा, विश्वास ठेवलाच आहे. म्हणून माझ्या प्रिय मुलींनो, आरोग्यपूर्ण राहा, खूश राहा! विश्वास ठेवा, तुम्हाला त्या सज्जन माणसांकडे पाठवून आम्ही योग्यच केलं. त्या सर्वांना आमची आठवण ठेवायला सांग. आम्ही त्यांच्यावर खूप प्रेम करतोय आणि त्यांच्या आनंदासाठी, सुखासाठी इथे प्रार्थना करतोय, हे त्यांना सांग. डोरोथीला आमच्यातर्फे पापी दे. तू जर चांगली बरी झाली असशील, लिहू शकत असशील; तर नक्की पत्र पाठव. प्लीज हं! आम्हाला सध्या तरी खूप सहनशीलतेनं राहावं लागणार आहे आणि फक्त आपल्या आठवणीतच समाधान मानावं लागणार आहे.

खूप खूप प्रेम आणि हजारो पापे....

तुझी,
मामिन्का

आईचं हे पत्र मला पुढे खूऽप दिवस पुरवावं लागलं....

४

माणसाने आशा कधीही सोडू नये

हवाई हल्ले अजून सुरू झाले नव्हते म्हणून इंग्लंडमधला माझा पहिला नाताळ रेनफोर्ड कुटुंबाबरोबर घालवण्यासाठी मी लिव्हरपूलला गेले. ते सर्व दिवस आनंदात जावेत म्हणून त्यांनी खूप काही केलं. त्यांनी भेटवस्तू, हिंडणं-फिरणं ह्यावर त्यांच्या कुवतीपेक्षा जास्त खर्च केला. घरची आठवण विसरू नये म्हणून मी खूप प्रयत्न केला. नव्या वर्षाच्या सुरुवातीलाच मी ईव्हाच्या मैत्रिणींना भेटणार आहे, ह्या विचाराने स्वत:ला आनंदी ठेवलं.

आमची ती भेट काय छान झाली, म्हणून सांगू! बंटीचं ते प्रशस्त घर... त्यापुढची सुंदर, स्वच्छ राखलेली हिरवळ आणि बंदरापलीकडचा अतिशय रमणीय देखावा... हे सगळं ईव्हाने वर्णन केल्यापेक्षाही सुंदर होतं; आणि मला त्या घरी एकदम माझ्या घरच्यासारखं वाटलं. तिथले दोन आठवडे भुर्रकन उडून गेले. छानपैकी हिंडणं-फिरणं... जेवणाच्या टेबलाभोवती किंवा खोलीतल्या फायर प्लेसजवळ बसून सर्वांनी खेळलेले बैठे खेळ... त्यांच्या खूपशा मित्र-मैत्रिणी आणि नातेवाइकांच्या भेटीगाठी... अशा अनेक कार्यक्रमांत छान दिवस गेले. सगळ्यात मला आवडलेली गोष्ट म्हणजे, त्यांच्याकडचा 'वॉच' नावाचा मेंढपाळ कुत्रा आणि त्यांची गुबगुबीत 'केलर' नावाची मांजर. तिला तर मी माझ्या गादीवर घेऊन बसत असे!

आणि अर्थातच माझ्याबरोबर ईव्हा होती. आता आई-बाबांबरोबरचा पत्ररूपी सहवास जवळजवळ संपला होता. ती जणू काही माझी छोटी आईच बनली. मी काय काय करतेय, माझ्या मनात काय विचार चालले आहेत, हे सर्व तिला जाणून घ्यायचं असायचं. ती हळूहळू आईची भूमिका बजावायला लागली होती.

ईव्हा पहिल्यापेक्षा आता जास्त गंभीर झाली होती. फायर प्लेससमोर, फरशीवर खाली बसून ती शांतपणे ज्वाळांकडे बघत बसलेली खूपदा मला दिसायची. मी मग त्याबद्दल माझ्या दैनंदिनीत लिहिलं –

ईव्हा सारखी ज्वाळांकडे एकटक बघत बसते. मी तिला एकदा त्याबद्दल विचारलं की, ती अशी काय बघते? तर ती उद्गारली, "त्या ज्वाळेकडे बघ. एका

क्षणी ती उंच जाते, दुसऱ्या क्षणी खाली येते. पण ठिणगी मात्र कायम राहते. आशा ही त्या ज्वाळेप्रमाणे आहे. एका क्षणी ती खूप अनावर होते; तर दुसऱ्या क्षणी ती जवळजवळ संपल्यात जमा होते. पण एक ठिणगी, एक स्फुल्लिंग मात्र उरतो! आपण कधीही आशा सोडता कामा नये. शेवटी स्वातंत्र्य मिळेलच.''

मला तिचे विचार खूप आवडले.

ईव्हा तिच्या बोर्डिंग स्कूलला गेली, तेव्हा मीपण तिच्याबरोबर गेले. तिथे घालवलेले ते दोन आठवडे माझ्या मनाला खूपच अस्थिर आणि अस्वस्थ करून गेले. एका चर्चच्या उदास, भकास हॉलमध्ये भरत असलेली माझी कौन्सिलची शाळा कुठे आणि ईव्हाच्या शाळेचा भव्यपणा कुठे! मग माझ्या मनात तसे विचार तेव्हा आले असतील तर त्यात फार काय आश्चर्य? अर्थातच आमच्या शाळेची ही व्यवस्था युद्धकाळातील शिक्षकांची अपुरी संख्या, सामग्री आणि सुविधांचा तुटवडा ह्यामुळे तात्पुरतीच होती.

आत्ता ईव्हाच्या बोर्डिंग स्कूलला युद्ध आणि बंधनं यांचा कसलाही स्पर्श झालेला नव्हता. मला माहीत असलेल्या गोष्टींपेक्षा इथे सगळंच पूर्ण वेगळं होतं. भव्य इमारती, छानशी जोपासलेली मैदानं, उत्कृष्ट शिक्षक, महागडे उंची गणवेष... हे जणू काही दुसरंच जग होतं!

माझ्या दैनंदिनीत मी त्याबद्दल लिहिलंय : इथं किती छान आहे! ह्या शाळेतलं जीवन मला आवडलंय. मला जोपर्यंत इंग्लंडमध्ये राहावं लागणार आहे तोपर्यंत इथेच राहावं, अशी माझी खूप इच्छा आहे.

पण मला माहिती होतं की, जानेवारीच्या अखेरीस मला इथून जावंच लागणार होतं. मला ते जाणं मला खूप जड गेलं! बूटलला परत गेल्यावर मी माझ्या डायरीत लिहिलं –

> ईव्हाबरोबरचे दिवस पटकन उडून गेले. बुधवार कसा उजाडला, ते समजलंच नाही. ओ! तो बुधवार मला मुळीच आवडला नाही. कारण त्याने येण्याची खूपच घाई केली. अर्थातच मला माहीत होतं की, मी त्याला थांबवू शकणार नव्हते; पण बुधवार उजाडण्याआधीच एक छान, आश्चर्याची गोष्ट घडली. मंगळवारी मी माझी सूटकेस भरत असताना सहज बाहेर नजर टाकली, तर बर्फवृष्टी होत होती! मग सूटकेस भरायची सोडून मी आकाशाकडे बघितलं आणि परमेश्वराकडे याचना केली की, खूप खूप बर्फ पडू दे म्हणजे लिव्हरपूलहून मला घेऊन जाण्यासाठी कुणाला प्रवास करता येणार नाही!
>
> थोड्या वेळाने ईव्हा आत आली. तिला पाहून मला आश्चर्यच वाटलं,

कारण ती तेव्हा घरी असण्याची वेळ नव्हती. तिने माझ्याकडे एक कटाक्ष टाकला, अन् म्हणाली, ''व्हेरा, रेनफोर्ड मम्मी तुला घ्यायला येऊ शकत नाहीए, कारण बर्फवृष्टीमुळे रस्ते खूप खराब झाले आहेत!''

ह्यासारखी दुसरी आनंदाची बातमी माझ्यासाठी कोणतीच नव्हती!

दुर्दैवाने, माझं परत जाणं फार काळ लांबलं नाही. शुक्रवारी रेनफोर्ड मम्मी आल्या आणि शनिवारी मला निघावं लागलं. मला वाटलं की, माझं हृदय आता विदीर्ण होणार...

शनिवारी सकाळी नाश्त्यानंतर मी धावत-पळत मुलींचा निरोप घ्यायला शाळेत गेले. मला खूप रडायला येत होतं. आम्हाला स्टेशनवर नेण्यासाठी मोटार आली आणि वाटेतच मला खूप रडू कोसळलं. ईव्हाने मला समजावण्याचा प्रयत्न केला, पण तिचेही डोळे खूप भरून आले होते.

माझी प्रिय ईव्हा! खरं तर तिलाही प्रोत्साहन आणि सल्ल्याची खूप गरज होती. तरीही तीच मला सतत प्रोत्साहन देत असे आणि मला मार्गदर्शन करत असे. एवढ्या मोठ्ठ्या जगात तिच्यापेक्षा चांगली बहीण शोधून सापडली नसती.

स्टेशनात गाडी येऊन उभी होती. ईव्हा दिसेनाशी झाल्याबरोबर माझ्या रडण्याचा बांध फुटला आणि मी खूप रडले. आम्ही सर्व दिवसभर प्रवास करत होतो. येतानाचा जो प्रवास मला माझ्या आवडत्या ईव्हाकडे जायच्या कल्पनेने सुंदर वाटला होता, तोच आता कंटाळवाणा झाला; कारण मी तिच्यापासून दूर-दूर जात होते...

लिव्हरपूलला पोहोचल्यावर मी लगेचच तिला पत्र लिहिलं.

मार्गेरीमावशीकडे परतल्यावर शाळेचं नवं सत्र सुरू झालं. लवकरच मी नव्या दिनक्रमात रुळले. माझं इंग्लिश आता पुष्कळ सुधारलं होतं. त्यामुळे मी वृत्तपत्र आणि मासिक चाळत असे, रेडिओ ऐकत असे; जेणेकरून झेकोस्लोव्हाकियाची किंवा त्यासंबंधात काही बातमी कळावी. जेव्हा जेव्हा झेक संगीत लागत असे, तेव्हा मला आनंदाने रडू येत असे. जेव्हा जेव्हा झेकोस्लोव्हाक सैन्याचा उल्लेख होत असे, माझा ऊर अभिमानाने भरून येत असे. हे सैनिक माझे व्यक्तिगत आदर्श होते, कारण ते आमच्या देशाच्या स्वातंत्र्यासाठी, पर्यायाने माझ्या घरी परत जाण्यासाठी लढत होते.

मला ह्या गोष्टीची थोडी कल्पना होती की, १९३९च्या वसंत ऋतूतच, झेकोस्लोव्हाकियातून भूमिगत होऊन फ्रान्सच्या आश्रयास आलेल्या लोकांनी लष्करी विभाग स्थापन करण्यास सुरुवात केली होती. त्याचं नेतृत्व डॉ. एडवर्ड बेन्स करत

होते. प्रेसिडेंट मसारेक ह्यांच्या नंतर १९३५मध्ये बेन्स हे झेकोस्लोव्हाक प्रजासत्ताकाचे दुसरे अध्यक्ष झाले होते. बेन्स हे अतिशय हुशार व उत्तम राजकारणी होते आणि पहिल्या जागतिक महायुद्धात ते मसारेक ह्यांच्या बाजूने लढले होते. तेव्हा हद्दपार करण्यात आलेले बेन्स पुन्हा स्वातंत्र्यलढ्याचं नेतृत्व करत होते आणि माझ्यासारख्या हजारो निर्वासितांच्या आशा त्यांच्यावर केंद्रित झाल्या होत्या. देवमाणूस म्हणूनच मी त्यांना मानत होते आणि त्यांच्या सुरक्षिततेसाठी मी प्रार्थना केली.

जे जे काही 'झेक' म्हणून आहे त्याविषयीची माझी उत्कट इच्छा जाणून आणि इतर झेक व्यक्तींसाठीपण रेनफोर्ड व मार्गेरीमावशी ह्यांनी काही माहिती मिळवली. लिव्हरपूल हॉलला निर्वासितांची बैठक किंवा कार्यक्रम केव्हा केव्हा होतो, ते रेनफोर्ड डॅडींना समजलं. एकदोनदा मी तिथे प्रवास करून गेले, पण माझ्याशिवाय तेव्हा कुणीच उपस्थित न राहिल्याने माझी खूप निराशा झाली. पुढे, नंतरच्या कार्यक्रमांनी ती कसर भरून काढली. मार्च १९४०मध्ये केव्हातरी माझ्या दैनंदिनीत मी त्या बैठकीविषयी लिहिलं –

> मी आणि डोरोथी झेकोस्लोव्हाकिया, ऑस्ट्रिया, पोलंड व आणखी काही देशांतून आलेल्या निर्वासितांच्या छोट्या मेळाव्याला गेलो होतो. पहिल्यांदा त्यांनी ऑस्ट्रियन गाणी म्हटली. नंतर त्यांनी एक झेक कविता आणि झेक गाणी म्हटली. परक्या देशात झेक संगीताचे सूर कानावर पडणं, हा एक आश्चर्यकारक अनुभव होता. ते सूर ऐकताना मला काय वाटलं, ते वर्णन करण्यास माझ्याजवळ शब्द नाहीत...
>
> ...मध्यंतरात माझी एका झेक सद्गृहस्थाशी गाठ पडली. दुसऱ्याच दिवशी रविवारी, त्यांनी आम्हाला दुपारी जेवायला बोलावलं. झेकोस्लोव्हाकियातून त्यांनी पोलंडला पलायन केलं, पण तिथे त्यांना पकडून तुरुंगात डांबण्यात आलं. तिथून त्यांनी कशीबशी आपली सुटका करून घेतली.
>
> त्या दिवशी खूप वेळ बेचैनीमुळे मला झोप आली नाही.
>
> रविवार - मेजवानीचा दिवस.
>
> आम्ही गावात गेलो आणि काही झेक लोक राहत होते, ते वसतिगृह शोधून काढलं. आमचं जेवण झालं. प्रथम सूप, मांस व फळं असा जेवणाचा बेत होता. साधारण अकरा झेक लोक तिथे आले होते. त्यांच्यापैकी एकानं मला काही लिखाण दाखवलं. मला त्यातलं खरं तर फारसं काही कळलं नाही. नंतर चहा आला. झेक पाव आणि मासे. मी मासे न खाता फक्त पावच खाल्ला. तोही सुकाच. इतर पदार्थांपेक्षा तोच चविष्ट होता!
>
> घरी परत आल्यानंतर मी गृहपाठ केला आणि झोपायची तयारी केली.

गुड नाइट! छोट्या पोटा, आज तुझा दिवस छान गेला. हो ना?

असे काही प्रसंग म्हणजे माझ्यासाठी शक्तिवर्धक औषधंच असायचे. अर्थातच ते खरं तर खूप दुर्मीळ होते.

त्याच सुमारास झेकोस्लोव्हाकियात जर्मन लोक ज्यू धर्मीयांना वाईट वागणूक देत आहेत, अशा तऱ्हेच्या अस्वस्थ करणाऱ्या बातम्या माझ्या कानांवर येऊ लागल्या.

छळछावण्यांमधली भयानक परिस्थिती कल्पनेच्या पलीकडची होती. अजून कुणाला त्याविषयी माहिती नव्हती. छळ अजून सौम्य प्रकारचा होता. उद्योगधंदे, दुकाने, मालमत्ता यांवर जप्ती आणली गेली होती. काही स्वातंत्र्यावर बंधनं आली होती. ज्यू मुलांना शाळाप्रवेश रोखण्यात आला होता. ज्यू धर्मीयांना हलक्या दर्जाची वागणूक दिली जात होती. इतपतच मला माहिती होती.

ह्या सगळ्या गोष्टींमध्ये मला तेव्हा फारसं तथ्य वाटलं नाही. माझ्या आई-बाबांसारख्या निष्पाप लोकांचा छळ करण्याची कुणाला इच्छा असेल, अशी कल्पनाच मी करू शकले नव्हते. त्यांना त्यातून नक्कीच वगळलं जाईल, असं मला वाटायचं. पण मग जर नाझी सैनिकांनी आमचा व्यवसाय, आमचं घर घेऊन टाकलं तर काय? मी काहीशी गोंधळून गेले. माझ्या दैनंदिनीत मी लिहिलं,

> 'हे प्रिय परमेश्वरा, असं काहीतरी आहे, जे मला शोधायला आणि समजायला कठीण जातंय अन् स्वस्थता आणि मदतीसाठी मी तुझ्याकडे आशेनं बघतेय. मी रविवारी रेडिओवर त्याविषयीची बातमी ऐकली की – माझ्या देशात ज्यू लोकांना खूप वाईट वागणूक दिली जातेय.'
>
> मला माझ्या आई-बाबांची आठवण आली आणि ते ह्या परिस्थितीला कसं तोंड देत असतील याचा मी विचार करू लागले. बऱ्याच दिवसांपासून त्यांच्याकडून काहीच बातमी कळलेली नाही. तरीही पत्रांशिवाय ते सदैव आमच्याबरोबर आहेत, त्यांचं अस्तित्व आम्हाला जाणवतं आणि मला असं वाटतं की, त्यांना पण आमचं अस्तित्व नक्कीच जाणवत असावं.
>
> माझ्या मनात असे विचार येऊ लागले की, 'मी जेव्हा घरी परत जाईन तेव्हा मी पहिल्यासारखी नसेन. कदाचित मार्टपेक्षा मी गरीब झालेली असेन... माझ्या जुन्या मित्र-मैत्रिणींपेक्षा पण गरीब झालेली असेन, पण मी आनंदानं, घरी जायची घाई नक्कीच करीन. अगदी छोट्या गरीब घरीसुद्धा चालेल. इंग्लंडमधल्या ह्या भव्य प्रासादापेक्षाही ते घर आरामदायी असेल आणि ऊब आणण्यासाठी कोळसा विकत घेण्यासाठी आमच्याजवळ पैसे

> नसतील तरी तिथे प्रेमाची आणि मायेची ऊब असेल, कारण ते आमचं घर असेल. जगातल्या अत्यंत सुंदर देशातलं आमचं घर!...'

आई-बाबांना काही त्रास होत असेल, ह्या भीतीने मला खूप अस्वस्थ वाटू लागलं. मला ते सहन होईनासं झालं. साहजिकच अशा परिस्थितीत दिलासा मिळण्यासाठी मी ईव्हाकडे धाव घेतली.

माझ्या दृष्टीनं ईव्हा आता खूप बदलली होती. सुरुवातीची अधिकार गाजवणारी, पटकन चिडणारी ईव्हा आता एखाद्या साधुसंताप्रमाणे शांत झाली होती. आणि एखाद्या येशूच्या दूतासारखी ती बोलायची. माझ्यासाठी ती जगातली सर्वांत महत्त्वाची व्यक्ती होती. आई-बाबांच्या पत्रामुळे जो दिलासा, शांती मला मिळत होती; आता पत्रं येत नसल्यामुळे तीही नव्हती. कदाचित त्यांना धोका असू शकतो, ह्या जाणिवेने मला जास्तच असुरक्षित वाटायला लागलं. मी खूपच गोंधळून गेले होते. कितीही प्रयत्न केला तरी मला हे समजेना की, तेच का? 'ज्यू' असण्यात काय चूक होती? याचा युद्धाशी काय संबंध?

आई-बाबांची कधीतरी येणारी त्रोटक पत्रं वाचूनदेखील मला कशाविषयीच विश्वास वाटला नाही.

ईव्हाने प्रयत्नांची पराकाष्ठा केली आणि संबंध युद्धकाळात मी दु:खी होऊ नये म्हणून, माझ्यावरच्या आघातांची तीव्रता कमी व्हावी म्हणून आणि भविष्यावरचा माझा विश्वास उडू नये म्हणून, ती सतत मला समजावत राहिली.

'काळजी करणं सोडून देण्याचा प्रयत्न करत राहा.' ती मला लिहायची, ''आनंदी राहा, मजा करत जा आणि शाळेत अभ्यास, मेहनत करत जा. सगळं काही चांगलं होईल, असा सतत विश्वास बाळग. तू तसंच करावं, अशीच 'त्यांची' इच्छा आहे आणि त्यामुळेच तू 'त्यांना' खूश करू शकशील.''

मी माझ्या बहिणीकडे अगदी भक्तिभावाने पाहायचे. तिची पूजा करायचे. पण मग मला तिचीही काळजी वाटायची. ती खूप अभ्यास करत असेल तर... तिला घरची खूप आठवण येऊन ती उदास झाली तर... ती आजारी वगैरे पडली तर? त्या वसंत ऋतूत एके दिवशी मी माझ्या दैनंदिनीत लिहिलं,

> 'प्रिय परमेश्वरा, आज रात्री मला तुला खूप काही सांगायचं आहे. मला खूपच काळजी वाटतेय. ईव्हाकडून खूप दिवसांत काही कळलं नाही. खरं तर फक्त पाचच दिवस झालेत, पण मला खूप वर्षं झाल्यासारखी वाटत आहेत. सध्या ती खूप अभ्यास करत असेल म्हणून लिहिलं नसेल तर ठीक आहे; मला काही वाटणार नाही. पण त्यांच्या शाळेत सध्या गोवराची साथ

> चालू आहे. तो आजार तसा खूप गंभीर नाही, पण खूप संसर्गजन्य आहे. कदाचित तिला तो होऊ शकेल, ह्याची मला खूप भीती वाटतेय. भगवंता, तू सगळं जग तुझ्या हातात घे; माझी विनंती आहे, तिला गोवर होणार नाही असं काहीतरी करशील का? कारण काही झालं तरी ती माझ्यासाठी 'खास' व्यक्ती आहे. माझ्या बहिणीसारखी बहीण कुणालाच नाही आणि तिच्यासारखीच चांगली बहीण असावी, अशी कुणाची इच्छा नसणार?'

मला कुणीतरी धीर देण्याची, प्रोत्साहन देण्याची गरज होती. एके दिवशी मग आश्चर्य घडलं. मी शाळेतून घरी आल्या आल्या मार्गेरीमावशी हसून मला म्हणाली, "माझ्याकडे तुझ्यासाठी सुंदर गंमत आहे." आपल्याला झालेला आनंद आणि खुशी तिला लपवता आली नाही, कारण ती छान बातमी तिच्याकडे होती. ती पुढे म्हणाली, "तुझ्यासारखीच एक छोटी झेक मुलगी मला माहीत झाली आहे. ती तुझ्याच वयाची आहे. ती लँकेशायरला राहते आणि तिचं नाव 'ओल्गा' आहे."

माझा माझ्या कानांवर विश्वास बसेना! इतके महिने मी इंग्लंडला असल्यापासून ईव्हा सोडून जे देशबांधव मला भेटले; ते सगळे माझ्यापेक्षा वयाने मोठे, वयस्कर होते. अर्थातच जुळ्यांची एक जोडी होती. पण ते खूप लहान होते आणि अजून बोलूपण शकत नव्हते आणि आता माझ्याच वयाची एक मुलगी! खरं वाटणार नाही इतकी ती चांगली गोष्ट होती.

मार्गेरीमावशीने त्वरित हालचाल करून ओल्गाला त्या रविवारी बोलावलं. ओल्गा थोडी लाजाळू आणि माझ्यापेक्षा एका वर्षाने मोठी होती. तिचे केस काळेभोर होते आणि चेहऱ्यावर थोडे काळसर डाग होते. आम्ही दोघीही एकमेकींना भेटण्यासाठी खूप उत्सुक होतो.

आम्ही बोलायला सुरुवात केल्याबरोबर तिचा लाजाळूपणा कुठच्या कुठे पळून गेला. आम्ही बोलतच बसलो आणि काय काय गप्पा मारल्या, एकाच गादीवर झोपलो. रात्रभर चिवचिवाट करत एकमेकींना जागं ठेवण्याचा खूप प्रयत्न केला.

ओल्गा पण ज्यू होती आणि ती आई-वडिलांना सोडून आली होती. सध्या ती एका अत्यंत धार्मिक प्रवृत्तीच्या 'मेथॉडिस्ट' दाम्पत्याबरोबर राहत होती. दर रविवारी तिला चर्चमध्ये जायला लागायचं आणि पियानो वाजवायला लागायचा. मी ज्या ट्रेनने प्रागहून आले, त्याच ट्रेनने ती पण प्रागहूनच आलेली होती आणि आता ती एका खेड्यात राहत होती. तिचे इथले वडील शाळेत मुख्याध्यापक होते. तिला पुष्कळ मैत्रिणी मिळाल्या; पण एखादी 'झेक' मैत्रीण मिळावी, अशी तिची खूप इच्छा होती. त्या आठवडाअखेरीस आमची भेट झाल्यामुळे आम्हाला खूपच आनंद झाला. आमची मैत्री 'खास' होती आणि ती मैत्री ह्या दिवसापर्यंत आजपण तशीच

'खास' राहिली आहे.

युद्धाबद्दलची बातमी आता फारच गंभीर होती. पूर्ण युरोपभर संचार करण्यापासून हिटलरला कुणीच रोखू शकलं नाही. तो एकामागून एकेक देश काबीज करत चालला होता आणि दोस्त राष्ट्रांना शरण येण्यास भाग पाडत होता. दि. १५ मे १९४० रोजी हॉलंडचा पाडाव झाला आणि आई-बाबांशी संवाद साधण्याचा आमचा महत्त्वाचा, उरलासुरला दुवा तुटून गेला! त्यानंतर त्यांच्याकडून येणारी त्रोटक पत्रंपण आम्हाला येईनाशी झाली.

त्यांचं शेवटचं पत्र काही दिवसांपूर्वी मिळालं होतं. त्याविषयी मी माझ्या डायरीत केलेली नोंद अशी आहे –

> ...शाळेत मी अभिमानानं सगळ्यांना सांगत सुटले, "माझ्या घरून बातमी आलीय; माझ्या आई-बाबांचं पत्र! हा हा हा! व्वा!" इतर कुठल्याच गोष्टीनं झाला नसता एवढा आनंद मला ह्या गोष्टीनं झाला. त्या रात्री झोपताना मी त्यांच्यासाठी आणखी खास प्रार्थना म्हटली आणि परमेश्वराचे खूप खूप आभार मानले.

जर्मन हवाईदलाने फ्रान्समध्ये केलेला बॉंबवर्षाव व मशिनगन्सने केलेला हल्ला ह्यांमुळे व तोफांच्या माऱ्यांनी उद्ध्वस्त झालेल्या डंकर्क या ठिकाणी ब्रिटिश व इतर दोस्त राष्ट्रांनी माघार घेतली. दरम्यान, दक्षिण इंग्लंडमध्ये अशा सर्व प्रकारच्या बोटी – मच्छीमारीच्या, हौशी पर्यटनाच्या, वाफेच्या, खासगी, क्रीडानौका – ह्या रॉयल नाविक दलाच्या सर्व बोटींबरोबर समुद्रावर एकत्र आणल्या गेल्या. मे महिन्याच्या शेवटी ह्या बोटींनी डंकर्कच्या किनाऱ्यावर अडकून पडलेल्या ३,३८,००० सैनिकांची सुटका केली.

झेकोस्लोव्हाक सैन्यालापण ब्रिटनमध्ये हवाईमार्गे आणले गेले. त्यांच्यापैकी बरेच सैनिक जखमी झाले होते. काहींना लिव्हरपूलच्या इस्पितळात हलवण्यात आले. युद्धकार्यात थोडा का होईना, पण माझा सहभाग देण्याची संधी ह्यामुळे मला मिळाली. बऱ्याच झेक सैनिकांचा इंग्लंडमधील कुणाशीही परिचय नव्हता आणि ते साहजिकच होतं. हॉस्पिटलमध्ये असलेल्या सैनिकांना कुणातरी मित्राची गरज होती, ते एकाकी होते. अखेर, काहीतरी विधायक कार्य करायला मिळणार, म्हणून मला बरं वाटलं. डोरोथीच्या मदतीने मी लिव्हरपूलच्या हॉस्पिटलशी संपर्क साधला आणि ज्या जखमी झेक सैनिकांना मला भेटावंसं वाटेल, त्यांची भेट घेण्याची इच्छा मी प्रदर्शित केली. काही झालं तरी ते माझ्या दृष्टीनं हीरो होते आणि माझी काहीतरी मदत होतेय, म्हणून मला गौरवास्पद वाटत होतं!

लवकरच मी हॉस्पिटलला नियमित भेटी देऊ लागले. त्यांना भेटायला आलेली व्यक्ती एक छोटीशी मुलगी आहे, ह्याचं सुरुवातीला त्यांना आश्चर्य वाटलं. पण नंतर ते जखमी सैनिक मी गेले की खूश होत असत.

मी लाजाळू स्वभावाची नव्हते आणि इंग्लंडमधलं जेवढं माहिती असायला पाहिजे तेवढं मला माहिती आहे, ह्या विचारामुळे, मी तिथे खूप वर्षे राहिलेय, या आविर्भावात त्यांच्याशी गप्पा मारत असे! पण ते झेकोस्लोव्हाकियातून कसे निसटले, प्रत्यक्ष युद्धाबद्दल आणि खूप काही गोष्टींबद्दलची माहिती विचारून मी त्यांचा पिच्छा पुरवत असे! काही वेळा ते मला झेकमध्ये पत्र लिहायला सांगत किंवा इंग्लिश भाषेतदेखील सांगत; त्यामुळे आपण खूप मोठ्या झालो आहोत आणि महान आहोत, असं मला वाटायला लागलं. काही जण झेकोस्लोव्हाकियातील त्यांच्या कुटुंबीयांना ते जिवंत असून सुखरूप आहेत, अशी बातमी रेड क्रॉसतर्फे कळविण्यास उत्सुक असत.

काही सैनिक इतके आजारी होते की, ते बोलूपण शकत नव्हते. त्यांतला एक जण मला आठवतोय. सुरुवातीला मला तो खूप आजारी आहे, असं वाटलं नव्हतं. तो माझ्याबरोबर चेष्टामस्करीपण करत असे आणि मला तो त्याची 'अकरा वर्षांची खोडकर मुलगी' म्हणत असे. नंतर त्याची तब्येत खूप खालावली आणि त्याचा मृत्यू होणार, अशी मला शंका आली. नंतर नंतर शेवटी त्याच्या खोलीत जाण्यास मला मनाई करण्यात आली. तरीही मी हळूच त्याच्या खोलीत गेले आणि त्याचा हात हातांत घेऊन बसले. मला खूप भीती वाटत होती; पण त्याला एकाकी वाटू नये, असं मला वाटलं होतं.

त्याच्याजवळ फक्त एका छोट्या अकरा वर्षांच्या मुलीशिवाय कुणीही नातेवाईक, मित्र नव्हते – ही किती दुःखदायक गोष्ट होती!

बहुतेक सैनिकांच्या फ्रान्समधल्या आठवणी इतक्या क्लेशदायक आणि भयंकर होत्या की, त्याबद्दल शब्दही उच्चारण्यास ते तयार नसत. त्यांच्यापैकी एक तरुण सैनिक मात्र आनंदी होता. त्याच्या पायाला जखम झाली होती. मित्रत्वाच्या नात्याने त्याचे काही अनुभव वर्णन करायला तो तयार झाला, "माझ्या युनिटच्या प्रत्येकाला बंदुकीच्या फक्त आठ गोळ्या देण्यात आल्या." तो सांगत होता, "मग त्या सर्व वापरून टाकून पळण्याखेरीज आमच्याजवळ मार्ग नव्हता." त्याच्या सहकाऱ्यांपैकी काही जायबंदी झाले अन् मारले गेले किंवा काही पकडले गेले. "मी बचावलो, कारण दोघांनी मला ओढत बोटीकडे आणलं." तो म्हणाला. तो पुढे म्हणाला की, "मला वाटतं, हे सगळं घडत असताना तू खेळण्यात आणि मजा करण्यात दंग होतीस. होय ना? तू भाग्यवान आहेस!"

त्याला मी जरा कौतुकानंच म्हटलं की, माझा रिकामा वेळ मी सैनिकांसाठी

पायमोजे विणण्यातच घालवलाय. शाळेमध्ये आम्हाला एक लक्ष्य देण्यात आलं होतं की, जी मुलगी जास्तीत जास्त पायमोज्यांच्या जोड्या विणेल, तिला त्या सत्राच्या शेवटी बक्षीस दिलं जाईल. 'मला खात्री होती की मलाच बक्षीस मिळेल', कारण सगळ्यांपेक्षा मी दुप्पट वेगानं विणत असे. अर्थातच इंग्लिश पद्धतीपेक्षा झेक पद्धत खूप चांगली आणि जलद असते.

नेहमीप्रमाणे ह्या वेळीपण माझंच बरोबर होतं. सगळ्या युरोपात झेक पद्धतच खूप जलद असते. कुठल्यातरी एका प्रेरणेने मी त्या सैनिकाला पुन्हा भेटायला जाताना स्वत: विणलेला मोज्यांचा एक जोड दिला. त्यानं माझे आभार मानले आणि चेहऱ्यावरचं हास्य ढळू न देता तो मला म्हणाला, ''मी एका वेळेस ह्या जोडीतला एकच मोजा घातला, तर तुला वाईट वाटणार नाही ना? कारण डॉक्टरांना माझा डावा पाय कापावा लागलाय.''

नंतर केव्हातरी हाच सैनिक प्रकृती सुधारत असताना मला भेटला. त्याला असं कुणीतरी सांगितलं की, ''तो निसटल्यानंतर जर्मन सैनिकांनी पकडलेल्या झेक युनिटमधल्या बारा अधिकारी आणि दहा जवान यांना निवडून त्यांना प्रागला पाठवून देण्यात आलं. तिथे 'टाऊन स्क्वेअर' (गावातल्या जुन्या चौकात)मध्ये त्यांना गोळ्या घालून मारून टाकलं गेलं!'' त्याला अशी कुठेतरी आशा वाटली की, कदाचित ही अफवा असू शकेल.

त्याच्याकडून ही हकिगत ऐकल्यावर मी लगेच माझ्या डायरीत लिहिलं —

> 'ही घटना जर खरी असेल आणि इतरांना दहशत बसावी म्हणून, ताकीद द्यावी म्हणून जर्मनांनी त्यांना गोळ्या घातल्या असतील; तर परक्या भूमीवर मरण येण्यापेक्षा स्वत:च्या देशात मरण आल्यामुळे त्यांना किती आनंद झाला असेल!'

ब्रिटनमध्ये एकंदरीत उदास वातावरण होतं. पंतप्रधान चेंबरलेन ह्यांनी राजीनामा दिला होता आणि विन्स्टन चर्चिल नवे पंतप्रधान झाले होते. डंकर्क इथल्या पराभवानंतर हिटलरबरोबर शांततेसाठी तडजोड करण्यासाठी त्यांनी नकार दिला होता. तेव्हा त्यांनी रेडिओवर जनतेला उद्देशून एक भाषण केलं होतं. त्या सुप्रसिद्ध भाषणातील त्यांचा तो निश्चयपूर्वक आवाज मी कधीच विसरणार नाही! ते म्हणाले होते, ''आम्ही सागरकिनारी लढू, आम्ही शेतात आणि रस्त्यांवर लढू, आम्ही टेकड्यांवर पण लढू; आम्ही कधीही शरण जाणार नाही.''

समुद्रकिनाऱ्यांना काटेरी तारांचं कुंपण घातलं गेलं. काही ठिकाणी सुरुंग लावण्यात आले. आम्हाला गॅस मास्क लावल्याशिवाय बाहेर पडता येत नव्हतं.

प्रकाशबंदीचे नियम जारी केले गेले आणि त्याबरहुकूम सर्वांनी वागण्याचे आदेश दिले गेले. हवाईहल्ल्यांपासून बचाव करण्यासाठी आणखी आश्रयस्थाने उभारली जाऊ लागली. मोयराने शिक्षिकेची नोकरी सोडून नागरीसुरक्षा दलात रुग्णवाहिकेच्या चालकाची नोकरी धरली. तिचे वडील हवाईहल्ला प्रतिबंधक दलाचे प्रमुख बनले. हिटलरचं पुढचं लक्ष्य ब्रिटन असणार, ह्याची सर्वांना कल्पना आली होती आणि सर्व राष्ट्रच मोठे हवाईहल्ले रोखण्यासाठी आणि समुद्रमार्गे कदाचित घुसखोरीची शक्यता असल्यामुळे बचावकार्याच्या तयारीला लागले होते.

सगळीकडे औत्सुक्य, भीती आणि शक्याशक्यता ह्यांनी भारलेलं वातावरण होतं. ही शेवटाची सुरुवात तर नव्हती? मला काही समजेना.

रेनफोर्ड कुटुंब लिव्हरपूल आणि साऊथपोर्ट ह्यांच्या मध्यावर समुद्रकिनाऱ्यालगतच्या एका छोट्या गावी स्थायिक झालं होतं. डोरोथीने मार्गेरीमावशीकडे यायला नकार दिल्यामुळे एन्सडेल जास्त सुरक्षित ठरेल, असं त्यांना वाटलं आणि मीही त्यांच्याबरोबर राहू शकेन, असं पण त्यांना वाटलं. मी लगेचच त्यांच्याबरोबर गेले नाही. मी उन्हाळी सत्र संपलं की नंतर जावं, सध्या आहे तिथेच राहावं, असं ठरवण्यात आलं; म्हणजे माझ्या शिक्षणात खंड पडला नसता किंवा अगदी आवश्यक असेल तेव्हाच शिक्षणात कमीत कमी व्यत्यय कसा येईल, असं बघावं – असं त्यांना वाटलं.

तोपर्यंत मला कुठे राहायची इच्छा आहे, याबद्दल मला स्वत:लाच खात्री नव्हती! इंग्लंडमध्ये आल्यानंतर फार थोडा काळ मी रेनफोर्ड कुटुंबाबरोबर राहिले होते. मला ते खूप आवडायचे, पण मला मार्गेरीमावशीकडील आयुष्याची आता सवय झाली होती. बाह्यत: कठोर दिसणाऱ्या तिच्या स्वभावात जिव्हाळा आणि दयाळूपणा भरलेला आहे, हे मला उमजलं होतं.

योगायोगानं माझ्या मनातला पेच चुटकीसरशी सुटला. डोरोथीला तिच्या वाढदिवसाला नवी सायकल मिळाली आणि तिची जुनी सायकल मला मिळाल्यामुळे मी खूपच खूश झाले. दोन्ही घरं एकमेकांपासून फार लांब नसल्यामुळे मी सायकलवरून ये-जा करू लागले. मी खरोखरीच कुठल्या घराच्या आत पण नव्हते आणि बाहेरही नव्हते!

ह्याविषयी १८ ऑगस्ट १९४० या दिवशी मी माझ्या दैनंदिनीत लिहिलं –

‘शुक्रवारी माझा शाळेचा शेवटचा दिवस होता. रेनफोर्ड मम्मीकडे आता राहायला मिळेल म्हणून मला खरंच आनंद वाटत होता, पण शाळेचा आणि माझ्या मित्र-मैत्रिणींचा निरोप घेताना मला खूप वाईट वाटणार होतं. विशेषत: मार्गेरीमावशीचा निरोप घेताना जड जाणार होतं. मला सगळ्या

गोष्टींची इतकी सवय झाली होती. माझ्या प्रिय जिलची पण खूप आठवण येणार होती हं! पण मी नव्या मैत्रिणी-मित्र जमवेन आणि चांगलं वागण्याचा प्रयत्न करेन. ठीक आहे. जेव्हा केव्हा मला मैत्रिणींना भेटायचं असेल, तेव्हा तेव्हा मी येऊन राहू शकते. मग मला आणखी काय पाहिजे?'

शाळेच्या शेवटच्या दिवशी खरोखरच आनंदाची एक घटना घडली. आधी आमचे रिपोर्ट्स मिळाले अन् मी इंग्लिशमध्ये पहिली आले! त्यानंतर मार्गेरीमावशीने मला रविवारसाठीचा खास ड्रेस घालायला सांगितला. मग ती आणि मोयरा माझ्याबरोबर शाळेत आल्या. मुख्याध्यापिकाबाईंनी त्यांचं स्वागत करून त्यांना स्वयंपाकघरात नेलं. थोड्या वेळाने सर्व शिक्षकांना चहा-बिस्किटं देण्यास मला सांगितलं गेलं. मी किचनमध्ये गेले, तो काय आश्चर्य! माझ्या सन्मानासाठी सुंदर केक्स, बिस्किटं आणि सँडविचेस तयार! शाळेतल्या सर्व जणांनी एकत्र जमून माझ्यासाठी चांदीची एक ताटली आणली होती. मला खूप दिवसांपासून तशी एक ताटली हवीच होती. मग आम्ही छानपैकी चहा घेतला. हे सर्व मार्गेरीमावशीनं केलं. मी तिचे खूप आभार मानले...

१९४०मध्ये, तोपर्यंत छोटं असलेलं माझं जग आवश्यकता म्हणून इंग्लिशपुरतं मर्यादित होतं; ते आता वेगळा आकार घेऊ पाहत होतं.

फ्रान्सच्या पराभवानंतर तिथले पुष्कळ झेकोस्लोव्हाक लोक ब्रिटनच्या आश्रयाला आले. रेडिओवर अन् वृत्तपत्रांतून तशा तऱ्हेच्या बातम्या येत होत्याच; पण माझ्यासाठी आनंदाची बाब म्हणजे झेक भाषेत वृत्तपत्र प्रकाशित होऊ लागलं. त्याचं नाव 'The Czechoslovak' असं होतं. खरं तर माझ्या वयाला ते योग्य नव्हतं, पण ते झेक भाषेत होतं आणि पुढील काही घटनांच्या दृष्टीनं आशादायक होतं. ओल्गा आणि मी नियमितपणे एकमेकींना पत्र लिहीत असू आणि तिला शक्य तेव्हा ती शनिवार-रविवारी येत असे. ती माझ्याबरोबर हॉस्पिटलच्या फेरीसाठी कधी आली नाही आणि त्या फेऱ्या आताशा कमीच झाल्या होत्या. बहुतेक सर्व झेक रुग्ण आता हॉस्पिटलमधून गेले होते.

एक दिवस मला बातमी समजली की, इथे जवळपास कुठेतरी मोटारीने जाण्याच्या अंतरावर झेक सैनिकांचा मोठा तळ आहे. मी मार्गेरीमावशीमागे भुणभुण लावली आणि तिची मनधरणी करत राहिले. शेवटी नाइलाजानं तिनं जॉन अंकलला मला व ओल्गाला तिथे घेऊन जायला सांगितलं. त्या सैनिकीतळाला भेट दिल्यावर मी माझ्या दैनंदिनीत लिहिलं –

'लिव्हरपूलच्या बोगद्यामधून आम्ही वेल्सच्या उत्तरेकडे गाडीनं गेलो. आम्ही

कुठे जाणार होतो, याविषयी कुणाला कल्पना नव्हती. झेक सैनिकांचा तळ! वाटेत आम्हाला काही सैनिक भेटले. आम्ही खिडकीबाहेर डोकं काढून प्रत्येकाकडे पाहून ओरडलो, ''नाझदर – हॅलो!'' आम्ही दोघी 'झेक' होतो, म्हणून आम्हाला सुरक्षा सैनिकाने आत जाऊ दिलं; पण कुणाही इंग्रज माणसाला आत प्रवेश दिला जात नव्हता. तिथे सहाशे किंवा जास्तच तंबू होते आणि काही हजारो सैनिक तिथे होते. आम्ही तिथे जास्त वेळ थांबू शकलो नाही, कारण आम्ही जॉन अंकलना कबूल केलं होतं की, आम्ही लवकर परत येऊ. परतीच्या वाटेवर कितीतरी जणांनी आम्हाला 'हॅलो' म्हणून अभिवादन केलं!'

मला खूप रडायला येत होतं. आनंदानं का वाईट वाटल्यानं, ते मला सांगता येत नाही; पण आतल्या आत मला खूप बरं वाटत होतं. आणि खरंच सांगते, एखादा सैनिक – मग तो कुणीही असो – मला त्याला सांगावंसं वाटायचं की, मी त्याची खूप ऋणी होते. कारण तो माझ्या स्वातंत्र्यासाठीसुद्धा लढत होता. पण एखादा झेक सैनिक जेव्हा मला भेटत असे, तेव्हा माझ्या भावना इतक्या अनावर होत की ते मला सहन होत नसे.

काही आठवड्यांनंतर ओल्गाने आणि मी मार्गेरीमावशीकडे हट्ट धरला की, आम्हाला पुन्हा एकदा त्या सैनिकी तळाकडे जायला परवानगी द्यावी. पण या खेपेस मात्र तिनं ठाम नकार दिला. तिची खात्री पटली होती की, आमचं तिथे जाण्याचं कारण अगदी साधं आणि केवळ देशप्रेम हेच होतं. जॉन अंकलने तिला सांगितलं होतं की, आम्ही जात असताना 'हॅलो'च्या आरोळ्यांत काहींनी वाईट हेतूनं शिट्ट्या मारल्या! त्यामुळे आमच्यासारख्या १२ वर्षांच्या तरुण दिसणाऱ्या दोन छान मुलींना सैनिकी तळाला भेट द्यायला पाठवणं बरोबर नाही, असा शहाणपणाचा निर्णय तिनं घेतला!

माझ्या आई-वडिलांना मी विसरले नव्हते; ते सतत माझ्याबरोबरच असायचे. आता यापुढे त्यांच्याकडून पत्रं येणार नाहीत, ह्या वास्तवाचा मी स्वीकार केला होता. मला कळलं होतं की, मला खूप धीर धरला पाहिजे आणि युद्ध संपण्याची वाट पाहिली पाहिजे. पण मला विश्वास होता की, एक ना एक दिवस सगळं काही चांगलं होईल आणि आम्ही पुन्हा एकत्र येऊ.

अजूनही रोज रात्री मी आई-वडिलांशी बोलायचे. त्या दिवशी घडलेल्या चांगल्या घटनांबद्दल तर सांगायचेच; पण मी काय काय खोड्या केल्या, तेही सांगून टाकायचे आणि त्यांना वचन द्यायचे की, यापुढे मी चांगलं वागायचा नक्की प्रयत्न करेन. एका परीनं तो माझा कबुलीजबाबच असायचा. अशाच एका कबुलीजबाबानंतर

मी माझ्या दैनंदिनीत लिहिलं –

‘मला माहीत आहे की, मी सुधारायला पाहिजे. माझ्यात खूप दोष आहेत, ते मला प्रयत्नपूर्वक दूर केले पाहिजेत. ईव्हाने मला जे सांगितलं, ते बरोबर होतं. पण देवा रे, ते खरंच किती कठीण आहे. ईव्हाची आणि माझी पुन्हा जेव्हा भेट होईल, तेव्हा कदाचित माझ्या स्वभावात जास्त दोष दिसणार नाहीत. नक्कीच नाही! देवा, मी तुला वचन देते, मी कसोशीने प्रयत्न करेन. हेच वचन मी माझ्या मामिन्काला, टॅटिनेकना व ईव्हाला दिलं आणि त्याप्रमाणे मी वचन पाळतेय.

‘व्हेरा, तू ऐकतेयस ना – तुला बदलायलाच पाहिजे!’ मी स्वत:लाच बजावलं!’

कुणाचे वाढदिवस आणि इतर खास दिवस यांबद्दल मी फार संवेदनशील होते. एका रविवारी मी लिहिलं –

‘आज मातृदिन (Mother's Day) आहे – आमच्या परमप्रिय मामिन्काचा दिवस. मागच्या वर्षी साजरा केलेल्या ह्या दिवसाबद्दल मी जेव्हा विचार करते, तेव्हा मला घरी परतण्याची उत्कट इच्छा होते. माझी खूप-खूप आवडती आई गं! आज सकाळी तुला फुलं द्यायला ईव्हा नाही, व्हेरा नाही आणि तुझ्यासाठी आम्ही रचलेली गाणी म्हणायलाही कोणी नाही. पण मला पक्की खात्री आहे, आम्ही जसे आता तुझ्या फोटोकडे बघतो आहोत, तशीच तू पण आमच्या फोटोंकडे बघत असशील; आणि आम्ही जसा आत्ता तुझाच विचार करतो आहोत, तसाच तूही पण आमचाच विचार करत असशील.

‘आई, आजच्या तुझ्या ह्या खास दिवशी तुला उत्तम आरोग्य, सुख, समाधान लाभो, अशी इच्छा आम्ही व्यक्त करतो. आम्ही लवकरात लवकर तुझ्याकडे परत यावं यासाठी आम्ही केलेली प्रार्थना देव ऐको. मग आपल्या घरात एकत्र घालवलेले ते सुंदर क्षण आपण पुन्हा अनुभवू शकू...’

वसंत ऋतूच्या सुरुवातीच्या सत्रालाच मला ब्रर्कडेल सेंट्रल स्कूलमध्ये प्रवेश मिळाला. म्युनिसिपल कौन्सिलच्या शाळेच्या एक पायरी वरची, ही नवी शाळा खूप आधुनिक असून सर्व सोई-सुविधांनी युक्त होती. तिथले सर्व शिक्षक व इतर कर्मचारीवर्ग खूप खेळीमेळीने वागणारा होता. मुख्य म्हणजे शाळेभोवती गोल्फचं

सुंदर मैदान होतं आणि रस्त्याच्या एका टोकाला बंदिस्त जागेत ही शाळा उभारली होती. वाऱ्यामुळे वाहून आलेल्या वाळूचे असंख्य छोटे छोटे ढिगारे या मैदानाच्या आसपास होते. माझ्या दृष्टीनं तिथलं महत्त्वाचं व्यक्तिमत्त्व म्हणजे ह्युजेस. ते त्या शाळेचे मुख्याध्यापक होते. खरं तर मी त्या शाळेत फक्त एकच वर्ष होते, तरी त्यांनी माझ्यासाठी विशेष प्रयत्न केले. आमच्यात एक प्रकारचं मित्रत्वाचं नातं निर्माण झालं आणि पुष्कळ महत्त्वाच्या गोष्टींत मी त्यांचा सल्ला घेत असे. त्यांच्या पुढील आयुष्यात आम्ही नेहमी एकमेकांच्या संपर्कात राहिलो. युद्धात ब्रिटनवर हिटलर कब्जा करेल, असं वाटलं होतं, पण तसं कधी काही घडलं नाही. डंकर्कच्या पराभवानंतर जर्मन बाँबफेकी विमानांनी आपलं लक्ष्य ब्रिटिश गलबतं, हवाईक्षेत्र, विमान फॅक्टरीज यांवर केंद्रित केलं; परंतु त्यांना 'ब्रिटिश रॉयल एअर फोर्स' (RAF)च्या लढाऊ विमानांकडून कडवा विरोध झाला. ह्या हल्ल्यामुळे युद्धविषयक सामग्री तयार होण्याच्या कामात अजिबात खंड पडला नाही. लोकांचं मनोधैर्य खच्ची करण्यातही हे हल्ले अयशस्वी ठरले. उलटपक्षी, हे युद्ध जिंकायचंच, असा लोकांनी दृढनिश्चय केला.

त्या उन्हाळ्यात लंडन व इतर महत्त्वाच्या मोठ्या शहरांवर झालेल्या हवाई हल्ल्यांमुळे खूप नुकसान झालं, पण जर्मन विमानांचंही खूप नुकसान झालं. ऑक्टोबरच्या मध्यास रॉयल एअर फोर्सने ही लढाई जिंकली, हे स्पष्ट झालं. मला हे माहिती होतं की, बरेच झेक हवाई कर्मचारी ह्या लढाईत ब्रिटनच्या बाजूनं लढत होते आणि मला ह्या गोष्टीचा अभिमान वाटला. त्याहीपेक्षा जास्त अभिमान मला वाटला तो चर्चिल ह्यांनी झेक लढाऊ पायलटांबद्दल काढलेल्या उद्गारांमुळे – "मानवी संघर्षाच्या क्षेत्रात काही मूठभर लोकांनी लक्षावधी लोकांना उपकृत केलं, असं आजवर कधी झालं नव्हतं; हे पहिल्यांदाच घडलं आहे." असं ते म्हणाले.

जरी आम्ही लिव्हरपूलच्या बाहेर आणि धोक्याबाहेर होतो, तरी शत्रूची बाँबफेकी विमानं त्यांच्या परतीच्या वाटेवर शहराकडे अगदी डोक्यावरून जाताना आम्हाला दिसायची. हवाईहल्ल्याची सूचना मिळाली की, तत्काळ All clear – सर्व काही सुरळीतची पण सूचना मिळायची. तोपर्यंत विमानं त्यांच्या पुढील कारवाईसाठी निघून गेलेली असायची. एखाद्या वेळी निरभ्र आकाशात तोफांच्या माऱ्यामुळे लागलेली आग दिसायची आणि एखाद्या ठिकाणी घरांवर बाँबवर्षावामुळे लागलेल्या आगीचे लोळ लांबवरून दिसायचे. एन्सडेल हे तसं खूप छोटं, साधारण गाव होतं. त्यामुळे इतर लोकांप्रमाणेच आम्हीपण हवाईहल्ल्यांपासून बचावार्थ उभारलेल्या शेड्‌समध्ये किंवा जिन्याखाली क्वचितच आश्रय घेत असू.

मधून-मधून हॉस्पिटलला भेट देण्याची मला इच्छा असे, परंतु रेनफोर्ड पतीपत्नी यांनी त्यापासून परावृत्त करण्याचे आटोकाट प्रयत्न केले. खरं तर रविवार

हा सुट्टीचा, शांत दिवस असतो, असं सांगून मी थोडा वाद घातला! शेवटी रेनफोर्ड मम्मीनं नाखुषीनेच डोरोथीबरोबर जाण्याची मला परवानगी दिली. परंतु त्या वेळी आम्ही हवाईहल्ल्यात सापडलो आणि आम्हाला आश्रयासाठी धाव घ्यावी लागून बचावार्थ उभारलेल्या शेडमध्ये कित्येक तास काढावे लागले. तेव्हापासून घातक हवाईहल्ले संपेपर्यंत आमच्या लिव्हरपूलच्या भेटी बंद झाल्या!...

आता मी रीतसर रेनफोर्ड्सच्या घरी परत आले होते. माझा दिनक्रम पूर्वीपेक्षा भरगच्च असायचा. माझी नवी शाळा साऊथपोर्टच्या हद्दीलगतच होती. त्यामुळे माझी शाळा संपली की, मी सायकलीवरून गावातून मार्गेरीमावशीकडे जात असे. कधीकधी एखाद्या शनिवारी, रविवारी काही काम नसलं तरीपण जात असे. मला तिथे अगदी घरच्यासारखंच वाटायचं. शिवाय मार्गेरीमावशीनं माझ्या कपड्यालत्त्याची जबाबदारी आपणहून स्वीकारली होती. त्यामुळे ती नेहमी माझ्यासाठी नवे ड्रेस, स्कर्ट किंवा कोट शिवताना किंवा त्यांचे साइज बदलताना दिसत असे.

एव्हाना, मला एका 'नव्या गोष्टीत' रस वाटू लागला होता – मुलांशी मैत्री! सर्वप्रथम डेरेक नावाच्या तेरा वर्षांच्या मुलाशी माझी ओळख झाली. एन्सडेलच्या रविवारच्या शाळेत तो मला भेटला. शाळा संपल्यानंतर तो मला फिरायला नेत असे. त्यानंतर कधीतरी आम्ही त्याच्या घरी जाऊन त्याच्या आई-वडिलांबरोबर चहा घेत असू किंवा एखाद्या खास दिवशी सिनेमा बघायला जात असू. एकदा एका खास दिवशी त्याने धिटाई दाखवून माझा किस घेण्याचा प्रयत्न केला, ते मात्र मला आवडलं नाही! त्यानंतर माझी मैत्री सतरा वर्षांच्या व्हरनॉन फारथिंग ह्या मुलाबरोबर झाली. माझ्या 'डायमंट' ह्या नावामुळे खूपदा मुलं चिडवायची. 'डायमंट' (म्हणजे हिरा) फर्दिंग (म्हणजे पेनी किंवा पैसा)ला भेटण्यासाठी तिष्ठत उभा आहे, अशा अर्थाची कुजबुज मुलं करत किंवा घोषणा देत! व्हरनॉन हा पब्लिक शाळेचा विद्यार्थी होता आणि एका श्रीमंत कुटुंबातला होता. डेरेकपेक्षा बरा होता.

कधीकधी मुलांबरोबर हिंडण्यापेक्षा मला स्केटिंग करायला जास्त आवडायचं. डेसमंडने मला स्केट्सची एक छानशी जोडी भेट म्हणून दिली होती. तो अजूनही चिलखत घातलेल्या एखाद्या सरदाराप्रमाणे मला वाटायचा! मी सोडून जाणार म्हणून नव्हे, तर तो आता १८ वर्षांचा झाला होता आणि नौदलात प्रवेश घेणार होता, म्हणून तो माझा तेव्हा निरोप घ्यायला आला होता.

नाताळचा सण आता अगदी तोंडावर आला होता. इंग्लंडमधला माझा हा दुसरा नाताळ होता आणि मी ईव्हाबरोबर तो साजरा करणार होते. मी आता त्याचीच अधीरतेने वाट बघत होते. ईव्हाच्या पत्रात तिने लिहिलं होतं की, तिने प्रेसिडेंट बेन्स ह्यांना एक पत्र लिहिलंय. मीही मग कशाला मागं राहू? मी पण त्यांना पत्र लिहिण्याचं ठरवलं. मला आता शब्दन्‌शब्द आठवत नाही. पण ते आमचे नेते

म्हणून मी त्यांना माझी स्वप्नं, माझ्या आशा आणि नेता म्हणून त्यांच्यावरचा माझा विश्वास ह्याबद्दल बरंच लिहिलं होतं. आनंदाची गोष्ट म्हणजे, त्यांच्याकडून मला त्याबद्दल पोचपावती म्हणून एक छापील नोट आली. त्यावर त्यांनी स्वत: सही केली होती आणि त्यांचं व्हिजिटिंग कार्डपण होतं!

करमणुकीच्या कार्यक्रमात मला एक झेक गाणं म्हणायला सांगितलं होतं. मी आमचं राष्ट्रीय गीत म्हणायचं ठरवलं आणि त्यासाठी ओल्गाकडून आमचा राष्ट्रीय पोशाख मागून घेतला. त्या गाण्याचे कानांत गुंजणारे मधुर सूर, अंत:करणाला स्पर्शून जाणारे शब्द – 'Where is my home?' (कुठे आहे माझं घर?) आणि त्याचा शेवट, 'It is paradise on earth' (ते पृथ्वीवरील नंदनवन आहे), ह्यामुळे ते गाणं म्हणताना माझ्या घशात आवंढा दाटला आणि डोळ्यांत अश्रू भरून आले! पण मला खूप आनंदही झाला, कारण झेकोस्लोव्हाकिया या माझ्या देशाची छोटीशी झलक त्या गाण्यानं आणि मी घातलेल्या आमच्या राष्ट्रीय वेशानं पूर्णत: इंग्रज प्रेक्षकांना दाखवून दिली होती. नाताळच्या दिवशी ईव्हाबरोबर असताना मला खूप छान वाटत होतं. आम्ही एकमेकींच्या कानात कुजबुजत होतो, "विश्वास ठेव! पुढच्या वर्षी, बहुतेक..."

त्या रात्री मी माझ्या दैनंदिनीत लिहिलं...

> 'कधाकधी विचार करताना मला वाटतं की – इतक्या लहान वयात आपला देश, आपले मातापिता यांच्यापासून ताटातूट होणं चूक आहे. दुसरा देश, तिथले लोक ह्याविषयी माहिती होणं हे छानच आहे; पण अर्थातच जेव्हा आपल्याला परतीची आशा असते, तेव्हा ती गोष्ट जास्त चांगली वाटते. पण आमचा देश जर्मनांच्या ताब्यात आहे आणि आमच्या आई-वडिलांचा छळही होत असेल... आम्ही नक्की कधी आमच्या घरी परत जाणार आहोत, हेही माहिती नाही. अशा परिस्थितीत ही गोष्ट फार फार कठीण आहे...'

मग १९४१ चा हिवाळा संपला, एप्रिल उजाडला. वसंत ऋतू सुरू झाला. ईस्टरच्या सुट्टीत ईव्हा माझ्याकडे आली. ती आता सतरा वर्षांची झाली होती आणि शाळेत ती अभ्यासात खूप हुशार होती. तिला शाळा नेहमीच खूप आवडायची आणि डॉक्टरकीचा अभ्यास करण्याची तिची इच्छा होती. तिच्या इंग्लंडमधल्या पालकांनी पण तिला ह्याबाबतीत उत्तेजन दिलं होतं. परंतु, तिच्या मनात थोडासा संभ्रम उत्पन्न झाला की, तिनं अभ्यास पुढे चालू ठेवावा, का ह्या वर्षाच्या शेवटी शाळा सोडून देऊन नर्सिंगचा कोर्स करावा; जेणेकरून स्वातंत्र्यलढ्यात ती आपलं

योगदान देऊ शकेल.

युद्धविषयक परिस्थिती फार काही चांगली नव्हती. रॉयल एअर फोर्सने ब्रिटनची हवाई लढाई जिंकली होती, पण सागरी लढाई अजून जोरात चालू होती. जर्मन यू-बोटींनी खूप गलबतांचं नुकसान केलं होतं. प्राणहानी पण खूप झाली होती. दोस्त राष्ट्रांचं नुकसान धक्कादायक होतं. ईव्हाचं वास्तव्य बंदराजवळ होतं. जखमी रुग्णांनी स्थानिक हॉस्पिटल्स खच्चून भरल्याचं तिच्या नजरेस पडत होतं. हे सगळं दृश्य बघून ती मनानं उद्ध्वस्त होत होती. तिला पुढे काय करायचंय, हे तिला माहीत होतं. पण तिला असंही वाटत होतं की, युद्धकार्यात मदत करणं, हेही तिचं कर्तव्य होतं. आम्ही दोघींनी ह्या मुद्द्यावर बरीच चर्चा केली, पण शेवटी तिलाच काय करायचं ते ठरवायचं होतं.

ते ईस्टरचे, स्वच्छ सूर्यप्रकाशाचे आल्हाददायक दिवस होते. ईव्हाने डोरोथीची सायकल घेतली होती. ती अन् मी रोज सायकलीनं आसपासच्या रानावनात भटकायला जात असू. एके दिवशी संध्याकाळी आम्ही अगदी दमून, भुकेल्या होऊन आलो. जेवून-खाऊन केव्हा बिछान्यात शिरतोय, असं आम्हाला झालं. त्या रात्री आम्ही अगदी गाढ झोपेत असताना एक अस्पष्टसा परिचित, हवाईहल्ल्याची सूचना देणाऱ्या सायरनचा आवाज आम्ही ऐकला. त्या सायरननंतर मात्र 'सर्व काही ठीक'ची शिट्टी ऐकू आली नाही. रेनफोर्ड मम्मींनी आम्हाला हलवून जागं केलं आणि आम्हाला ताबडतोब जिन्याखाली लपण्याचा आग्रहच धरला.

"काहीतरीच काय? इथे काहीही होत नाहीये." आम्ही, विशेषत: डोरोथीनं विरोध दर्शवला.

आम्हाला गादीतल्या गादीत लोळत पडून परत झोप काढायची होती. पण रेनफोर्ड मम्मीनं आम्हाला अजिबात तसं करू दिलं नाही. "आजच्या रात्रीबद्दल मला काहीतरी विचित्रच शंका येतेय. तुम्ही ताबडतोब खाली या." त्यांनी फर्मावलं!

आम्ही पाचही जणांनी एका छोट्या थंड कपाटात कसंबसं स्वत:ला कोंबलं आणि दार लावलं. तिथे खूपच कोंदट आणि अस्वस्थ वाटत होतं. आम्ही तिथेच मेणबत्तीच्या प्रकाशात एखाद्या सार्डिन माशाप्रमाणे कोंबलेल्या अवस्थेत बसून राहिलो. अशीच मिनिटांमागून मिनिटं गेली. डोरोथी वैतागली. "मी जाते आता परत..." म्हणून ती दाराजवळ जाऊ लागली. तिने दार उघडण्याच्या आतच तो परिचित आवाज... जर्मनांच्या विमानाची घरघर ऐकू आली आणि बॉंब फुटत असल्याचा भीतिदायक आवाज कानांवर आदळला! त्यानंतर एकापाठोपाठ एक असे दोन-तीन आवाज कान भेदून गेले. घर थरथरलं, डोलू लागलं. प्रचंड गडगडाटासारखा आवाज होऊन कोसळलं! डोळ्यांत धूळ आणि कचरा गेल्यामुळे आम्हाला काही दिसेनासं झालं. एकमेकांना मिठी मारून, थरथर कापत, खोकत

आणि कसाबसा श्वास घेत आम्ही तिथेच बसून राहिलो. आम्ही बोलण्याच्या अवस्थेत पण राहिलो नव्हतो!

तिथे बसून कित्येक युगं लोटली, असंच आम्हाला वाटत होतं. त्यानंतर केव्हातरी हवाई हल्लाप्रतिबंधक पथकाचे प्रमुख वॉर्डन आले आणि त्यांनी आमची सुटका केली. बाहेर मोटार थांबली होती, त्यात त्यांनी आम्हाला बसवलं आणि एका ठिकाणी नेलं. तिथे आम्हाला चहा-बिस्किटं देण्यात आली. नक्की काय झालं होतं, ते आम्हाला दुसऱ्या दिवशी सकाळीच कळलं. तीन खाण-सुरुंग एन्सडेलवर त्या रात्री बहुतेक चुकून फेकण्यात आले. पहिला समुद्रकिनाऱ्यावर पडला, त्यामुळे काही नुकसान झालं नाही. बाकीचे दोन रस्त्याच्या शेवटी दोन बाजूंना पडले.

एखादा चमत्कार घडावा त्याप्रमाणे दोन्हीही बॉंब मऊ वाळूच्या मातीत खोल रुतले आणि नंतर त्याचा स्फोट झाला. ते जर एकदम खाली सरळ पडले असते, तर पूर्ण रस्ता उखडून गेला असता आणि आम्ही कदाचित जिवंत राहिलो असतो की नाही, याविषयी मला शंका आहे!

मला आठवतंय, दुसऱ्या दिवशी सकाळी आम्ही त्या रस्त्याकडे गेलो. आम्ही सर्व जण अजूनही आमच्या घरातल्या गाऊनमध्येच होतो. रस्त्याच्या शेवटी जिथे दोन घरं उभी होती, तिथे आता फक्त काही भग्न अवशेष उरले होते. तरीपण विश्वास बसणार नाही, फक्त एका वृद्धेचा मृत्यू झाला होता. आमच्या घराचं काय नुकसान झालंय, ते आम्ही बघू लागलो. सर्व खिडक्या नाहीशा झालेल्या होत्या. भिंतींना तडे गेलेले होते, घराचं छप्पर कोसळलं होतं. माझ्या खोलीत जड वॉर्डरोब, अर्धीअधिक भिंत आणि जवळजवळ सर्व छप्पर कोसळून माझ्या कॉटवर पडलं होतं. मी किती नशिबवान होते; कारण तेव्हा मम्मी रेनफोर्ड पुन्हा ठाम राहिल्या होत्या!

घर पूर्णपणे पाडायची जरुरी नव्हती. पण बरंच बांधकाम करून राहण्यास योग्य अवस्थेत करण्याची आवश्यकता होती. मी माझी सूटकेस भरली न् तात्पुरती माझ्या दुसऱ्या घरी राहायला गेले. मी अगदी थोडक्यात बचावले, हे ऐकून मार्गेरीमावशी खूप काळजी करू लागली. तिनं मला तिच्या रुचकर ट्रिकल पुडिंगबरोबरच मला आवडणारे पदार्थ खायला घातले. मी लवकरच ह्या धक्क्यातून सावरले आणि मागे वळून बघताना तो सर्व जीवघेणा प्रसंग मला एखाद्या भयावह स्वप्नासारखा वाटू लागला.

फक्त लिव्हरपूलच नाही, तर सर्वच ब्रिटिश शहरं व बंदर, तिथे राहणाऱ्या लोकांसाठी वारंवार होणारे हवाईहल्ले म्हणजे एक भयावह वास्तव होतं. त्या महिन्याच्या शेवटी शेवटी असे हल्ले होतच होते, पण शत्रू पूर्ण क्षमतेनं हल्ले करत नव्हता. कारण त्या सुमारास हिटलर रशियावर चाल करून जाण्याची योजना आखण्यात दंग होता.

त्या वर्षी उन्हाळा सरता सरता झेकोस्लोव्हाक सैनिक एक खास संगीत मैफल सादर करणार आहेत, अशी बातमी मला कळली. तो कार्यक्रम लिव्हरपूलच्या नाट्य-सिनेमागृहात होणार होता आणि सन्माननीय प्रमुख पाहुणे म्हणून प्रत्यक्ष अध्यक्ष बेन्स उपस्थित राहणार होते. मी त्यापासून दूर राहणं शक्य नव्हतं. सुदैवानं ही पर्वणी माझ्यासाठी किती महत्त्वाची होती, याची रेनफोर्ड पती-पत्नीना कल्पना होती. कारण बेन्स हे माझे हीरो होते. हवाईहल्ल्यांची तीव्रता कमी झाली होती आणि ते वारंवार होत नव्हते. म्हणून मी असा युक्तिवाद केला की, जर अध्यक्ष सुरक्षित राहणार असतील, तर मीही नक्कीच सुरक्षित राहीन. तेव्हा रेनफोर्ड मम्मी-पप्पांनी त्या कार्यक्रमाला जाण्याला मला आक्षेप घेतला नाही.

बेन्सनी दिलेलं त्यांचं कार्ड मी काळजीपूर्वक माझ्या पर्समध्ये ठेवून दिलं. त्या रात्री कार्यक्रमाला जाताना मला यत्किंचितही कल्पना नव्हती की, ती संध्याकाळ माझ्या इंग्लंडमधील वास्तव्यालाच नव्हे; तर माझ्या त्यापुढील संपूर्ण आयुष्याला कलाटणी देणारी ठरणार होती!

ती संध्याकाळ खरोखरीच अविस्मरणीय होती! दोन वर्षांनी प्रथमच मी त्या संध्याकाळी कुशल वाद्यवृंदाकडून आमची पारंपरिक गीतं ऐकली; सुरेल सूरांसहित, आठवणीतल्या तालांवरील आमची पारंपरिक नृत्यं बघितली. ते सर्व बघून माझ्या मनात घराबद्दलची, देशाबद्दलची आस तीव्रतेने पुन्हा जागृत झाली आणि माझं मन देशभक्ती अभिमानानं भरून गेलं! माझ्या भावना मला वर्णन करून सांगता येण्यासारख्या नव्हत्या. अध्यक्ष बेन्स पत्नीसह आणि लिव्हरपूलच्या मेयरसमवेत व्यासपीठावर बसलेले मी पाहिले. ज्यांच्या सुरक्षिततेसाठी मी रोज प्रार्थना करत होते, अशा व्यक्तीबरोबर कार्यक्रम बघणं, त्यांना प्रत्यक्ष बघणं म्हणजे स्वप्न सत्यात उतरणं होतं. माझं हृदय आनंदानं भरून आलं!

मध्यंतरात मी व्यासपीठाकडे चालत गेले. दोन झेक सैनिक तिथे संरक्षणार्थ उभे होते. मी माझी छोटीशी पर्स उघडली, त्यातून बेन्सनी दिलेलं त्यांचं कार्ड काढलं आणि त्यांना विनंती केली, "कृपया, हे कार्ड अध्यक्षांना द्याल का? त्यांना सांगा, व्हेरा डायमंट बाहेर वाट बघते आहे."

त्या सैनिकाला खूप आश्चर्य वाटलं. पण तो कार्ड घेऊन आत गेला आणि लगेच बाहेर येऊन त्याने मला आत येण्याविषयी खुणावलं.

अध्यक्ष बेन्सनी मला अभिवादन केलं आणि त्यांच्या पत्नीबरोबर माझी ओळख करून देऊन ते म्हणाले, "ह्या छोट्या, सुंदर तरुणीने मला नाताळमध्ये एक छानसं पत्र पाठवलंय." त्यांनी मला त्यांच्याजवळ बसवलं. नंतर तो सर्व कार्यक्रम मी त्यांच्यासोबत बसूनच बघितला.

'हे स्वप्न तर नाही ना? की मी स्वर्गात आहे?' मी विचार करत होते.

अध्यक्षांना माझ्या आयुष्याबद्दल आणि माझ्या शाळेबद्दल जाणून घ्यायचं होतं. मी माझ्या इंग्रज कुटुंबीयांबरोबर खूप सुखी आणि त्याबाबतीत खूप सुदैवी आहे, असं त्यांना सांगितलं. पण शिक्षणाच्या बाबतीत मी तेवढी सुदैवी नाही, हेही सांगितलं. "माझी अशी इच्छा आहे की, आपल्या देशात जशी मी ग्रामर स्कूलला शिकत होते त्याप्रमाणे इथेही शिकावं."

"तू इथे इंग्लंडमध्ये पण ग्रामर स्कूलला जाऊ शकशील." बेन्स हसून मला म्हणाले. "तुझ्यासारख्याच एकाकी मुला-मुलींसाठी आम्ही ब्रिटनमध्ये एक शाळा सुरू केली आहे. मी तुला तिथला पत्ता देतो. नाही तर असं करतो, माझ्या ऑफिसतर्फे तुझ्यासाठी तिथे शब्द टाकतो, म्हणजे हे सत्र संपेपर्यंत तुला प्रवेशासाठी थांबावं लागणार नाही."

मी जे काही ऐकतेय, त्यावर माझा विश्वासच बसेना! 'झेक स्कूल! इथे इंग्लंडमध्ये? माझ्या देशातून आलेल्या माझ्याचसारख्या निराधार मुलांसाठी? मग तर मला माझ्याच देशात असल्यासारखं वाटेल.' मी आनंदानं विचार करत होते.

अध्यक्षांचे नंतरचे शब्द मी अधाशासारखे शब्दशः पिऊन टाकले! "माझ्या पत्नीनं आणि मी जुलैमध्ये त्या शाळेला भेट दिली." त्यांनी पुढे सांगितलं, "एका जुन्या इमारतीत, श्रॉपशायरच्या मध्यवर्ती भागात ही शाळा सुरू केली आहे. बहुतेक सर्व शिक्षक झेक आहेत. मला खात्री आहे, तुला तिथे जायला नक्की आवडेल. कारण ही शाळा म्हणजे चिमुकल्या झेकोस्लोव्हाक कॉलनीसारखीच आहे आणि तिथलं वातावरण अगदी खेळीमेळीचं आहे."

त्या रात्री ट्रेननं घरी परत येताना माझे पाय क्वचितच जमिनीवर टेकले असतील. मी मूकपणे आकाशातले तारे न्याहाळत होते. त्यांच्यातर्फे मला माझ्या मामिन्का व टॅटिनेकना – माझ्या प्रिय आई-बाबांकडे ही आनंदाची बातमी पोहोचवायची होती! कारण मी आता त्यांना पत्र लिहू शकत नव्हते; पण माझ्या आनंदात त्यांनी सहभागी व्हावं, अशी माझी इच्छा होती.

माझ्याबरोबर रेनफोर्ड डॅडी पण होते. माझ्या आनंदाची लागण त्यांनापण झाली. त्यांना माहिती होतं की, मला माझ्या लोकांमध्ये राहायची आणि चांगलं शिक्षण घेण्याची तीव्र इच्छा होती; पण त्यांच्या आर्थिक परिस्थितीमुळे ते शक्य नव्हतं. मी त्यांना वचन दिलं, "तुमची माझी ताटातूट होणार नाही. प्रत्येक सुट्टीत मी भेटायला येत जाईन."

इंग्लंडमध्ये पाऊल ठेवल्यानंतर प्रथमच त्या रात्री झोपताना माझ्या चेहऱ्यावर हास्य उमटलं. नेहमीप्रमाणे मी अस्फुट अशी कुजबुजले, "मामिन्को, टॅटिन्कू! आता माझ्यासाठी खूश व्हा! मला माहिती आहे, आज रात्री तुम्ही स्वप्नात माझ्याबरोबर असाल."

इर्मा आणि कॅरेल डायमंट. जुलै, १९३९. माझ्या आईवडिलांचे छायाचित्र.

हिटलरने हल्ला करण्यापूर्वी आम्ही किती छान आयुष्य जगत होतो!

इंग्लंडला पाठवलेले छायाचित्र. ईव्हा व मी आणि आमचे मामेभाऊ – होन्झा व टॉमी.
ईव्हा आणि मी खूपच नशीबवान ठरलो....

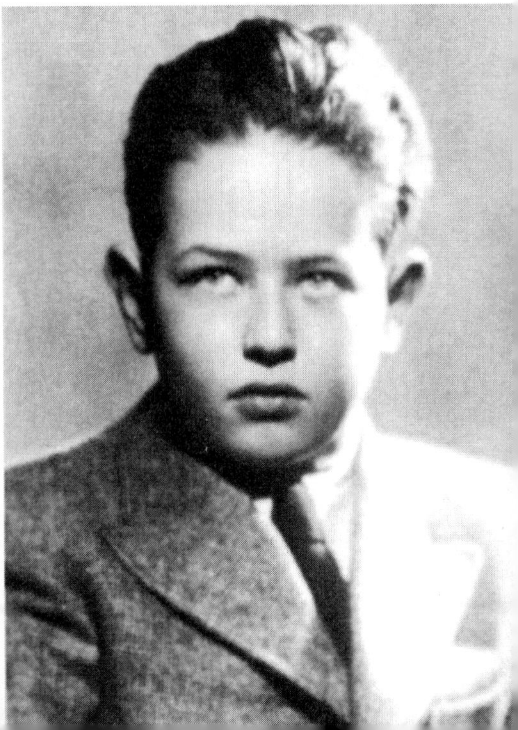

युद्ध सुरू होण्याच्या एक आठवडा आधी ईव्हा रेनफोर्डला
राहायला आली होती. सोबत डोरोथीसुद्धा.

१९३९ सालचा उन्हाळा. मार्टा आणि
मी पाळलेली पिल्लं.

१९४०मध्ये झालेल्या ख्रिसमसच्या कार्यक्रमासाठी मी
राष्ट्रीय पोशाख घालून झेक राष्ट्रगीत गायले होते.

डोरोथी, माझ्या आईवडिलांनी तिच्यासाठी
पाठवलेला स्कर्ट आणि जाकीट घालून.

१९४४ सालचा उन्हाळा; ईव्हा.
सेवाशुश्रूषा करण्यासाठी तयार.

हिन्टन हॉल; आमची शाळा आणि घर. १९४२ साली तिथे राहत असलेल्या
आम्हा सगळ्यांचे छायाचित्र. मी जाकीट घातलेली, मला ओळखा!

१९४३. शाळेची सुरक्षित जागा – ॲबरनन्ट हॉटेल.

या शहराने आम्हाला मुक्तहस्ते मदत केली.

बर्टामावशी, मिला आणि तिची मुलगी, व्हेरा.

प्राग १९४६

सुट्टी मजेत घालवताना.
वरच्या छायाचित्रातील तिघं जण आणि मी.

गिर्यारोहक मी.

ते कामी आल्याने राष्ट्र जगले...

प्रागमधले ज्यूंचे म्युझियम. इथे छळछावणीत मरण पावलेल्या १५ हजार ज्यू बालकांनी कागदावर काढलेली चित्रं, त्यांची शेवटची निशाणी म्हणून ठेवण्यात आली आहेत...

...पण माझी मुलं बर्टामावशीसोबत आनंदाने खेळू शकतात!

जून, १९८५ – पुनर्भेटीचा क्षण. डावीकडून उजवीकडे – हॅरी, होन्झा, हेलेना, बॉबी, हेडी, ओल्गा, मी, सेप्पी आणि पुढ्यात पीटर.

एकेकाळी आम्ही स्थानिक लोकांसाठी गायचो, आता लॅनरिट वेल्समधली मुलं आमच्यासाठी गाताना.

महापौर ब्रायन जोन्स यांचा सन्मान करताना.

एकेकाळी आमची शाळा असलेल्या या भूमीवरची ही पाटी
आमच्या मनातल्या भावना बरोब्बर व्यक्त करते आहे.

लाडक्या बहिणी; ईव्हासोबत.

माझी लाडकी 'इंग्लिश आई',
९१वा वाढदिवस साजरा करताना.

ज्यूलाला बरं नसल्याने तो पुनर्भेटीला येऊ शकला नाही. म्हणून मग मीच प्रागला गेले...

...आणि मार्टाला विसरणं तर शक्यच नव्ह

५

माझी शाळा : आनंद आणि निराशा

'युद्धानंतरच्या काही वर्षांत माझ्या काही डायऱ्या हरवल्या. त्यामुळे पुढील तीन वर्षांतील घटना आठवण्यासाठी मला माझ्या स्मृतीवर अवलंबून राहावं लागलं. आम्ही सर्व जुने मित्र-मैत्रिणी १९८५मध्ये भेटल्यावर जुन्या घटना व आठवणी यांना उजाळा मिळाला. त्यामुळे त्या तीन वर्षांतल्या माझ्या आठवणीपण पुन्हा ताज्या झाल्या.'

फ्रान्सच्या पराभवानंतर ब्रिटनमधील झेकोस्लोव्हाक स्कूल स्थापन करण्यात आलं. झेक सरकारातील काही सभासद, सैन्यातील काही अधिकारी आणि फ्रान्सच्या आश्रयाला गेलेले, परंतु आता ब्रिटनच्या आश्रयास आलेले काही नागरिक ह्या सर्वांच्या प्रयत्नानं ही शाळा स्थापन झाली. सुरुवातीस ही शाळा इंग्लंडमधील सरे परगण्यात एका ठिकाणी भरत होती. परंतु मी जेव्हा शाळेत प्रवेश घेतला, तेव्हा सरे परगण्यातील ठिकाणाहून श्रॉपशायर परगण्यातील व्हिटचर्चजवळ हिन्टन हॉलमध्ये शाळा हलवली गेली होती आणि पहिल्यापेक्षा दुप्पट जागेत होती.

शाळेत सहा ते अठरा वर्षे वयापर्यंतच्या सर्व मुलांना प्रवेश दिला जात होता. ब्रिटनच्या आश्रयाला परतलेल्या नागरिकांत पुरेसे प्रशिक्षित शिक्षक नव्हते. त्यामुळे सैन्यातील अनेक प्रशिक्षित शिक्षकांना शाळेत खास ड्युटीवर नेमलं गेलं होतं. ते त्यांचा सैनिकी गणवेष घालूनच शिकवत असत. शिवाय काही तरुण झेक सैनिक आणि हवाईदलातील कर्मचारीपण त्यांच्या मॅट्रिकच्या परीक्षेची तयारी करण्यासाठी नियमित शाळेत येत. त्यामुळे त्यांचे गणवेष ह्या परिस्थितीत विसंगत वाटत नसत.

आम्हाला द्वैभाषिक सूत्राप्रमाणे शिक्षण देणं (इंग्लिश व झेक) आणि झेक संस्कृती व परंपरेशी संपर्क ठेवणं, हे शाळेचं मुख्य ध्येय होतं. ब्रिटन ह्या देशाबद्दल प्रेम व ओढ निर्माण करणं, हेही इथे शिकवलं जात असे. त्यांच्या देशातील नागरिकांना अत्यंत प्रतिकूल परिस्थितीशी सामना करावा लागत असताना, तशाही परिस्थितीत त्यांनी आम्हाला आश्रय आणि आधार दिला होता. आमचीही काही

महत्त्वाची जबाबदारी होती, हे शाळेनं आम्हाला शिकवलं; एक प्रकारे, आम्ही आमच्या देशाचे राजदूत होतो आणि प्रतिनिधित्वच करत होतो. त्या देशाविषयी जगाला फारशी माहिती नव्हती.

परंतु, १९४१च्या वसंत ऋतूतील त्या प्रकाशमान दिवशी मी पहिल्यांदा शाळेत प्रवेश केला; तेव्हा ती जुनी, मोडकळीला आलेली इमारत पाहून माझी घराची अपेक्षा कितपत पूर्ण होईल ह्याची मला व आपल्या आई-वडिलांपासून दुरावलेल्या माझ्यासारख्या अनेकांना कल्पना आली नाही. तिथल्या त्या धुळकट पायऱ्या चढून प्रवेशद्वारापाशी जात असताना माझ्या मनात एकच विचार येत होता की, सर्व झेक गोष्टींशी फार काळ झालेला वियोग आता संपुष्टात येईल.

आतील ऐसपैस दालनात एक-दोन शिक्षक, कर्मचारी व माझ्याबरोबरीचे काही विद्यार्थी ह्यांच्याशी माझी ओळख करून देण्यात आली. सर्वांच्या चेहऱ्यावर ममता आणि मित्रत्वाचे भाव होते. मला फक्त झेक भाषा ऐकू येत होती. मी जणू काही माझ्या घरी आले होते आणि मला खूप हलकं वाटू लागलं.

दुसऱ्या दिवशी माझी परीक्षा घेण्यात आली; परीक्षेच्या निकालानुसार माझी इयत्ता ठरणार होती. शिक्षकांनी मला समजावून सांगितलं की, ''इथं विद्यार्थ्या-विद्यार्थ्याप्रमाणे 'झेक' भाषेची गुणवत्ता खूप बदलत जाते.'' माझ्यासारखी छोट्या वयाची ज्यू मुलं, जी आई-वडिलांना सोडून इंग्लिश किंवा फ्रेंच वातावरणात दोन-तीन वर्षं राहत होती, ती त्यांची स्वत:चीच 'झेक' भाषा विसरत चालली होती. सुडेटनलॅन्डसारख्या जर्मन भाषा जास्त बोलल्या जाणाऱ्या प्रदेशातून आलेली मुलं झेक भाषा कधीच चांगल्या पद्धतीनं शिकली नव्हती. इथे परराष्ट्र खात्यातल्या कुटुंबांची मुलं, झेक सैनिक, हवाईदलातील झेक कर्मचारी ह्यांची मुलं-मुली, राजकीय आश्रितांची मुलं आणि इतर बरीच ज्यू मुलं-मुली होती. शिवाय काही कुटुंबं युद्धाच्या बराच काळ आधी झेक कंपनीमार्फत काम करण्यासाठी आली होती, अशांची काही भाग्यवान ज्यू मुलं-मुली पण तिथं होती. थोडक्यात, आम्ही तिथे आलेली सर्व मुलं-मुली म्हणजे वेगवेगळ्या ठिकाणांहून, वेगवेगळ्या वातावरणांतून आलेल्यांचं एक गाठोडंच होतं! त्यामुळे ह्या सर्वांना त्यांच्या गुणवत्तेप्रमाणे वेगवेगळे गट पाडून प्रत्येकाला योग्य त्या शैक्षणिक पातळीवर आणणं, हे शिक्षक व शाळेचं व्यवस्थापन ह्यांच्यासाठी एक कर्मकठीण काम होतं.

मी परीक्षा उत्तम गुणांनी उत्तीर्ण झाले. कदाचित मी माझ्या मातृभाषेचा एकही शब्द न विसरण्याचा निश्चय केला होता म्हणून असेल किंवा मी रोज झेक भाषेत दैनंदिनी लिहित होते म्हणून आणि माझ्याजवळची झेक पुस्तकं वरचेवर वाचत होते म्हणूनही असेल; माझ्यावर परीक्षेत नापास होण्याची वेळ आली नाही.

आनंदाची गोष्ट म्हणजे, ओल्गानं पण ह्याच शाळेत प्रवेश घेतला आणि तिला

माझ्याच वर्गात व शयनगृहात माझ्याबरोबरच प्रवेश मिळाला. इतक्या नव्या मुलांमध्ये जुनी मैत्रीण बरोबर असणं, ही माझ्यासाठी फारच छान गोष्ट होती. माझ्याबरोबर होन्झा आणि सेप्पी ही दोघं ज्यू मुलं होती. ती प्रागहून माझ्याच बरोबर झेकोस्लोव्हाकियाहून इंग्लंडला आली होती. होन्झाला आल्या-आल्या बऱ्याच कठीण प्रसंगांतून जावं लागलं होतं. सुरुवातीला त्याला जे अंकल भेटले, ते त्याला आर्थिकदृष्ट्या आधार देऊ न शकणारे वा त्याला त्यांच्या घरी ठेवून घेऊ शकत नव्हते. एका दयाळू शिक्षिकेला त्याच्याविषयी कणव येऊन त्याला व आणखी काही नकोशा मुलांना तिने त्याच्या काही मित्रांकडे सोपवलं. होन्झाने ती रात्र एका शिक्षक दाम्पत्याकडे काढली. त्या बिचाऱ्या अनोळखी, दयाळू शिक्षकांनी स्वत:च्या मुलाला बेडरूममधून बाहेर काढून होन्झाला ती दिली. त्याला व्यवस्थित झोप मिळावी, हीच त्याची इच्छा होती. अशा प्रकारे त्या ठिकाणी तो वर्षभर राहिला. त्यानंतर त्या उपकारकर्त्याने नाविक दलात नोकरी पत्करल्यामुळे व त्याच्याकडे होन्झाच्या उदरनिर्वाहासाठी पैसे नव्हते म्हणून होन्झाची रवानगी इथल्या शाळेत व वसतिगृहात झाली व तेथील मुक्काम संपला.

होन्झाला इंग्लंडमधील त्या दयाळू पालकाने आधी रग्बी येथील निराधार मुलांच्या वसतिगृहात पाठवलं होतं. ते वसतिगृह एक दुकानदार चालवत होता. त्यांचं नाव ओव्हरटन असं होतं आणि स्वभावानं ते अतिशय सज्जन होते. त्यांचं आचरण व विचार अगदी ख्रिस्ती धर्माप्रमाणे होते. परंपरागत ख्रिश्चन धर्माचे ते अनुयायी होते. नाझींनी झेकोस्लोव्हाकिया काबीज करण्याच्या आधीपासूनच ते ब्रिटन सरकारला पटवून देण्याचा प्रयत्न करत होते की, 'नाझींच्या ताब्यातल्या देशांतील ज्यू धर्माच्या नागरिकांना खूप धोका आहे आणि त्यांची मुलं वाचवण्यासाठी काहीतरी भरीव कार्य केलं पाहिजे. प्रथम जर्मनीतील, नंतर ऑस्ट्रियामधील व त्यानंतर झेकोस्लोव्हाकियातील मुलांना तिथून हलवलं पाहिजे.' त्यांनी पार्लमेंटचे सभासद आणि त्यांना पाठिंबा देणाऱ्या नागरिकांचा दबावगट तयार केला. पुढे बऱ्याच वर्षांनी होन्झा त्यांना भेटला, तेव्हा त्यांनी माळ्यावरून अभिमान वाटणारी एक वस्तू काढून दाखवली. ती म्हणजे एक कार्डबोर्डची पेटी होती आणि त्यात दोनशेच्या वर लेबल्स होती. प्रत्येकावर नाव लिहिलेलं होतं. इंग्लंडला पोहोचल्यानंतर प्रत्येक मुलाच्या गळ्यात त्याच्या नावाचं लेबल होतं. ती सर्व मुलं त्यांच्या ताब्यात दिली गेली होती. एकेक लेबल म्हणजे त्यांची वाचवलेलं एकेक आयुष्य होतं...

सेप्पी हा झेकोस्लोव्हाकियातून आमच्याच बरोबर आलेला मुलगा आमच्या वर्गात होता. ब्रॅटिस्लावाहून त्याच्या भावाबरोबर तो आला होता. त्यालाही कुणी जास्त काळ ठेवून घेणारे पालक मिळाले नव्हते. त्यामुळे तो एका पालकांकडून दुसऱ्या पालकांकडे असा फिरत राहिला आणि सरतेशेवटी हिन्टन हॉलला आला.

ही शाळाच त्याचा मुख्य आधार बनली. तिथे घालवलेली वर्षे त्याच्या तारुण्यातील सर्वांत आनंदाचा कालखंड ठरला.

मी त्याला माझी कहाणी सांगितली आणि अभिमानानं, अध्यक्ष बेन्स ह्यांनी माझ्यासाठी कसे प्रयत्न केले, तेही सांगितलं. पीटर हा आणखी एक आमचा वर्गमित्र होता. त्यालापण अध्यक्षांनी मदत केली, असं तो म्हणाला. तो त्याच्या आई-बाबांबरोबर सुरुवातीला फ्रान्सला गेला. तो ज्यू धर्माचा होता. पण त्याची आई जर्मन होती. फ्रान्समधील युद्धाच्या वेळी वडिलांपासून तो व त्याची आई वेगळे झाले. त्याचे वडील झेक सैन्यदलात अधिकारी होते.

अनेक संकटांशी सामना करत आणि धोकादायक परिस्थितीत पीटर अन् त्याची आई इंग्लंडला जाणाऱ्या बोटीवर कसेबसे चढले. परंतु त्याची आई जर्मन होती आणि तरीही ती नाझींपासून दूर दूर पळत होती ह्याच कारणांसाठी, इंग्लंडला पोहोचल्यावर त्यांना रोखण्यात येऊन 'होलोवे'ला तुरुंगात डांबण्यात आलं. पीटरला ह्या गोष्टीचा खूप अभिमान वाटत होता की, गुन्हेगारी रेकॉर्ड असलेला तो सर्वांत लहान ज्यू होता! नंतर त्याला वॅन्डस्वर्थच्या जर्मन मुलांच्या वसतिगृहात पाठवलं गेलं. तो पक्का झेक होता. त्याला तिथे मुळीच आवडलं नाही. एका दयाळू गृहस्थानं त्याला तीन पेनी दिल्या. त्यानं त्यातल्या दोन खर्चून दोन पत्रं लिहिली. एक त्याच्या आईला आणि दुसरं झेक अध्यक्ष बेन्स यांना. आई होलोवेच्या तुरुंगात होती. अध्यक्ष बेन्स ह्यांनी हस्तक्षेप करून त्याला झेक स्कूलला पाठवलं. त्यानंतर काही दिवसांनी अध्यक्ष बेन्स ह्यांनी झेक सैनिकांच्या तळाला – कॅबरले येथे भेट दिली, तेव्हा विलक्षण योगायोगानं त्यांची ओळख पीटरच्या वडिलांशी करून देण्यात आली! तोपर्यंत ते ह्या समजुतीत होते की, त्यांची पत्नी आणि मुलगा जर्मनव्याप्त फ्रान्समध्ये अडकले आहेत. अध्यक्षांनी त्यांना विचारलं, "तुम्हाला तेरा वर्षांचा मुलगा आहे का?" तेव्हा त्यांनी 'होय' म्हणून मान डोलावली. अध्यक्ष म्हणाले, "त्यानं मला पत्र लिहिलं होतं." त्यानंतर पीटर आणि त्याचे वडील पुन्हा एकमेकांना भेटले, मग सर्वांना खूप आनंद झाला.

इथल्या प्रत्येकाची कहाणी वेगळी होती. अविश्वसनीय अशा पलायनाची, धैर्याची आणि दु:ख सोसण्याची! रेनी नावाचा मुलगा आठ वर्षांचाच होता. त्याच्या आईबरोबर पायरेनी इथली सरहद्द पायी-पायी ओलांडण्याचा त्यानं प्रयत्न केला. ते एका गटाबरोबर पलायनाच्या प्रयत्नात होते. दुर्दैवानं, सरहद्दीवर एका गस्त घालणाऱ्या सैनिकानं त्यांना हेरलं. त्यांचा पुढारी पळून गेला. काही पकडले गेले, काही मारले गेले. रेनीच्या आईनं त्याला सांगितलं की, आवाज न करता निश्चल दगडासारखा पडून राहण्याचं सोंग कर. त्याप्रमाणे त्यानं आत्यंतिक धोका टळेपर्यंत सोंग केलं. मग ते दोघे खरोखरच खडकांतून लपत-छपत, सरपटत मार्ग काढत

आले. अखेर सरहद्द ओलांडण्यात ते यशस्वी झाले!

दोन लहान बहिणींची अशीच चित्तथरारक कहाणी होती. त्या दोघींना सूटकेसमध्ये कोंबून तिच्या बरोबरच्या लोकांनी सरहद्द ओलांडली! एका कुटुंबाची तर निराळीच कथा. वडील झेक सैन्यात मेजर होते. त्यांनी लाकूडतोड्याचा वेष केला आणि बर्फावर चालणाऱ्या घोडागाडीत बसून सरहद्द ओलांडली. एकाच कुटुंबातल्या व्यक्तीची ताटातूट झाल्याच्या कित्येक दुःखी कहाण्या... काही सांगता न येण्यासारख्या. कुणाचे नातेवाईक पकडले गेलेले अन् मारले गेलेले! ह्या सर्व कहाण्या मी मन लावून ऐकत होते. स्वत:च्याच अनिश्चिततेबद्दल मला जाणीव होती. एकच सतत छळणारा प्रश्न पुन:पुन्हा माझ्या मनाच्या कोपऱ्यात घर करून राहिला होता – माझ्या आई-बाबांची काय अवस्था असेल? मी प्रार्थना करत राहिले आणि परमेश्वराला विनवत राहिले, 'ते अजूनही सुरक्षित असावेत आणि घरीच असावेत.'

सुरुवातीलाच मला सांगण्यात आलं होतं की, काही छोटी-मोठी कामं स्वत: करण्याची माझ्याकडून अपेक्षा होती. उदा. फुलांच्या ताटव्यांच्या कडा ठीक करणे व त्यांची काळजी घेणे, पायमोजे फाटले तर ते रफू करणे वगैरे. कधीकधी कपडे धुणे, टेबल साफ करणे आणि भाजी करणे अशीपण कामं असत. मला त्याबद्दल काही वाईट वाटलं नव्हतं. बाकीच्यांनापण नाही. कसंही असलं तरी बटाटे सोलण्याचं काम मला फारच क्वचित करावं लागलं. हे काम खोडकर मुलांना शिक्षा म्हणून दिलं जायचं आणि शाळेत इतकी खोडकर मुलं होती की, शाळेला सोललेले बटाटे कधी कमी पडले नाहीत!

मोठ्या मुली जेवणाखाण्याची व्यवस्था बघत. टेबलाच्या सुरुवातीला हॅना बसायची. ती ज्यू होती. माझ्यापेक्षा तीन वर्षांनी मोठी असली तरी तिच्याशी बोलताना मला संकोच वाटत नसे. एक दिवस मी तिला सांगून टाकलं की, मला माझ्या बहिणीची काळजी वाटतेय. तिला काही कळेचना की, एका तेरा वर्षांच्या मुलीला तिच्या सतरा वर्षांच्या बहिणीची – जी खरं तर अगदी आमच्या दृष्टीनं आरामात राहत होती – तिची काळजी का वाटत होती?

"कारण, ती एकटी आहे!" मी सहज उद्गारले. माझ्या ह्या उद्गाराने हॅनाची व ईव्हाची पत्रमैत्री सुरू झाली. ती पुढे कित्येक वर्षे टिकली. माझं माझ्या बहिणीवर आत्यंतिक प्रेम होतं आणि तिच्या संदर्भातील कुठल्याही गोष्टींबद्दल मी खूप हळवी होते. पुढील उन्हाळ्यात ती आमच्या शाळेत व वसतिगृहात येऊन गेली; तेव्हा तिच्याविषयीच्या माझ्या भावना किती रास्त होत्या, ते सिद्ध झालं. त्या वेळेपर्यंत शाळा सोडून देऊन तिनं परिचारिकेच्या कोर्सला प्रवेश घेतला होता.

ईव्हाला हिन्टन हॉल खूप आवडला. तिला तिथे खूप छान वाटलं. ती तिथे येऊन गेल्यानंतर तिनं मला एक पत्र पाठवलं. त्यात तिच्या भावना तिनं व्यक्त

केल्या होत्या –

'मला वाटलं, मी तुझीच आहे आणि माझं तुझ्यावर खरंच खूप प्रेम आहे! मी अशा लोकांबरोबर राहिले – ज्यांच्या व आपल्या अडचणी, परिस्थिती सारखी आहे. आपण सगळे निराधार आहोत. घरापासून दूर, एका अनोळखी वेगळ्या देशात आपण आहोत. एक दिवस नक्की असा येईल, जेव्हा आपण आपल्या घरी परत जाऊ शकू!

'माझ्या शाळेत आणि नंतर हॉस्पिटलमध्ये मी एक परकीय होते. मी सांगायचा प्रयत्न केला तरी तिथल्या लोकांना माझ्या भावना समजत नसत. हिन्टन हॉलला लोकांना सगळं माहिती होतं. मला तुझा, तुझ्या आयुष्याचा हेवा वाटला नाही. पण तुझ्याबरोबर ते सगळं अनुभवावं, अभ्यास करावा, असं मात्र नक्की वाटलं. मला त्या वेळी परिचारिका कोर्स आवडला नव्हता. मी माझ्या कामावर पण खूश नव्हते. तुझी शाळा मला खूप आवडली आणि तिथे मला खूप आनंद झाला, जसा तो कुणालाही झाला असता.'

नंतर 'पूल' इथल्या हॉस्पिटलला ईव्हा परत गेली आणि तिनं परिचारिकेचा कोर्स चालू ठेवला. काही दिवसांनीच तिला युद्धातील जखमी रुग्णांच्या वॉर्डवर ड्युटी देण्यात आली आणि तिला युद्धकार्यात मदत करायला मिळतेय, याचा नंतर अभिमानच वाटला. आमच्या शाळेतदेखील तरुण, सुंदर नर्सेसची नेमणूक केलेली होती. त्या आमची न चुकता काळजी घेत. आमच्यासारख्या छोट्यांसाठी तर एखाद्या दत्तक आईप्रमाणे त्या आमची सर्वतोपरी काळजी घेणाऱ्या होत्या. साहजिकच त्यांचं दिसणं आणि त्यांचे इतर गुण आमच्या शाळेतील पुरुष जातीच्या नजरेतून सुटले नाहीत! त्यामुळे काही मुलं वारंवार आजारी पडू लागली, हे लक्षात येण्याजोगं होतं. त्यांचं सतत काहीतरी दुखायचं. त्यामुळे एखाद्या नर्सनं, घाईत का होईना लक्ष दिलं की, ते खूश होत! एकदा मात्र लग्न ठरलेल्या तिघांपैकी एक आमचे गणिताचे देखणे सर आहेत, हे कळल्यावर खूप जणींनी दातओठ खाल्ले, आक्रोश केला! ते म्हणजे आमच्यापैकी मोठ्या मुलींसाठी काळजाचा ठोका चुकविणारे होते!

आमच्या तिथल्या बंदिस्त जगात इतक्या ओळखीतून, सहवासातून बरीच लग्नं जुळली, त्यात आश्चर्य वाटण्याजोगं फारसं काहीच नव्हतं. तिथले शिक्षक व इतर कर्मचाऱ्यांना शाळेव्यतिरिक्त दुसरं आयुष्य फारसं नसायचं; सहवास आणि मैत्रीसाठी ते सर्व एकमेकांवर अवलंबून असायचे. त्यांना व आम्हाला पण शाळा

म्हणजे घरासारखीच होती. खऱ्या अर्थानं ती केवळ शाळा नसून आमचं एक मोठं कुटुंबच होतं.

आमची आयुष्यं म्हणजे एक प्रकारचं बंदिस्त जग होतं. तरीही आमचा बाह्य जगाशी बऱ्यापैकी संबंध येत होता. आम्ही नेहमी तरुणांचे आंतरराष्ट्रीय मेळावे, स्पर्धा व बैठका यांत भाग घेत होतो. मला आमची राष्ट्रीय नृत्ये व गीतं खूप आवडायची. मी जरी अगदी गानकोकिळा नसले, तरी मी लवकरच आमच्या शाळेच्या नृत्य व गान पथकाची सभासद बनले. त्यामुळे मला आमची शाळा व देशाचं प्रतिनिधित्व करण्याची संधी वारंवार मिळत गेली. असे कार्यक्रम म्हणजे आमच्या दैनंदिन कार्यक्रमांतून मिळणारा दिलासा किंवा बदल असायचा.

प्रेस व रेडिओसारख्या प्रसारमाध्यमांचंदेखील आमच्या शाळेकडे लक्ष गेलं आणि शाळेला भरपूर प्रसिद्धी मिळाली. 'बकिंगहॅम पॅलेस' या राजप्रासादाचंदेखील आमच्याकडे लक्ष गेलं! एक दिवस आमच्या शाळेच्या नावावर मधाचा एक मोठा कॅन आला. खरं तर तो कॅन अर्जेंटिना सरकारनं राजकन्या एलिझाबेथ आणि राजकन्या मार्गरिट ह्यांच्यासाठी पाठवला होता. त्यांच्या वैयक्तिक विनंतीवरून, पत्ता बदलून तो झेकोस्लोव्हाक शाळेतील मुलांसाठी पाठवला गेला. युद्धामुळे मिळणारा ब्रेड आणि लोणी खाल्यानंतर, तो राजेशाही मध चाटताना आम्हाला किती बरं वाटलं!

युद्धामुळे अन्नधान्य व तत्सम पदार्थ यांचा नेहमीच तुटवडा असायचा. कधीकधी ते मिळत पण नसत. पण आम्ही थोडे भाग्यवान होतो. आमची स्वयंपाकीणबाई तिच्या कल्पकतेतून व शोधक नजरेतून हाताशी असलेल्या साहित्यातून तऱ्हेतऱ्हेचे चविष्ट पदार्थ बनवत असे. त्यांत चिकनपासून बनवलेली पॅप्रिक ही डिश किंवा जॉन लेविसने शिकार करून आणलेले ससे यांचापण समावेश असे!

जॉन लेविस हा शेतकरी आणि हिन्टन हॉलचा मालक होता. आमच्या दृष्टीनं ती महत्त्वाची व्यक्ती होती, कारण आमच्या शाळेच्या इमारतीचा काही भाग तो वापरत असे. बऱ्याच वेळा तो जाता-येताना, घोड्यावरून रपेट करताना किंवा घोडागाडी चालवताना दिसायचा. त्यानं पिकवलेला बराचसा माल धान्य व शेती मंत्रालयाकडे जायचा; पण कधीकधी जादा पिकलेला माल आमच्या स्वयंपाकघरात तो पाठवायचा. त्यात ताजी तोडलेली भाजी आणि कधीकधी क्रीम यांचा समावेश असायचा.

कधीकधी आमच्या वसतिगृहात आमचे सैनिक व हवाईदलातील कर्मचारी राहण्यासाठी यायचे. अशा वेळी आमची स्वयंपाकीणबाई स्वयंपाकघर घासून-पुसून स्वच्छ करायची आणि त्यांनी बरेच दिवसांत खाल्ले नसतील असे व त्यांना हवे ते पदार्थ करून खाऊ घालायची. अशा वेळी आम्हाला लोणी व मांस कमी मिळालं

तरी वाईट वाटायचं नाही. कारण आमच्या दृष्टीनं त्यांना ते मिळणं जास्त गरजेचं होतं आणि त्यांना सर्वोत्तम पदार्थ मिळणं आवश्यकच होतं.

एका गोष्टीचं मात्र मला नेहमी आश्चर्य वाटायचं. काल-परवापर्यंत जर्मनीवर धोकादायक परिस्थितीत बॉंबफेक करताना अतिशय शांत व बेडर राहिलेले हे तरुण व वैमानिक दलाचे कर्मचारी परीक्षेला जाताना थरथर कापत अन् भीत असत! हे सगळं माझ्यासाठी अनाकलनीय होतं!

मी खूप अधाशी वाचक होते आणि बराच वेळ मी लायब्ररीत पुस्तकं वाचत बसत असे. तेव्हा मला हे लोक परीक्षेसाठी उजळणी करताना दिसायचे. लायब्ररीत पुस्तकांचा साठा फार नव्हता; पण लायब्ररी अस्तित्वात होती, हीच गोष्ट फार मोठी होती. ब्रिटनमध्ये राहणाऱ्या काही झेक नागरिकांनी त्यांच्याजवळची काही जुनी पुस्तकं देऊ केली होती; पण ते पुरेसं नव्हतं. झेक पाठ्यपुस्तकं व काव्यगीतांची पुस्तकं कमी पडायची. त्याही परिस्थितीत आमच्या कष्टाळू व मनमोकळ्या स्वभावाच्या कर्मचारीवर्गाने व शिक्षकांनी मार्ग काढला. शिक्षक स्वत:च लेखक बनले व त्यांनी पाठ्यपुस्तकं प्रकाशित केली आणि तरुण वाचकवर्गाला माहीत व्हावं म्हणून दंतकथांची पुस्तकंही प्रकाशित केली.

तुलनेनं, ब्रिटिश कौन्सिलकडून आम्हाला चांगल्यापैकी इंग्रजी पुस्तकांचा संच मिळाला. इंग्रजी भाषेचा चांगला प्रसार व्हावा म्हणून आणि इथल्या संस्कृतीशी चांगली ओळख व्हावी म्हणून, त्यांनी आमच्याकडे विशेष लक्ष पुरवायला सुरुवात केली आणि शाळेत इंग्रजी शिक्षकांची नेमणूक केली. शाळेतील एकंदरीत मित्रत्वाच्या व अनौपचारिक वातावरणाचा त्यांच्यावर इतका परिणाम झाला की, त्यांच्या स्वभावातील इंग्लिश मितभाषीपणा, एकलकोंडेपणा विरघळून गेला आणि त्यांपैकी काही जण खरोखरीच 'झेक देशभक्त' बनले!

शाळेचे मुख्याध्यापक एक सेनाधिकारी होते आणि शारीरिक तंदुरुस्तीवर त्यांचा गाढ विश्वास होता. कुठलीही दया-माया न दाखवता ते आमच्याकडून – विशेषत: मुलांकडून व्यायाम करवून घेत. ह्याचा परिणाम असा झाला की, युद्ध संपण्यापूर्वी आमच्यातील जी मुलं लष्करात जाण्याच्या वयाची होती, त्या सर्वांनी लष्करात प्रवेश घेतला आणि उत्तम कामगिरी केली. ह्याचं सर्व श्रेय अर्थातच आमच्या मुख्याध्यापकांकडे जातं. शिवाय वीज नाही, पाणी नाही, अशा अडचणीच्या परिस्थितीला कुरकुर न करता कसं तोंड द्यावं, तेही त्यांनी आम्हाला शिकवलं. कारण खूपदा पाणी व वीज नसणं, ही गोष्ट हिन्टन हॉलला नित्याची असे. खूपदा हिवाळ्यातल्या दीर्घ महिन्यांच्या काळात तिथले नळ अगदी कोरडे शुष्क असत. मग आम्हाला बर्फात हात-पाय धुणं वगैरे कार्यक्रम उरकावे लागत. एकदा हॅनाच्या बाबतीत अशीच विचित्र गोष्ट घडली. त्या प्रसंगाची आठवण झाली की, माझा

अजूनही थरकाप उडतो. एकदा गोठवणाऱ्या थंडीत रात्री हॅना केस धूत होती, तो नळाचं पाणी गायब झालं! डोक्याला टॉवेल गुंडाळून, सर्व अंगाला साबणाचा फेस माखलेल्या अवस्थेत ती कशीबशी बाथरूमच्या बाहेर आली आणि मैत्रिणींबरोबर शेतात चालत जाऊन तिथल्या पंपाला येणाऱ्या पाण्यानं तिनं केस धुतले. मैत्रिणीनं पंप चालवला आणि पाणी जसंजसं हॅनाच्या डोक्यावर पडत होतं आणि ती चोळत होती तसंतसं ते गोठत होतं!!

आमच्या वसतिगृहातला जनरेटर कायम बंद पडलेला असे. एकदा मात्र ह्याचा भयंकर परिणाम झाला! एके रात्री अंधारात एक मुलगा वरच्या मजल्यावरच्या बाल्कनीत धूम्रपान करण्यासाठी पळाला. असं करताना त्यानं दोन नियम तोडले. एक तर तिथे धूम्रपान वर्ज्य होतं आणि त्या बाल्कनीत जाणं धोक्याचं होतं. त्यामुळे तिथे जाण्यास मज्जाव होता. एकाएकी जोराचा... गडगडाटासारखा आवाज आला आणि ती बाल्कनी धाड्‌कन खाली कोसळली आणि तो मुलगाही पडला! त्याला ताबडतोब बेशुद्धावस्थेत उचलून आणून जेवणाच्या टेबलावर झोपवण्यात आलं... मेणबत्त्यांच्या मिणमिणत्या उजेडात त्याचं पहुडलेलं निश्चल शरीर... ते दृश्य भयंकर होतं. आश्चर्याची गोष्ट म्हणजे, इतका भीषण अपघात होऊनही पायाचं हाड मोडण्यापलीकडे मोठी दुखापत त्याला झाली नाही! शिक्षा म्हणून मात्र आमच्या मुख्य व्यवस्थापकांकडून त्याची खरपूस खरडपट्टी काढण्यात आली. आमच्या इमारतीची दुरवस्था बघता, खरं म्हणजे असे अपघात होणं हा नियम नसून अपवादात्मकच असायचं, ही उल्लेखनीय बाब होती.

शनिवारी आम्हाला सगळ्यांना आमच्या वसतिगृहापासून साडेतीन मैलांवर असलेल्या व्हिटचर्च ह्या गावी जाण्याची परवानगी मिळायची. ओल्गा व इतर काही मित्र-मैत्रिणींबरोबर तिथे सायकलीनं जायला मला आवडायचं. त्या गावात दोन आकर्षणं होती. एक म्हणजे सिनेमा आणि दुसरं, तिथलं 'वूल्सवर्थ' हे एकमेव दुकान! एखाद-दुसऱ्या शिक्षकांच्या देखरेखीखाली छोटी मुलं बऱ्याच वेळा त्यांच्याजवळच्या सहा पेनीतून आईसाठी काहीतरी 'भेटवस्तू' खरेदी करताना दिसायची. त्यांचे वडील सैन्यात व सुदैवानं आई इंग्लंडमध्येच असायची. ते बघून मला खूप वाईट वाटत असे.

मला मात्र हिन्टन हॉलच्या आसपासच्या भागात हिंडायला जास्त आवडायचं. त्या भागात कुरणं, शेतं होती आणि बऱ्यापैकी पोहण्यायोग्य तलाव होता. शिवाय आसपास रान होतं. त्या रानात हिंडताना माझ्या लहानपणीची, माझ्या देशातली आठवण मला येत असे. कधीकधी तिथे झाडाझाडांतून हिंडताना मी जणू काही माझ्या छोट्या गावाजवळच्या रानात मजेत हिंडतेय आणि माझे आई-बाबा मला शोधत आहेत, अशा तऱ्हेचा खेळ मी खेळत बसायची! आता जवळजवळ तीन

वर्षे होत होती, त्यांच्याकडून मला काहीच बातमी कळली नव्हती. माझ्याप्रमाणेच बरेच जण ह्याच गोष्टीमुळे अस्वस्थ असायचे आणि एकंदरीत इथलं शाळेतलं माझं आयुष्य बऱ्यापैकी सुरळीत आणि आनंदात जात होतं, म्हणून माझी अस्वस्थता कमी व्हायला मदत व्हायची. मला तिथे इतकं आवडायचं की, सुट्टीत मी रेनफोर्ड्सच्या घरी किंवा ईव्हाबरोबर मजा करत असले तरी मी ट्रेननं श्रॉपशायर या शाळेच्या गावी कधी एकदाची परत जातेय, असं मला व्हायचं!

प्रत्येक सत्रात आमची संख्या वाढतच गेली. शिक्षकांनी एका पाठोपाठ एक खोल्या रिकाम्या केल्या आणि ते हॉटेलवर राहण्यासाठी गेले. त्यांच्या खोल्यामध्ये आमचे वर्ग भरू लागले किंवा त्या खोल्या मुलांना राहण्यासाठी दिल्या गेल्या. नंतर काही शेतजमिनी सोडून पलीकडे राहत असलेला आमचा जवळचा शेजारी होता, त्याने त्याची जागा सोडून दिली आणि तो दुसरीकडे गेला. त्याचं ते जुनं घर प्रशस्त होतं आणि तिथे मुलींना राहण्यासाठी खोल्या देण्यात आल्या.

सकाळी आणि रात्री शेतातून चालत जायला खूप मजा यायची. तिथल्या गाई मूकपणे मोठमोठ्या डोळ्यांनी आमच्याकडे बघायच्या आणि शेपट्या हलवून आम्हाला अभिवादन करायच्या. पण... त्याच दरम्यान एक उदास, भयानक रात्र उजाडली. त्या वेळी शेतातून चालत परतत असताना एखाद्या प्रेतयात्रेत चालल्याप्रमाणे आमच्या चेहऱ्यावरचे भाव होते!

ती १९४३च्या मार्च महिन्यांतली रात्र! आम्ही थोडे मोठे मुलं-मुली नेहमीप्रमाणे रात्री ९च्या रेडिओवरच्या बातम्या ऐकत होतो. बातम्या ऐकल्यानंतर आम्ही वसतिगृहात परत येत असू.

निवेदिकेनं, अगदी स्पष्टपणे आणि व्यवस्थितपणे नाझी छळछावणीतील ज्यू लोकांच्या परिस्थितीबद्दल सविस्तर माहिती सांगितली! त्या दिवसापर्यंत आमचे आई-वडील अजून घरीच असतील आणि नेहमीप्रमाणे आयुष्य जगत असतील, ह्या आशेला आम्ही चिकटून होतो.

कदाचित ते असतीलही... कदाचित त्यांना नेताना त्यांनी पलायन केले असेल? का जर्मन मृत्युछावणीत पाशवी अत्याचार सहन करत मृत्यू येण्याचं इतरांप्रमाणे त्यांच्या नशिबी असेल? काहीही कळायला मार्ग नव्हता...

ही भयानक बातमी ऐकून मला धक्का बसला आणि मी सुन्न झाले! अंधारात ओल्गाच्या हाताला धरून हेलपाटतच शेतातून मी माझ्या खोलीकडे आले. 'ईव्हा जेव्हा ही बातमी ऐकेल, तेव्हा ती कुणाचा हात पकडेल?' माझं मन आतल्या आत आक्रोश करत होतं. मी जे काही ऐकलं, त्याचा भयानक अर्थ मला पूर्णपणे कळला होता का नाही; मला माहीत नव्हतं!

हे दुःस्वप्न पुढील काही आठवडे आमच्या मनात घर करून राहिलं. काहींच्या

मनातून तर ते कधीच पुसलं गेलं नाही. आमच्यापैकी ज्यांना ज्यांना हे नवीनच भय आणि अनिश्चितता बरोबर घेऊन जगावं लागत होतं, त्यांच्याशी शिक्षक आणखीच प्रेमळपणे वागू लागले. एखाद्या जड काळ्या मेघाप्रमाणे औदासीन्याची छाया शाळेवर पसरली होती. बाह्यत: प्रत्येक व्यक्ती हादरली होती. ज्यू असो किंवा ख्रिश्चन – ह्या शोकांतिकेचा प्रत्येकाला अर्थ कळला होता. त्यानंतर पुन्हा पहिल्यासारखं आयुष्य राहिलं नव्हतं.

मार्च महिन्यातली ती रात्र माझ्या छोट्या आयुष्यातली काळीकुट्ट रात्र होती. मनाला वेदनांनी ग्रासलं होतं, दु:खानं बधिरपणा आला होता. मी कुणाशी बोलण्याच्या मन:स्थितीत नव्हते, रडू शकत नव्हते. अवकाशात एकटक बघत पडून होते, अगतिकपणे. मला वाटत होतं, त्यांच्या यातना आपण सोसाव्यात. त्यांच्या दुर्दैवात आपणही सहभागी व्हायला हवं होतं, त्यांच्यासाठी मृत्यू पत्करायला हवा होता.

हॅना माझ्याजवळ बसली होती. ती मला दिलासा देण्याचा प्रयत्न करत होती. माझ्याप्रमाणे ज्यांच्या वाट्याला अशा तऱ्हेचं भय आलं, त्या सर्वांना समजावण्यात तिची अर्धीअधिक रात्र गेली. तिचे नातेवाईक आणि मित्र-मैत्रिणीपण संकटात होते, तरी तिचे आई-वडील ब्रिटनमध्ये सुरक्षित होते आणि आम्हाला ह्या उद्ध्वस्त करणाऱ्या शक्यतेशी सामना करावा लागत होता, ह्या गोष्टीमुळे तिलाच अपराध्यासारखं वाटत होतं!

ईव्हाची त्या रात्री हॉस्पिटलमध्ये ड्युटी होती, हे मला माहीत होतं. त्यामुळे मला शंका होती की, तिनं 'ही' बातमी ऐकली की नाही. दुसऱ्याच दिवशी मी तिला पत्र लिहून माझं मन मोकळं केलं. तिनं त्या पत्राला पाठवलेलं उत्तर मी अजून जपून ठेवलंय.

दि. १७ मार्च १९४३च्या मध्यरात्री तिनं ते पत्र लिहिलं.

माझ्या छोट्या बहिणीस,

मी 'ती' बातमी ऐकली होती आणि तुला माहिती आहे का, मी मुळीच रडले नाही. ती बातमी मी माझ्या मनातून पूर्णपणे काढून टाकली. 'अशा गोष्टी घडणं शक्य नाही', ह्या माझ्या आशावादाने पुन्हा विजय मिळवला. पण मला आज तुझं पत्र मिळालं आणि मला वाटलं, ताबडतोब तुला उत्तर लिहावं.

मी कशा तऱ्हेनं उत्तर लिहू? तुला समजावण्याचा प्रयत्न करू, तुला दिलासा देऊ, का तुझं रक्षण करू? कदाचित, मला काय वाटतंय ते तुला सांगितलं तर तुला काहीतरी मदत होऊ शकेल. तू किती दुखावली गेली आहेस, मला माहिती आहे. तुझ्याप्रमाणेच मामिन्को व टॅटिनेकसाठी प्राण

अर्पण करायला मलाही नक्की आवडेल. पण आपल्या दोघींवाचून त्यांच्या आयुष्यात काय अर्थ राहील? 'सूर्याविना उन्हाळा' अशी त्यांची अवस्था होईल.

मी अजून एकही अश्रू ढाळलेला नाही. मी खूप खंबीर मनाची आणि धीट आहे म्हणून नव्हे; तर मला त्यासाठी वेळच मिळाला नाही. व्हेरुस्को, आयुष्य म्हणजे काय, ह्याचा मला खऱ्या अर्थानं आत्ता शोध लागतोय. आयुष्याच्या शोधाचा हा मार्ग कठीण आहे, अगदी फारच कठीण; पण त्यात आनंदाचे क्षणपण विखुरलेले असतात. मी एक गोष्ट शिकले, ती तुला सांगते. बहुतेक वेळा आपण दुःख करतो आणि रडतो. आपल्याला आपलीच कीव येत असते, आपल्याबद्दलच दुःख वाटत असतं. आपण रडतो, कारण त्याच्याविना आयुष्याची आपण कल्पनाच करू शकत नाही. त्यांना काय यातना सोसाव्या लागत असतील, ह्या विचारानं आपण रडतो. तू ह्या गोष्टीचा विचार कर की, तू दुःखी आहेस हे त्यांना कळलं, तर त्यांच्या यातनांत किती भर पडेल! आणि व्हेरुस्को, वाईटातलं वाईट जर घडायचंच असेल, तर दुःख करायला अजून खूप अवकाश आहे; नाही का?

ह्याच कारणासाठी मी स्वतः मुश्किलीनं, नेहमीप्रमाणे काम करतेय. पेशंटशी मी हसून बोलते, तेही मग माझ्याशी हसून बोलतात अन् मला 'सदा हसतमुख' म्हणतात. खूप जणांचं शारीरिक दुःख खूप मोठं आहे आणि त्यांच्यासाठी हास्य ही कठीण गोष्ट आहे; हिटलरची 'कृपा' – दुसरं काय? आणि एक, आनंदी वृत्तीनं त्यांच्याशी बोलणं-वागणं ह्यासाठी कधीकधी मला किती प्रयत्न करावे लागतात, त्याची त्यांना अजिबात कल्पना नाही.

इथे शुश्रूषा करताना मला किती आनंद होतो, ह्याची तुला कल्पना येणार नाही. तरीही आजारी, जखमी रुग्णांची काळजी घेणं ही गोष्ट युद्ध जिंकण्याच्या दृष्टीने महत्त्वाची नाही. परंतु प्रत्येक छोट्या गोष्टींचा त्यात वाटा असतो, मदत असते.

तुझ्याइतकंच मलाही आई-बाबांबद्दल प्रेम आहे आणि घरापासून जितकी जास्त काळ मी लांब आहे, त्या प्रमाणात माझं त्यांच्याबद्दलचं प्रेम वाढत जातंय. तू म्हणतेस की, त्यांच्यावाचून, त्यांच्या प्रेमावाचून घराची अन् भावी आयुष्याची कल्पनाच तू करू शकत नाही. मलाही तसंच वाटतंय. त्यांच्यावाचून आयुष्याची कल्पनाच करवत नाही! कारण त्यांच्याबरोबर असण्यानेच आपले सर्व प्रयत्न, आशा-आकांक्षा आपल्याभोवती केंद्रित

असतील. त्यात कदापि बदल होणार नाही आणि जरी ते स्वर्गातून आपल्याकडे बघत असतील तरीही आपण जगलं पाहिजे, आनंदाने काम केलं पाहिजे. तेव्हाच तर ते आपल्या खूप जवळ असतील. ते आपल्यावर वरून लक्ष ठेवून असतील. आपण त्यांची कधीही निराशा करता कामा नये. मी काय सांगतेय, ते तुला कळतंय का?

मला आशा वाटतेय आणि विश्वाससुद्धा की, एक ना एक दिवस आपण चौघे आपल्या घरी हे पत्र वाचत असू. आपले परमप्रिय आई-बाबा कदाचित या जगात नसतील या शक्यतेबद्दल तुला काही लिहिण्याचं खरं तर माझ्या मनात नव्हतं. तू असा विचारसुद्धा करू नयेस, असं मला वाटत होतं. मी तुला पुन्हा सांगतेय, छान जग, आनंदी राहा. शोक करू नकोस.

तू म्हणतेस की, तू जे काही करतेस ते त्यांच्यासाठीच करतेस. तर मग त्यांच्यासाठीच तू आनंदात राहा. तू विश्वास ठेव, धीर धर – सत्याचंच विजय होईल!

ईव्हाचं पत्र मी खूप वेळा वाचलं. त्यामुळे मला तर मदत झालीच, पण ज्यांना अशी सहृदय, दयाळू मोठी बहीण नव्हती, त्या माझ्या मित्र-मैत्रिणींना पण मदत झाली. तिच्या समंजसपणामागचा युक्तिवाद मला कळला होता. ईव्हाच्या सल्ल्यानुसार आणि तिचं उदाहरण डोळ्यांपुढे ठेवून वागायचा मी निश्चय केला. माझी काळजी, वेदना मनाच्या खोल कप्प्यात मी बंद करून ठेवली, आणि माझा अभ्यास व इतर कार्यक्रम यांत मी मला पूर्णपणे झोकून दिलं.

१९४३मध्ये केव्हातरी वडिलांच्या परिचयाच्या एका व्यक्तीकडून ईव्हाला एक मोहक चिठ्ठी मिळाली. आमच्या आई-बाबांना घरांतून काढून नेऊन टेरेझिनच्या घेट्टोत स्थानबद्ध करण्यात आले आहे, अशी त्या चिठ्ठीत बातमी होती! सुरुवातीच्या धक्क्यातून सावरल्यावर ईव्हाने तिच्या नेहमीच्या सौम्य, आशावादी वृत्तीने लिहिलं, "दुःखी होऊ नकोस. सगळं काही ठीक होईल यावर विश्वास ठेव."

माझी प्रिय ताई, माझी काळजी, माझ्या अपेक्षा यांत सतत सहभागी होत आली. ज्याच्या खांद्यावर ती डोकं टेकू शकेल, असं तिला मात्र कुणी नव्हतं. तरीही सर्वप्रथम तिला माझीच काळजी होती की, एखाद्या दुःखदायक बातमीला मी कशी तोंड देऊ शकेन. तिने अशा अघातांचा परिणाम नेहमीच हलका करण्याचा प्रयत्न केला.

टेरेझिन या गावाबद्दल मला इतकीच माहिती होती की, आम्ही इंग्लंडला येताना आमची गाडी बराच वेळ तिथे थांबली होती, कारण आमची प्रागला विसरलेली काही महत्त्वाची कागदपत्रं आणण्यासाठी आमचे व्यवस्थापक प्रागला

जाऊन घेऊन आले होते. त्यावेळेस त्या जागेकडे मी विशेष लक्ष दिलं नव्हतं. ते गाव आमच्या सर्वांच्या आयुष्यावर फार मोठी दु:खाची सावली पसरवणार आहे हे त्यावेळेस मला कुठे माहीत होतं?

आम्ही रेडक्रॉसतर्फे चौकशी केली तेव्हा कळलं की, त्यांच्याकडे टेरेझिन या जुन्यापुराण्या किल्ल्याच्या गावाबद्दल सर्व माहिती होती. तिथून आर्यन वंशाच्या सर्वांना हलवून आता तिथे फक्त ज्यू धर्मीय लोकच होते. तिथे असणाऱ्या ज्यू लोकांचं आयुष्य कसं आहे, ह्याविषयी माहिती देणारा चित्रपट जर्मन भाषेत तयार केला गेला होता आणि तो ब्रिटन व इतर दोस्त राष्ट्रांत प्रदर्शित करण्यात आला होता. जगासमोर फक्त हे सिद्ध करण्यासाठी हा सगळा आटापिटा होता, की हिटलर ज्यू धर्मीयांना किती सन्मानाने वागणूक देतो आहे आणि छळछावण्या, मृत्यूछावण्या ह्यांच्याबद्दल पसरलेल्या भयानक बातम्या म्हणजे केवळ फुगवून सांगितलेल्या अफवाच आहेत!

'ज्यू लोकांना हिटलरने दिलेली भेट – एक गाव' हा चित्रपट पण तयार केला गेला. घेट्टोच्या उंचच उंच भिंतींच्या आड बोट्टेमिया, मोरव्हिया आणि नंतर युरोपच्या इतर भागांतून आणून ठेवलेल्या ज्यू लोकांचं आयुष्य जरी बंदिस्त असलं तरी सर्वसाधारण आहे, हे त्या चित्रपटांत दाखवलं गेलं होतं. तिथली प्रचंड गर्दी भीतिदायक होती. अन्नधान्य व जळणाचा तुटवडा होता. परंतु ही सर्व कठीण परिस्थिती युद्धामुळे निर्माण झाली होती... त्यांची सामूहिक हत्या नक्कीच केली गेली नाही. फार कशाला, ते गाव स्वायतत्त होतं. तिथं त्यांचंच राज्य होतं. ज्यू महिला व पुरुष दुकानं चालवतात. ज्यू डॉक्टर्स व नर्सेस हॉस्पिटलमध्ये काम करतात. तिथे ज्यूंची प्रार्थनास्थळं – सिनेगॉगही आहेत. चित्रपटगृहं, नाट्यगृहं आहेत. तिथं सुप्रसिद्ध ज्यू कलावंत नाटकं, ऑपेरा आणि स्पर्धा आयोजित करतात. काही ज्यूंना तर स्विस रेड क्रॉसने पाठवलेल्या ट्रेननं स्वातंत्र्याकडे वाटचाल करण्याचीही परवानगी दिली आहे वगैरे वगैरे... अशा तऱ्हेचं घेट्टोचं चित्र त्या चित्रपटातून निर्माण केलं गेलं होतं.

हिटलरनं अजून काबीज न केलेल्या प्रदेशात छळछावण्यांतून पलायन करून वास्तव्य करून राहिलेल्या व्यक्तीकडून ऐकलेल्या भयानक कहाण्यांवर विश्वास ठेवण्यापेक्षा, बाह्य जगातील लोक चित्रपटांतून दाखवल्या गेलेल्या खोट्यानाट्या कहाण्यांवर विश्वास ठेवत होते. "ते (घेट्टोतून पलायन करण्यात यशस्वी झालेले ज्यू लोक) काहीतरी अतिशयोक्ती करत आहेत. तिथे खूप काही वाईट नसणार", अशीच सर्वसाधारण लोकांची प्रतिक्रिया होती. त्यांना तरी आपण कसा दोष देऊ शकतो? माझी स्वत:ची बहीण पण नव्हती का म्हणाली, "अशा गोष्टी घडणं शक्य नाही" म्हणून!

तर मग माझ्यासारख्या एखाद्या लहान मुलीला कसा तर्क करता येणार की, तो चित्रपट म्हणजे जगापासून सत्य लपविण्यासाठी केलेली धूळफेक होती? आणि जुनं टेरेझिन गाव म्हणजे, सर्व ज्यू धर्मीयांना एकत्र आणून ठेवण्याचं एक प्राथमिक ठिकाण होतं आणि काही कालावधीनंतर त्यांना तिथून हलवून त्यांच्या शेवटच्या मुक्कामाला पाठवलं जात असे ते? त्या सर्व लोकांना हलवताना सांगितलं जायचं की, त्यांना श्रम छावणीत नेण्यात येत आहे, कारण तिथे घेट्टोपेक्षा चांगली परिस्थिती आहे. काही लोकांचा त्यावर खरंच विश्वास बसायचा!

चित्रपटात दाखवलं जायचं त्यापेक्षा टेरेझिनमधील लोकांचं आयुष्य फारच वेगळं, भयानक होतं. तिथं काहीच कामधंदा नव्हता. प्रचंड थंडी, उपासमार आणि रोगराई यांमुळे माणसं मृत्युमुखी पडत होती. तरीही तिथे जगण्याची थोडीफार आशा होती. विशेषत: मिश्र विवाहांतील ज्या व्यक्तींना अजून तिथून हलवलं गेलं नव्हतं, त्यांच्या बाबतीत अधिक आशा होती. बाकी सर्व एकापाठोपाठ हजारोंच्या संख्येनं प्रवासासाठी नेले जात होते. त्यांना आपण श्रम छावणीकडे जात आहोत, असं वाटत होतं. प्रत्यक्षात ती ट्रेन त्यांना घेऊन जात होती ऑशविट्झच्या गॅस चेंबरकडे आणि इतर छळछावण्यांकडे... मृत्यूकडे!

टेरेझिनच्या सीमेवर असलेल्या जुन्या गढीचं रूपांतर एका अत्यंत भयानक अशा गेस्टापो तुरुंगात करण्यात आलेलं होतं, हे वास्तव त्या जर्मन प्रचारकी चित्रपटात दाखवण्यात आलं नव्हतं. तिथल्या अंधारकोठडीत कैद्यांना अत्यंत पशुतुल्य वागणूक दिली जात होती आणि त्यांचे इतके हाल-हाल केले जात होते की, त्यातून क्वचितच कुणी जिवंत बाहेर पडत असे.

ज्यू लोकांनी त्यांचे सर्व उद्योगधंदे जर्मनांच्याच ताब्यात द्यावेत, असा हुकूम जर्मनांनी काढला होता. माझ्या वडिलांनी त्याप्रमाणे न करता, खासगी करार करून, त्यांच्या एका आर्यन मित्राकडे त्यांचा व्यवसाय नाममात्र सोपवला. कुणीतरी एका माहीतगाराने ही बातमी गेस्टापोंकडे पोहोचविली! माझे प्रिय वडील व त्यांचा तो आर्यन मित्र या दोघांना पकडण्यात आलं आणि टेरेझिनच्या त्या भयानक तुरुंगात त्यांचे हाल-हाल करण्यात आले...

अर्थातच, त्या वेळी ही भयंकर बातमी मला कळली नव्हती; ही देवाची कृपा नव्हती काय?

६

आमचं वेल्सचं आश्रयस्थान – नवं घर

हिन्टन हॉलची इमारत १९४३च्या आसपास भिंतीच्या तुळयांच्या सांध्यावर शब्दश: फाटत चालली होती.

छपरापर्यंत खच्चून भरलेल्या त्या इमारतीत बऱ्याच जागा 'असुरक्षित' आणि 'राहण्यास अयोग्य' अशा स्वरूपाच्या होत्या आणि मोठ्या जागेची आत्यंतिक गरज भासत होती.

...आणि एक दिवस! भोजनगृहाचं छप्पर अचानक धाड्कन कोसळलं. दुपारची जेवणाची वेळ होती. सुदैवानं नुकतंच जेवण आटोपून आम्ही खिडकीजवळ उभे होतो. जॉन शेतकरी घोड्यावरून रपेट करत होता. जिथे आम्ही काही क्षणांपूर्वी बसलो होतो, बरोब्बर त्याच ठिकाणी ते छप्पर कोसळलं. चमत्कारच घडल्याप्रमाणे, फक्त रेनीच्या बोटाला थोडी जखम होण्यापलीकडे इतर कुणाला इजा झाली नाही.

एवढ्या मोठ्या अरिष्टाचा निसटता स्पर्श झाला! मुख्याध्यापकांनी आता मात्र शाळेचा काही भाग नव्या जागेत स्थलांतरित करण्याचा ठाम निर्णय घेतला. त्यानुसार, अर्धी प्राथमिक शाळा नॅंटविचजवळील मॅसफेन या ठिकाणी हलविण्यात आली आणि माध्यमिक शाळेसाठी पर्यायी जागा मंजूर करण्यात आली. आम्हाला एका हॉटेलमध्ये हलवण्यात आलं. युद्ध सुरू होण्याच्या थोडंच आधी ते हॉटेल बांधलं होतं आणि 'ब्रोम्सग्रूव्ह' सार्वजनिक शाळेला देण्यात आलं होतं. ही शाळा नंतर पुन्हा बर्मिंगहॅमला हलवण्यात आली व नंतर त्याच ठिकाणी आमची रवानगी झाली.

लॅनरिट वेल्स खेड्यात आम्ही प्रथम प्रवेश केला, तो प्रसंग मी कधीच विसरणार नाही. मध्य वेल्स या इंग्लंडमधीलच प्रांताच्या अगदी मध्यभागी उभी असलेली ही एक छोटी वसाहत होती. वाफेच्या इंजिनाच्या ट्रेनमधून आपापल्या बॅगा, सूटकेसेस वगैरे घेऊन आम्ही त्या छोट्याशा स्टेशनवर पटापट उतरलो आणि एका कच्च्या सडकेवरून चालायला लागलो. आमचं नवं घर बघितल्यावर आमचा आमच्याच डोळ्यांवर विश्वासच बसेना! 'ते' घर म्हणजे एक प्रशस्त, नवी इमारत होती आणि तिच्या बाजूलाच कित्येक एकरांत पसरलेलं हिरवंगार कुरण, त्यांत

चरणाऱ्या गाई, जलविहारासाठी एक सुंदर तलाव आणि खळखळ वाहणाऱ्या इरफॉन नदीचा विस्तीर्ण प्रवाह आम्हाला खेळण्यासाठी! हे इतकं सुंदर दृश्य... मग कसं विसरता येणार?

अर्थातच, इतकी सगळी छोटी-छोटी झेक बालकं (आम्ही तेव्हा जवळपास १३० जण होतो) एकदम थडकलेली पाहून पहिल्यांदा त्या खेड्यात जरा गडबड उडाली. लोक आमच्याकडे उत्सुकतेनं आणि संशयानं पाहू लागले. मग आमच्या शिक्षकांपैकी एकाला एक छान कल्पना सुचली. आम्ही एक करमणुकीचा कार्यक्रम आयोजित केला अन् त्या कार्यक्रमाला लॅनरिटमधल्या सर्व लोकांना आमंत्रित केलं! आश्चर्य म्हणजे, बहुतेक सर्वच लोक त्या कार्यक्रमाला उपस्थित राहिले! आम्ही म्हटलेली आमची राष्ट्रीय गाणी आणि नृत्ये तिथल्या प्रेक्षकांना खूपच आवडली. कार्यक्रम संपताना आम्ही सर्व मुले उठून उभे राहिलो आणि वेल्सचं राष्ट्रगीत वेल्स भाषेत गायलं, तेव्हा तर सर्वच प्रेक्षकांच्या डोळ्यांत पाणी उभं राहिलं! त्या क्षणीच ते सर्व प्रेक्षक आमचे मित्र बनले. त्यांनी त्यांच्या घरात आणि हृदयात आम्हाला स्थान दिलं!

आम्ही वेल्सला गेल्यावर एक नव्या, इंग्लिश शिक्षिका शिकवण्यासाठी आल्या. त्यांच्या आधीच्या शिक्षिका अविवाहित होत्या आणि सर्वच बाबतींत अतिशय काटेकोर होत्या. त्यांचा स्वभाव हसत-खेळत वागण्याचा नव्हता. त्यांना विनोदाची फारशी जाण नव्हती. त्यामुळे विद्यार्थ्यांत त्या फारशा लोकप्रिय नव्हत्या. पण आता त्यांच्या जागी आलेल्या मिस मॅकेन्झी ब्रिटिश कौन्सिलतर्फे बदली शिक्षिका म्हणून नेमल्या गेल्या होत्या.

त्या थेट कॉलेजमधूनच आमच्या शाळेत नव्यानंच भरती झाल्या होत्या. त्यामुळे थोड्याशा चौफेर दृष्टीनं पाहणाऱ्या असाव्यात. इतक्या सगळ्या परकीय अनोळखी व्यक्तींबरोबर सोबत राहायचं, म्हणून सुरुवातीला त्या थोड्या सावधगिरीनं वागत. पण लवकरच त्यांची ती थोडी कंप पावणारी स्कॉटिश मधुर वाणी, दिलखुलास हास्य आणि प्रेमळ स्वभाव ह्यांमुळे त्यांनी आमची व सर्व शिक्षकांची मनं जिंकून घेतली.

त्या आल्यानंतर माझ्या शाळेच्या कार्यक्रमात काही स्वागतार्ह बदल झाले. 'मिस मॅक' असं आम्ही त्यांना आदरानं म्हणत असू. त्यांना खेळात आणि त्यातही विशेषत: हॉकीत विशेष रुची होती. त्यामुळे शाळेजवळच्या एका गवताळ मैदानाचं रूपांतर हॉकी मैदानात करायचं ठरलं आणि मुलींना तो खेळ शिकवायचा, असा संकल्प करण्यात आला. त्यांनी ब्रिटिश कौन्सिलकडून हॉकी स्टिक्स व खेळाचं इतर साहित्य युक्तीनं मागवून घेतलं. आम्ही तेव्हा हॉकी मैदानावर आखणी वगैरे करण्यात गुंतलो होतो.

खेळामध्ये मला चांगली गती होती. मी संघाची कर्णधार म्हणून निवडले गेले.

माझं कर्णधारपद मी ती शाळा सोडेपर्यंत अभिमानानं टिकवलं. मिस मॅक ह्या आमच्या प्रशिक्षिका होत्या व खंद्या आधारस्तंभ होत्या. अर्थातच मी त्यांच्या खूप भक्तांपैकी एक होते. आनंद आणि व्यायाम या दोन गोष्टींबरोबर हॉकीच्या खेळामुळे आमचे वेल्समधील इतर शाळांबरोबर खूप जवळचे संबंध निर्माण होऊन नवे मित्र-मैत्रिणी मिळाल्या.

शाळेत विद्यार्थ्यांची संख्या वाढत गेली. माझ्या वर्गात दोन नवी ज्यू मुलं आली. त्यातील 'हॅरी' नावाचा एक उंच व सडपातळ मुलगा होता. एकदा बोलता-बोलता सहजपणे तो म्हणाला की, त्याला आमच्या शाळेत येण्याची खूपच इच्छा होती. त्यामुळे त्याने आधीच्या इंग्लिश वसतिगृहाच्या शाळेतून शब्दशः पलायन केलं! मला त्याच्याविषयी कौतुक वाटलं. पुढे लगेच म्हणाला, "मी दोन आठवडे हिन्टन हॉलच्या उन्हाळी शिबिराला गेलो होतो. मला तिथलं वातावरण खूप आवडलं. ह्याच शाळेत प्रवेश घ्यायचा, असं मी तिथल्या तिथेच ठरवून टाकलं. आधीच्या माझ्या शाळेत जेवण खूप वाईट असायचं..." वगैरे वगैरे. ह्या त्याच्या वक्तव्यामुळे त्याच्याविषयीचं माझं मत बदललं.

जानेवारी १९३९मध्ये लहान मुलांची जी तुकडी प्रागहून ब्रिटनला पाठवण्यात आली, त्यात हॅरी होता. ही तुकडी बार्बिकन मिशन ह्या संस्थेतर्फे पाठवण्यात आली होती. ह्या छोट्या मुलांना ज्यू धर्मातून ख्रिश्चन धर्मात आणायचं, हे त्यांचं ध्येय होतं. हॅरीबरोबरची जी ४०-५० मुलं केन्ट प्रांतातल्या चाइलहर्स्ट या गावाच्या शाळेत आली, त्यांना आधीच प्रागमध्ये बाप्तिस्मा देण्यात आला होता. तिथल्या शाळेची प्रवेश देतानाची ती अट होती. हॅरी व आणखी काही मुलं मात्र ह्या गोष्टीस अपवाद होती. ते अजून ज्यूच होते. तरीही त्याच्या त्या शाळेतील अल्पावधीच्या वास्तव्यात तो चर्चच्या वातावरणाकडे, तिथल्या धार्मिक कार्यक्रमांकडे आकर्षित झाला आणि चर्चमधल्या गीतांमध्ये आवडीनं भाग घेऊ लागला. तो खरं तर भाग्यवान होता. त्याचे आई-वडील व लहान बहीण प्रागमध्येच राहिले होते. हॅरीच्या वडिलांचा मित्र प्रागमधील नावाजलेला जर्मन वकील होता. त्याच्या मदतीनं ते सर्व नाझीच्या कचाट्यातून सुटका करून घेण्यात यशस्वी ठरले. हॅरी तिथून निघाल्यानंतर त्या मित्रानं वडिलांच्या हातात एक पाकीट दिलं व म्हणाला, "माझा जर्मन अधिकाऱ्यांत वशिला आहे. तुम्हाला तुमच्या मुलापाठोपाठ इंग्लंडला जायचं असेल, तर हे पत्र मुख्य कार्यालयात द्या. तुमच्या व्हिसासाठी लागणारे माझ्याकडचे व्यक्तिगत अधिकारपत्र ह्यात आहे."

जर्मनांनी १५ मार्च १९३९ला प्रागवर चाल केली. त्याच दिवशी हॅरीचे वडील पासपोर्ट व ते पत्र घेऊन मुख्य कार्यालयात गेले. त्यांचे व्हिसा स्टॅम्पसकट– नं.१ व नं.२ — नाझीच्या ऑफिसातून दिले गेलेले पहिल्या दोन क्रमांकांचे व्हिसा!

हॅरीच्या वडिलांनी आश्चर्यानं सुटकेचा नि:श्वास टाकला! त्यांनी आपल्या पत्नीला ताबडतोब स्टेशनवर येण्यासाठी टेलिफोनवरच सांगितलं. कुणाला संशय येऊ नये म्हणून तिनं आपली छोटी मुलगी व खरेदीसाठी वापरण्याची एक छोटी बॅग उचलली आणि घर सोडलं! अशा प्रकारे ते सर्व कुटुंब पुन्हा एकत्र आलं. हॅरीला खूप आनंद झाला. इतर बऱ्याच लोकांप्रमाणे तेही रिकाम्या हातानं आले होते. त्यांना पुन्हा नव्यानं त्यांची आयुष्यं उभारायची होती. पण ते सर्व सुखरूप होते.

चाइलहर्स्ट होममधून किमान पाच मुलं आमच्या शाळेत आली. त्यांनी त्यांचा ज्यू धर्म कायम ठेवला होता. परंतु बाकीची जी मुलं बार्बिकन मिशनच्या देखरेखीखाली होती, त्यांच्यापैकी खूप जणांनी चर्चमध्ये मंत्री वगैरे पदाची दीक्षा घेतली. त्यांच्यापैकी जोसेफ व पीटर श्निडर या दोन जुळ्या भावांची कथापण विलक्षण होती. ते दोघेही वयाच्या दहाव्या वर्षी हॅरीबरोबरच ब्रिटनला आले. त्यांचे आई-वडील नाझींच्या मृत्यूछावणीत मरण पावले. युद्धानंतर ते दोघे भाऊ बार्बिकन मिशनच्या देखरेखीखालीच होते. जोसेफ डॉक्टर झाला आणि आफ्रिकेत मिशनरी डॉक्टर म्हणून काम करू लागला. माझ्या माहितीप्रमाणे, तो अजूनही तिथेच आहे. पीटरने चर्चच्या कामकाजात लक्ष घातले. प्रथम तो केंब्रिज धर्मोपदेशक युनिव्हर्सिटीत मुख्य पाद्री म्हणून कामाला लागला. त्यानंतर हैफाच्या आणि शेवटी जेरुसलेमच्या कॅथेड्रलचा मुख्य धर्मोपदेशक बनला. तो जेव्हा इंग्लंडला परत आला, तेव्हा त्याचं हिब्रू भाषा व ज्यू धर्माविषयीचं ज्ञान एखाद्या 'रॅबी' (ज्यू स्कॉलर किंवा ज्यू धर्माचे शिक्षक)ला लाजवेल इतकं सखोल होतं. पीटरनं अर्थातच त्याची ज्यू धर्माची पार्श्वभूमी कधीच नाकारली नव्हती. सर्व आयुष्यभर तो जितका ख्रिश्चन म्हणून वागत आला तितकाच ज्यू म्हणूनही जगत आला.

युद्ध सुरू झाल्यानंतर हॅरीची अन् पीटरची गाठभेटही नव्हती आणि त्याला पीटरबद्दल काहीच बातमी कळलेली नव्हती. त्या दोघांची पुनर्भेट अगदी योगायोगानंच झाली. ससेक्स प्रांतातल्या बरफॅम या छोट्या खेड्यातल्या काही मित्रांनी आम्हा दोघांना बोलावलं होतं. तिथल्या यजमानीणबाई तेव्हा म्हणाल्या, "तुम्ही आमच्या इथल्या 'विकार' (धर्मगुरू)ला भेटलं पाहिजे. तो तुमच्याच देशाचा आहे."

त्या विकारचं नाव पीटर श्निडर आहे, हे ऐकल्यावर हॅरी उद्‌गारला, "त्याला भेटून मला आनंद होईलच. पण त्याहीपेक्षा त्याच्या पुनर्भेटीचा आनंद मला जास्त होईल!"

अशा रितीनं, चाळीसपेक्षाही जास्त वर्षांनंतर, तेव्हाची अकरा वर्षांची ती दोन मुलं एकमेकांना भेटली, त्यांनी एकत्र जेवण घेतलं आणि त्यांच्या जुन्या मैत्रीला उजाळा मिळाला! हॅरी दंतवैद्य होता. पीटरनं, त्याचा आत्मा जागृत केल्यास, पीटरला गरज असल्यास त्याचा दात वाचवण्याचं त्यानं कबूल केलं!...

बरफॅमचा धर्मगुरू या कामगिरीबरोबरच पीटर कॅन्टरबरीच्या आर्चबिशपचा आंतरपंथीय गोष्टींसाठी सल्लागारपण होता. आर्चबिशपचा प्रतिनिधी ह्या नात्यानं त्यानं पुष्कळ प्रवास केला. विशेषत: इस्त्राईलला धर्माचं आकलन आणि एकजूट ह्यासाठी त्यानं अथक परिश्रम घेतले.

थिऑलॉजिकल समाजात त्याच्याबद्दल खूप आदर असल्यामुळे त्याच्या अकाली मृत्यूनंतर लंडनच्या वेस्ट मिन्स्टर ॲबेत त्याला अतिशय भावपूर्ण श्रद्धांजली वाहण्यात येऊन मोठ्या इतमामानं त्याचे अंत्यसंस्कार केले गेले. त्या वेळी यॉर्क व कॅन्टरबरी येथील आर्चबिशप्सनी नेतृत्व केले; बायबलमधील जुन्या कराराचं वाचन ह्यूगो रिन या लंडनस्थित ज्यू धर्मगुरूनं केला. तो झेक होता.

ख्रिश्चन, ज्यू, मुस्लिम अशा वेगवेगळ्या राष्ट्रीयत्वाच्या व्यक्तींनी एकत्र बसून, 'पीटर शिनडर या व्यक्तीला त्याच्या जीवनकार्याबद्दल आभार प्रदर्शनाच्या कार्यक्रमात (Thanks giving services) चर्चमध्ये श्रद्धांजली वाहिली!...' जो धर्मानं ख्रिश्चन होता, जन्मानं ज्यू होता. एक छोटासा झेक निराधार मुलगा म्हणून जो ह्या देशाच्या किनाऱ्याला आला होता.

जर पीटरनं झेक स्कूलला प्रवेश घेतला असता, तर मला वाटतं – त्याच्या आयुष्यानं खूप वेगळं वळण घेतलं असतं...

...आमच्यापैकी पुष्कळ मुला-मुलींचे पालक ब्रिटनमध्येच होते. त्यामुळे त्यांतील काही शनिवार-रविवार ते आपल्या मुलांना भेटण्यासाठी हमखास येत असत. अशा वेळी आम्हाला एकटं वाटू नये, म्हणून आमचे शिक्षक आमच्यासाठी काही कार्यक्रम ठरवत असत. तरीही अशा सुट्टीच्या दिवशी मला खूप वाईट वाटायचं, त्या दिवशी मला घराची खूप आठवण यायची आणि इतर मुलांचा हेवा पण वाटायचा. कधीकधी माझे आई-बाबा टेरेझिनहून ट्रेननं स्वातंत्र्याच्या दिशेनं निघाले आहेत आणि माझ्यासमोर उभे आहेत, असं चित्र मी कल्पनेनं रंगवत असे...

खरं तर रेनफोर्ड मम्मींना मला भेटायला यायची खूपदा इच्छा असायची. पण त्या फक्त एकदाच आल्या, त्याही सुट्टीच्या नाही तर शाळेच्या दिवशी. त्या वेळी त्यांच्याजवळ फार पैसे नव्हते. शाळेच्या सुट्टीच्या दिवसांत मात्र त्यांनी माझ्यासाठी खूप खर्च करून माझे लाड केले! शाळेत मी उत्तम परिस्थितीत आहे व झेक सरकारकडून आमची व्यवस्थित देखभाल केली जातेय, ह्याची रेनफोर्ड मम्मींना कल्पना होती.

परंतु सुट्टीच्या दिवशी मला कुणीतरी ओळखीचं किंवा नातेवाईक भेटायला यावेत, यासाठी मी आसुसलेली असायची. त्यामुळे माझा दिवस चांगला जाईल, अशी माझी समजूत होती. म्हणून 'ज्यूला' नावाचा नवा मुलगा माझ्या वर्गात आला, तेव्हा मला खूप आनंद झाला; कारण तो माझ्या आईचा चुलत की मामेभाऊ

होता आणि नात्यानं माझा मामा लागत होता. इंग्लंडमध्ये अशा प्रकारे मामा मिळाल्यानं मला खूप आनंद झाला. अजिबातच कुणी नातेवाईक नसण्यापेक्षा, लांबचे का होईना नातेवाईक असलेले बरे, अशी माझी समजूत होती.

अंकल पावेल हे लेक डिस्ट्रिक्ट ह्या इंग्लंडमधील सुंदर प्रांतात राहत होते. एकदा त्यांना ज्यूला हा मुलगा भेटला आणि त्याच्याशी त्यांची मैत्री जुळली. तोही झेकोस्लोव्हाकियातून ब्रिटनमध्ये पाठवण्यात आलेल्यांपैकी एक होता. त्याला माझ्याविषयी बातमी समजली आणि त्यानं आम्हाला दोघींना भेटायचं ठरवलं. मी त्या रविवारी खास सुट्टीचा पोशाख घातला होता. मी, ज्यूला आणि अंकल पावेल यांनी एका हॉटेलमध्ये दुपारी जेवण केलं. त्यानं सांगितलं की, झेकोस्लोव्हाकिया सोडताना त्यानं काही पैसे जवळ ठेवले होते. त्यातून त्यानं काही जुनी हत्यारे विकत घेतली. एक गच्ची असलेलं घर घेऊन, काही स्थानिक मुलींना पगार देऊन, १९४१मध्ये रोल्स रॉईस विमानांच्या इंजिनाचे भाग बनवायचा कारखाना सुरू केला.

तो खूप काम करत असे, अगदी आठवड्याचे सातही दिवस! त्यामुळे तो मला तेव्हा एकदाच भेटायला आला. पण आम्ही एकमेकांच्या संपर्कात राहिलो आणि त्याच्या 'त्या' भेटीमुळे माझं मनोधैर्य उंचावलं अन् माझ्यातील एकटेपणाची भावना कमी झाली.

इतर मुलांचे आई-वडील सुट्टीच्या दिवशी त्यांना भेटायला येत तेव्हा, त्यांचे कार्यक्रम बघण्याऐवजी मला ओल्गा, ॲलिस व मार्गिट यांच्याबरोबर सायकलीवरून लांब फिरायला जायला आवडत असे. ह्या तिन्ही मैत्रिणींच्या त्या दिवशीच्या भावना किंवा अवस्था माझ्यासारखीच असे. अशा वेळी बऱ्याचदा आम्ही ब्रेकॉन टेकडीजवळच्या एका आडबाजूला असलेल्या शेतात जायचो. तिथले वयोवृद्ध मालक आम्हाला चहा देऊन नेहमी आमचं स्वागत करत. त्याचबरोबर घरी बनवलेले स्कोन्स आणि कधीकधी उकडलेल्या ताज्या अंड्यांची खास मेजवानी पण असे. आमच्या शाळेतील काही भाग्यवान मुलांच्या आया घरी बनवलेले केक्स, बिस्किटं आणि चॉकलेट्स वगैरे भरपूर पदार्थ पाठवत असत. त्याचप्रमाणे आमच्या 'वेल्स'च्या मित्रकंपनीच्या आदरातिथ्यामुळे आमच्या मनातली दुर्लक्षितपणाची भावना आणि स्वत:बद्दलचे दु:ख कमी होण्यास मदत होत असे.

एकदा आम्हाला आश्चर्याचा धक्काच बसला. कुणीतरी अनामिकानं आम्हा चौघींच्या नावानं एक पार्सल पाठवलं. त्यात चिकनची एक स्वादिष्ट डिश आणि काही ताजी फळं होती. शाळेच्या मैदानात मजेत हिंडत-हिंडत आम्ही स्वत:ला कुणीतरी राजे-महाराजे समजत त्या पदार्थावर ताव मारला! ती डिश खरोखरच खूप रुचकर होती. नंतर आम्हाला कळलं की, ती अनामिक व्यक्ती कुणी दुसरी-तिसरी नसून किरकोळ काम करणारी मुख्याध्यापकांच्या माहितीतली होती; परंतु विद्यार्थ्यांशी

त्या व्यक्तीचा कधी संबंध येत नसे. त्या व्यक्तीने केलेली ती कामगिरी आमच्या दृष्टीनं महान होती. आजही त्या आठवणीनं मला खूप बरं वाटतं.

एखाद्या अनामिकेनं माझ्यासाठी काही आवश्यक कपडे (ब्रासारखे) पाठवले असते, तर मला खूप बरं वाटलं असतं! मी पंधरा वर्षांची, एक वाढत्या वयाची मुलगी होते आणि शरीरयष्टीने जरा बऱ्यापैकी होते. तरी रेनफोर्ड मम्मींना वाटायचं, मी अजून खूप लहान आहे. माझा वक्षभाग झाकावा किंवा त्याला योग्य आकार द्यावा असंही त्यांना वाटायचं. त्या मला जे कपडे आणत असत, ते जुन्या फॅशनचे असत. त्याच्या पाठीमागे जाड इलॅस्टिक व पुढील बाजूस जाड सॅटिनचा बिन आकाराचा तुकडा जोडलेला असे! तो जॅकेटसारखा कपडा अंगात घातला की, माझं शरीर बेढब दिसायचं अन् मला एखाद्या पिंपात अडकल्यासारखं वाटायचं!

शाळेच्या धावपळीच्या दिनक्रमापेक्षा युद्धविषयक घडामोडींमुळे १९४३ हे वर्ष खूप व्यग्र गेलं. अर्थात १९४३च्या आधी दोस्त राष्ट्रांना खूप ठिकाणी हार पत्करावी लागली. त्यानंतर मात्र अलामेन आणि स्टालिनग्राड येथील विजयामुळे युद्धाला वेगळं वळण लागलं. दोस्त राष्ट्रे हळूहळू पुढे जात व प्रगती करत राहिली. युद्ध लवकरच संपेल, याविषयी कुणाच्याही मनात तिळमात्रही शंका नव्हती आणि त्याची परिणिती विजयातच होईल, ह्याची पण सर्वांना खात्री वाटत होती. पण... अजून खूप मोठा पल्ला गाठायचा होता.

वृत्तपत्रे व रेडिओ यांवरच्या युद्धविषयक घडामोडींबद्दलच्या बातम्या ऐकण्यास आम्ही खूप उत्सुक होतो. त्याशिवाय सेप्पीनं संपादित केलेलं आमचं असं स्वतंत्र वार्तापत्र रोज निघत असे. तो रोज पहाटे उठून बी.बी.सी.वरील, मर्चंट नेव्हीच्या जहाजांवरून ध्वनिक्षेपित केलेल्या बातम्या संकलित करून त्या सोप्या भाषेत टाइप करून वार्ताफलकावर चिकटवत असे. आम्ही जेव्हा नाश्ता करायला खाली येत असू, तेव्हा ते वार्तापत्र आम्हाला वाचायला मिळत असे. सेप्पीच्या पत्रकारितेतील देदीप्यमान कारकिर्दीची ही सुरुवात होती, असं म्हणावं लागेल.

आमचं सरकार व लष्करी विभागानं शाळेच्या कामात मनापासून लक्ष घातलं. आम्हाला युद्धातील ताज्या घडामोडींबद्दल मधून-मधून माहिती देण्यासाठी व्याख्यानं देण्यास सुरुवात केली होती. ते सर्व दिवस आमच्यासाठी खूप प्रोत्साहनात्मक होते. आमचं आमच्या घरी, आमच्या स्वतंत्र देशात परतण्याचं स्वप्न फार काही दूरवर राहिलेलं नाही, असं आम्हाला वाटू लागलं. अर्थातच, वेल्सच्या टेकडीवरील खूप सुरक्षित जगात आम्ही राहात होतो आणि युद्ध, लढाई आमच्या त्या जीवनातून हद्दपार झाल्यासारखीच असायची.

त्यानंतर एके दिवशी संध्याकाळी आम्ही शाळेच्या मासिक नृत्याची तालीम करत असताना आकाशात विमानाची घरघर ऐकू आली. जवळच अमेरिकन लष्करी

तळ असल्यामुळे असे विमानांचे आवाज आम्हाला नवीन नव्हते, पण हे विमान खूप कमी उंचीवरून उडत होतं आणि इंजिनाचा आवाज पण नेहमीप्रमाणे योग्य वाटत नव्हता. आम्ही बाहेर धावलो, बॉंबस्फोट झाल्याचा आवाज ऐकू आला आणि त्यापाठोपाठ वीज चमकल्यासारखा लख्ख उजेड अन् धुराचे लोट दिसायला लागले. आम्ही सर्व जण त्या विमानाकडे धाव घेऊ लागलो. परंतु मुख्याध्यापकांनी आम्हाला मागे परतवलं आणि काही मोठी मुलं व शिक्षकांना घेऊन ते त्वरेनं विमानाकडे गेले. काही तासांनी ते परत आले, तेव्हा त्यांचे चेहरे एकदम फिकुटलेले आणि हादरलेले दिसत होते. एक डबल इंजिनवालं वेलिंग्टन बॉंबर हे विमान कोसळलं होतं. विमानातले कुणीच कर्मचारी आणि प्रवासी जिवंत नव्हते. सर्व मृत व्यक्तींना जवळच्या एका चर्चमध्ये हलवण्यास मुलांनी मदत केली. त्या छोट्या चर्चचं रूपांतर शवगृहात झालं होतं! त्या मुलांपैकी एक जण म्हणाला, सर्वांत भयंकर गोष्ट म्हणजे, त्या सर्व मृत व्यक्तींच्या हातातल्या घड्याळांची टिक् टिक् ऐकू येत होती...!

ह्या एवढ्या मोठ्या संकटाच्या वेळी शाळेने केलेल्या मदतीमुळे लॅनरिट वेल्स या गावातील लोकांशी आमची जास्त जवळीक निर्माण झाली. गावातील धडधाकट्या व्यक्तींना बोलावलं गेलं होतंच. उरलेल्यांपैकी बरेच जण शाळेशी या ना त्या कारणानं जोडले गेले. काही अर्धवेळ शिक्षक म्हणून किंवा इतर काही महिला परिचारिका किंवा घरगुती मदतनीस म्हणून. तिथली मुलं आमच्या हवाई प्रशिक्षण पलटणीबरोबर कवायती करत आमच्या शाळेच्या स्काऊट पथकातील मुलं गावातील स्काऊट्सच्या कार्यक्रमात भाग घेत आणि महत्त्वाची गोष्ट म्हणजे, वेल्सच्या गणवेषावर असलेलं ड्रॅगनचं मानचिन्ह फक्त आमच्या शाळेच्या स्काऊट्सनाच आपल्या युनिफॉर्मवर लावायची परवानगी होती...

आमच्या शाळेतील विद्यार्थ्यांची संख्या वाढल्यामुळे बरेच शिक्षक गावातील हॉटेलात राहण्यास गेले. त्यामुळे एक प्रकारचं मैत्रीपूर्ण वातावरण निर्माण झालं. आणि गावातील लोक व आम्ही यांच्यातील परस्परसामंजस्यामुळे आम्हाला तिथे खूपच घरच्यासारखं वाटू लागलं.

विशेषत: तिथला जिम जोन्स हा माणूस आमचा सर्वांचा मित्र झाला होता. त्याचं कोपऱ्यावर एक छोटं दुकान होतं आणि एक जुनी मिनीबस होती. आम्हाला जेव्हा वाहनाची गरज असे, तेव्हा तो आमचा पूर्ण फुटबॉल संघ किंवा हॉकी संघ त्याच्या त्या मिनीबसमध्ये कोंबून नेत असे. त्याबरोबरच तो आम्हाला कधीकधी फिरायला पण नेत असे. लहान मुलांना चॉकलेट्स खाणे व यासारख्या ज्या गोष्टी बंदी असल्यामुळे करायला मिळत नसत, अशा गोष्टी मोठ्या मुलांना देत असे. उदा. सिगरेट्स आणि सफरचंदांपासून बनवलेलं बिअरसारखं पेय देत असे!

मी आणि हॅरी ह्या जिमला १९७८च्या उन्हाळ्यात भेटायला गेलो होतो. आता तो अपंग झाला होता आणि एकटाच राहत होता. आमच्या शालेय जीवनातील त्याच्याशी निगडित अशा त्या काळातील सुखद आठवणी त्याला येत होत्या. नावासकट त्याला सर्वांची आठवण होती आणि इतक्या साऱ्या वर्षांत फारच थोडे जण त्या जुन्या वास्तूला व त्याला भेटायला आले, ह्याबद्दल त्याला खूप वाईट वाटत होतं. त्याला विशेषत: बॉबी नावाच्या एका मुलाची आठवण येत होती. तो आमच्या फुटबॉल संघाचा स्टार होता आणि शाळेतील नाटकातपण छान काम करायचा. पुढील आयुष्यात तो करोडपती बनला होता. "त्याला माझ्यासाठी सिगारेट पाठवायला सांगा!" जिम गमतीनं म्हणाला. आम्ही पण बॉबीला त्याचा निरोप पोहोचवला आणि बॉबीने खरोखरच उंची सिगरेट्सचा एक बॉक्स त्याला पाठवून दिला!

भावी आयुष्यात बॉबीनं उत्तुंग यश मिळवलं, ह्यात काही आश्चर्य नव्हतं. विद्यार्थिदशेपासूनच त्याला बुद्धिमत्ता, व्यक्तिमत्त्व, गोडवा आणि वक्तृत्वकला यांची उपजत देणगी होती. अगदी देवानं इतरांवर अन्याय केल्यासारखं वाटावं अशी गायन, नृत्य आणि अभिनय ह्या आणखी काही कलाही त्याला अवगत होत्या! तो झेक आणि इंग्रजी नाटकांत कामं करायचा आणि मीच त्याची नायिका असायची. त्या वेळेसच मला अभिनयात रुची आहे, हे मला कळून आलं होतं.

युद्धकाळातील त्या शेवटच्या दोन वर्षांत आमचं आयुष्य शाळेतील विविध कार्यक्रम आणि बाह्य जगातील काही उपक्रम ह्या सर्व गोष्टींनी अगदी भरभरून गेलं होतं.

१९४३ मधील एक संस्मरणीय आठवडा म्हणजे मी, बॉबी आणि काही इतर विद्यार्थ्यांनी एडिंबरोला झालेल्या 'आंतरराष्ट्रीय यूथ रॅलीत' आमच्या शाळेचं आणि देशाचं केलेलं प्रतिनिधित्व. मी स्कॉटलंडला प्रथमच जात होते. मला एडिंबरो हे शहर खूपच आवडलं. मी त्याच्या अगदी प्रेमातच पडले! तिथला 'प्रिन्सेस स्ट्रीट' हा रस्ता पाहून मला प्रागच्या सेन्ट वेन्सेस्लास चौकाची आठवण आली. 'आता फार काळ नाही, लवकरच मी प्रागच्या माझ्या आवडत्या रस्त्यावरून चालत असेन.' मी स्वत:लाच बजावलं. अशा ह्या रॅलीजमुळे आमच्या मनात अपेक्षा, आशा व औत्सुक्य अशा तीव्र संमिश्र भावना जागृत झाल्या. एक दिवस आम्ही आमच्या स्वत:च्या देशात एक सुंदर विश्व तयार करण्याच्या कामगिरीस जरूर सुरुवात करू, हा दृढ विश्वास निर्माण झाला.

मी आता पंधरा वर्षांची होते आणि प्रथमच मी वॉल्टर नावाच्या मुलाच्या प्रेमात पडले. तो शाळेत नेहमी उशिरा येत असे आणि स्वत:च्या भूतकाळाबद्दल कधी फारसं बोलत नसे. मला वाटलं की, त्याबद्दल त्याला काही बोलायची इच्छा नाही म्हणून मीही त्याला कधीच त्याच्या भूतकाळाबद्दल छेडलं नाही. मला फक्त एवढंच

माहिती होतं की, तो ज्यू नव्हता आणि त्याचे आई-वडील सुडेटनलॅन्ड ह्या भागातून आलेले राजकीय निर्वासित होते. त्यामुळेच त्याचं झेक भाषेचं ज्ञान फारसं चांगलं नव्हतं.

एक मुलगा आणि मुलगी ह्यांच्यात केवळ हातात हात घेणं व चुकून गालाचं हलकंसं चुंबन घेणं, ह्याव्यतिरिक्त वेगळं असं जास्त नातं असतं ह्याची जाणीव त्यानंच मला पहिल्यांदा करून दिली. माझ्यातल्या स्त्रीत्वाची जाणीव करून देणारा, मी आकर्षक व सुंदर दिसावं अशी भावना माझ्यात जागृत करणारा तोच पहिला मुलगा होता. त्याच्यावर प्रेम करताना मला काहीतरी विचित्र व अपराधीपणाची भावना वाटत होती. कारण माझ्या हृदयातलं सगळं प्रेम फक्त मला आई-वडिलांसाठीच असायला हवं होतं. तरीही तेव्हाच मला कळलं होतं की, या प्रेमाची तऱ्हा वेगळी होती आणि त्यामुळे माझ्या आई-वडिलांबद्दलच्या भावनांवर त्याचा यत्किंचितही परिणाम होणार नव्हता. शिवाय त्यामुळे माझ्या विचारांना व स्वप्नांना वेगळी दिशा मिळाली.

आमच्या नात्यात एक प्रकारची शुद्ध निरागसता होती. पण त्यामुळे आतापर्यंत न पाहिलेल्या एका रहस्यमय जगाची मला ओळख झाली. आमच्या प्रणयाचा मी आनंद लुटत होते – लव्हर लेनमधून चालणं, तलावातलं बोटिंग, नदीतलं पोहणं. वॉल्टर नृत्यनिपुण असल्यामुळे शाळेच्या नृत्याच्या कार्यक्रमांत भाग घेणं वगैरे प्रकारच्या एकत्रित केलेल्या गोष्टींमुळे, केवळ एखादा निसटता स्पर्श व चुंबन किंवा एक कटाक्ष यांमुळे माझ्या मनात जागृत झालेल्या वेगळ्या भावनांचं माझंच मला आश्चर्य वाटू लागलं!

कधीकधी मला आश्चर्य वाटायचं की, माझ्यासारखीच पार्श्वभूमी असलेल्या व काही गोष्टी समान असलेल्या एखाद्या मुलाच्या प्रेमात मी का पडले नव्हते? पण मग मला वाटलं की, अशी सर्व मुलं मला भावासारखी होती आणि वॉल्टरचे वेगळेपण हेच मुख्य आकर्षण होतं.

दुःखाची गोष्ट म्हणजे, वॉल्टरचं शाळेतलं वास्तव्य फार थोडं ठरलं, कारण तो झेक भाषा शिकण्यात फारशी प्रगती करू शकला नाही. १९४४च्या शेवटी तो आमची शाळा सोडून लिव्हरपूलला गेला. सुट्टीत आपण त्याला भेटू शकू व आम्ही दोघं पत्रव्यवहार करू शकू, असं मी मनाचं समाधान करून घेतलं. मला माहिती होतं की, त्यालापण माझ्याविषयी प्रेम होतं. हे मात्र मला माहीत नव्हतं की, त्याच्या जर्मन वंशाची त्याला लाज वाटून त्याबद्दल त्याच्या मनात अपराधीपणाची भावना होती. माझ्या आई-वडिलांना स्थानबद्धता किंवा त्यापेक्षाही जास्त यातनांना सामोरं जावं लागतंय, हे कळल्यावर माझ्यावर प्रेम करण्याचा त्याला हक्क नाही, असं त्याला वाटायला लागलं आणि मला जेव्हा सत्य कळेल, तेव्हा मी त्याचा तिरस्कार करेन, हेही त्याला उमगलं.

त्यामुळेच शाळा सोडल्यानंतर माझी मैत्री तोडण्यासाठी त्यानं आटोकाट प्रयत्न केले. मी मात्र त्या वेळी ह्या सर्व प्रकारानं खूपच अस्वस्थ झाले होते!

पुन्हा एकदा मी माझ्या दैनंदिनीकडे वळले आणि युद्ध संपायच्या आधीच्या काही महिन्यांतील घडामोडी आणि माझ्या भावनांविषयी व इतरही बऱ्याच गोष्टींविषयी मी अगदी विस्तृतपणे नोंदी केल्या.

युद्धसमाप्ती १९४५मध्ये होईल, असंच सर्वांना वाटत होतं. त्यामुळे शाळेत खूप उत्साहाचं व औत्सुक्याचं वातावरण होतं. दोस्त राष्ट्रे प्रगती करत पुढे जात होती, जर्मन सैन्य तह करत होते. पराभव अटळ आहे, हे दिसत असतानादेखील त्यांनी ज्यूचं सामूहिक हत्याकांड थांबवलं नाही; उलट ते जास्तच जोरात सुरू होतं. हिटलरचा 'शेवटचा तोडगा' म्हणजे नेमकं काय आहे, ह्या पुराव्याकडे जास्त काळ दोस्त राष्ट्रांचे पुढारी डोळेझाक करू शकले नाहीत.

ज्यू लोकांचं भवितव्य काय आहे – विशेषत: ऑश्विट्झच्या सर्वांत मोठ्या छळछावणीत त्यांचं काय होतंय – ह्याबद्दलचे बरेच विश्वसनीय व लेखी पुरावे बाह्य जगापर्यंत पोहोचलेले होते. तरीही त्या भयानक क्रौर्याबद्दलची पूर्णपणे आणि खोलवर कल्पना अजूनही फारशी कुणाला आली नव्हती.

आम्ही अगदी अधीरतेने बातम्यांची वाट पाहत असू. कधी अपेक्षा आणि औत्सुक्य; तर कधी शंका आणि भय. गेल्या तीन वर्षांत आई-वडिलांकडून एका ओळीचंही पत्र आलेलं नव्हतं; तरीही मी अजून ह्याच आशेला चिकटून होते की, ते दोघं टेरेझिनच्या चांगल्या छावणीतच अजून असतील. १९४५च्या सुरुवातीस मी नवी रोजनिशी चालू केली आणि पहिलीच काही वाक्यं लिहिली—

'ही माझी नवी रोजनिशी आहे. आणि मला पक्का विश्वास आहे की, ती लिहून पूर्ण होण्याच्या आतच आपला विजय होईल! आई!... बाबा... मी सतत तुमचाच विचार करत असते. आम्हाला तुमची काहीतरी बातमी कळायला हवी आहे. ही प्रतीक्षा कधी न संपणारी व जीवघेणी आहे. देवाला मी कळकळीने प्रार्थना करत असते की, तुम्हाला त्या सगळ्यातून वगळण्यात येवो.'

आता माझं घरी परतणं हे स्वप्न नसून जवळजवळ सत्य दिसत होतं. त्यामुळे मला एकाएकी असुरक्षिततेची भावना ग्रासू लागली आणि नाही-नाही त्या शंका मनात येऊ लागल्या. एका क्षणी मला खूप आनंद व्हायचा; तर दुसऱ्या क्षणी मला भीती घेरून टाकायची. 'माझे आई-बाबा जर ह्या जगात नसतील, तर झेकोस्लोव्हाकियात त्यांच्यावाचून आयुष्याला मी कशी सामोरी जाऊ? मी जर परतच गेले नाही, तर किती साधं आणि सोपं होईल? रेनफोर्ड मम्मी-पप्पांकडे मी माझं आयुष्य घालवेन किंवा मार्गेरीमावशीने दिलेला मला दत्तक घेण्याचा प्रामाणिक आणि चांगला प्रस्ताव स्वीकारेन!' हे आणि अशा तऱ्हेचे अनेक विचार माझ्या मनात फेर धरू

लागले. एक क्षणभर माझा निश्चय आणि माझा स्वत:वरचाच विश्वास साहजिकच डळमळू लागला. मी ज्या शाळेत एक वर्ष आनंदानं घालवलं होतं, त्या बर्कले सेंट्रल स्कूलचे मुख्याध्यापक मि. ह्युजेस होते. आमचे खूप मैत्रीपूर्ण संबंध होते आणि अजूनही ते टिकून होते. त्यांच्याकडेच मी सल्ल्यासाठी धाव घेतली. मला माहीत होतं की, त्यांनी दिलेला सल्ला विचारी, वास्तव व प्रामाणिक असेल आणि तो केवळ भावनेवर आधारलेला नसेल. उत्तरादाखल त्यांनी पाठवलेलं 'ते' सुंदर पत्र मी अजूनही जपून ठेवलंय.

१३ फेब्रुवारी १९४५

प्रिय व्हेरास,

आज सकाळीच मला तुझं पत्र मिळालं आणि इतक्या तत्परतेनं मी पाठवलेलं उत्तर पाहून तुला आश्चर्य वाटेल. पण मला जाणवलंय की, तू दु:खी आहेस. तुझ्या मनात भविष्याविषयी खूप शंका आहेत आणि तुझं त्याबाबतीत काय कर्तव्य आहे, ह्याविषयी तुझ्या मनात गोंधळ उडालेला आहे. ठीक आहे. पहिल्यांदा तू आतापर्यंत काय कामगिरी केली आहेस, ते आपण बघू या. इथे असताना विद्यार्थिवर्गात आणि शिक्षकवर्गात तू खूप लोकप्रिय होतीस आणि तुझी प्रगती पण समाधानकारक होती. झेकोस्लोव्हाकियाच्या दृष्टीनं त्याचा काय अर्थ आहे? तुझ्या मित्र-मैत्रिणींच्या मनात तू तुझ्या देशाचं प्रतिनिधित्व करते आहेस आणि तुझं नाव घेतल्याबरोबर तुझ्याशी संबंधित सर्वांच्याच मनात तुझ्याविषयी मैत्रीच्या भावनेचाच विचार सर्वप्रथम येतो. अशा प्रकारे तू ब्रिटन व तुझा देश यांच्या मधली एक छोटी सदिच्छादूतच आहेस!

तुझ्या भविष्याबद्दल काय? अर्थातच तुला इंग्लंडमध्ये राहायला आवडेलच आणि इंग्लंडमध्ये तुझ्यासारखीचं स्वागतच होईल. परंतु तुझा देश, तुझी माणसं ह्यांच्याप्रति तुझी काही कर्तव्यं आहेत.

सर्वप्रथम म्हणजे, ब्रिटनमधल्या समाजाबद्दल तू अधिकारवाणीने बोलू शकशील. तू म्हणतेस, तू अर्धीअधिक इंग्लिशच आहेस. दोन्ही देशांत तू मैत्रीपूर्ण संबंध वाढीला लावू शकशील. तुझ्या बुद्धीचा उपयोग करून तू तुझ्या देशाच्या – जो देश मलाही खूप आवडतो – पुनरुज्जीवनाच्या कामात हातभार लावू शकशील.

मला आशा आहे की, तुझे माता-पिता ह्या संकटातून सुखरूप बाहेर पडतील आणि लवकरच तुम्हा सर्वांची पुनर्भेट होईल आणि तुम्ही सर्व परत एकत्र याल. इतकं सगळं सोसल्यानंतर त्यांच्यात बदल झालेला

असेल, कदाचित त्यांचं मनोधैर्य खचलेलं असेल, कदाचित तब्येत ढासळलेली असेल. पण तुझ्या हुषारीनं, तुझ्या आनंदी, प्रेमळ, हव्याहव्याशा वाटणाऱ्या स्वभावामुळे त्यांच्या जखमा, वेदना भरून यायला मदत होईल.

आपलं युद्धासंबंधीचं घोषवाक्य मी परत एकदा तुला लिहून पाठवतोय – 'Be of good cheer!' – 'छानपैकी आनंदी, उत्साही राहा.'

ऑर्थर ह्यूज क्लो या कवीची Fight on – संघर्ष करा ही कविता तुला माहिती आहे का?

तू ती वाच आणि तुझ्या देशातल्या लोकांना ती शिकव. मला त्या कवितेमुळे खूप मदत झाली आहे. पंतप्रधानांनी त्यांच्या एका भाषणात त्या कवितेचा काही भाग उद्धृत केला होता.

मला कधीही, कोणत्याही गोष्टीसाठी पत्र लिहिण्यास संकोच करू नकोस. माझ्या प्रिय विद्यार्थ्यांसाठी मी कधीच फक्त मुख्याध्यापक नव्हतो; मला वाटतं, पिता हाच शब्द जास्त सुसंगत ठरेल.

परमेश्वर तुला – एका छोट्या मुलीस आशीर्वाद देवो! तू लढ!

तुझा प्रिय,
आर. एच. ह्युजेस

Fight on

Say not the struggle nought availeth,
The labour and the wounds are vain,
The enemy faints not, nor faileth,
And as things have been, things remain.

If hopes were dupes, fears many be liars,
It may be in your smoke concealed,
Your comrades chose e'en now the fliers,
And but for you, possess the field.

For while the tired waves vainly breaking,
seen here no patient inch to gain
Far back through creeks and inlets making,
comes silent, flooding in, the main.

And not by eastern windows only,
when daylight comes, comes in the light,
In front the sun comes slow, how slowly,
But westwards, look, the land is bright.

- Arthur Hugh Clough

एका स्वतंत्र कागदावर स्वत:च्या अक्षरात त्यांनी ती कविता लिहून पाठवली. ह्युजेस सरांच्या पत्रामुळे माझ्या मनाची पक्की तयारी झाली. काहीही होवो; मी परत घरी जाणार. मी शांतपणे अभ्यासाकडे वळले, उत्तम गुण मिळवण्याचा निश्चय करून दुप्पट जोमानं प्रयत्न करू लागले. मधून-मधून मला वॉल्टरची आठवण यायची. त्यानंतर जवळपास एक महिना होऊन गेला, तरी त्याच्याकडून काही बातमी कळली नव्हती. त्यामुळे मी जरा अस्वस्थ होते.

मी माझ्या रोजनिशीत १८ फेब्रुवारीला लिहिलं – 'काल रात्री नृत्याचा कार्यक्रम होता. एका छान कारणानं आम्ही तो साजरा करत होतो. ते म्हणजे, आमच्या फुटबॉल संघाने लँडरिड नॉडच्या संघाचा ८:१ असा पराभव केला. आज दुपारी तो सामना झाला. सर्वच जण आनंदात होते. मला मात्र नृत्य करतानाची वॉल्टरची आठवण येत होती. तो उत्कृष्ट नृत्य करतो... किती हळुवार आणि लक्षपूर्वक. संगीताच्या तालामुळे माझ्या अनेक स्मृती जागृत झाल्या. मी बहुतेकदा हॅरीबरोबर न थांबता नृत्य करत होते, मधूनच डोळे मिटून घेत होते आणि वॉल्टरबरोबरच नृत्य करतेय, असा आभास निर्माण करत होते.

'तो लिहीत का नाहीये? आता सगळं संपलंय का? त्याचं मौन मला अस्वस्थ करतंय. काय चाललंय, ते मला समजलंच पाहिजे! मी त्याला खूप आवडते, याबद्दल माझी खात्री होती. इतक्या लवकर तो मला विसरू शकणार नाही.'

पण वॉल्टरसाठी कुढत बसून काळजी करायला माझ्यापाशी फारसा वेळ नव्हता. हॉकीचा सीझन जोशात होता आणि मी कॅप्टन असल्यामुळे सामन्यांचं नियोजन, संघाचं प्रशिक्षण यात मी खूप व्यग्र होते. आमच्या संघानं चँपियनशिपसाठी लढत दिली. आम्ही जिंकू शकलो नाही, पण आमची चमक नक्कीच दाखवली. सर्व सामन्यांचा लांबलचक वृत्तांतानंतर मी लिहिलं –

'ब्रेकन कौंटी स्कूलमध्ये त्या दिवशी आमच्यासाठी लंच होतं. ती शाळा खरोखरच छान आहे. जवळपास दोनशे मुली, काही शिक्षक आणि प्रांताचे लॉर्ड्स व सर ह्या सर्वांबरोबर आम्ही जेवण घेतलं. 'ते' तिथे का उपस्थित होते, ते मला नक्की माहीत नाही. जेवण वाईट नव्हतं, पण खूपच कमी होतं. एक बटाटा, एक मोठ्ठं गाजर आणि मटणाचे थोडे तुकडे... आणि नंतर वाढलं गेलेलं खूपसं,

जाळीदार पुडिंग. त्याचे जर वीस तुकडे केले असते, तर फार छोटे झाले असते. सुदैवानं, आमच्या आचाऱ्यानं आमच्याबरोबर सॅन्डविचेस दिली होती, म्हणून आम्ही भुकेले राहिलो नाही.'

त्याच आठवड्यात पुढे मी काही वेगळंच लिहिलं – 'टेरेझिनहून स्वित्झर्लंडला नेण्यात आलेल्या ज्यू लोकांची एक यादी मागच्या गुरुवारी शाळेत आली. मी यादी वाचत असताना मला खूप आशा वाटत होती की, आई-बाबांची नावं त्यात असतील. पण त्या यादीत त्यांची नावं नव्हती. माझी तीव्र निराशा झाली नाही असं म्हणणं म्हणजे खोटं बोलल्यासारखं होईल. पण डोळ्यांतून पाणी न काढता असे आघात पचवण्याची आता मला सवय होत होती. ते जिवंत असू देत, एवढीच मी आशा करू शकत होते आणि त्यासाठी प्रार्थना करू शकत होते की, आम्ही नक्कीच पुन्हा एकत्र येऊ आणि तेही लवकरच.'

त्या रात्री मला झोप येईना. मी गादीवर पडल्या-पडल्या एकाग्र दृष्टीनं आकाशाकडे बघत होते. झाडांच्या फांद्यांमधून मला एकच एकाकी तारा दिसला. मामिन्कोच्या शब्दांचा मी पुन्हा विचार करू लागले. 'सूर्य आणि तारे, आपलं प्रेम आणि आपले विचार यांच्यासाठी दूत होवोत.' आणि मी जशी त्या ताऱ्याला न्याहाळत आईबद्दल विचार करू लागले, तशी ती माझ्या खूप जवळ आहे, असं मला वाटू लागलं.

'हे चिमुकल्या ताऱ्या, उडत-उडत तिच्याकडे जा आणि तिला सांग – मी सतत तिचाच विचार करत असते. माझं प्रेम आणि खूपसे पापे तिच्यापर्यंत पोहोचव. तिला सांग की, थोड्याच दिवसांनंतर दूत म्हणून आम्हाला कदाचित तुझी मदत लागणार नाही आणि आमच्या अंत:करणातले विचार आम्ही परस्परांच्या प्रत्यक्ष भेटीतच व्यक्त करू.'

एकाएकी तो तारा अदृश्य झाला. त्याला बघण्यासाठी मी मान उंच वळवली, पण तो दिसेनासा झाला होता. मला नंतर स्वस्थपणे थोडी झोप लागली. एक बालिश, पण मनाला सुखावणारा विचार माझ्या मनात आला की, तो चिमुकला तारा आता त्याच्या सुंदर कामगिरीवर निघाला असेल!

त्या वेळेस माझ्या मनाला गुंतवणारी आणि चांगला वेळ घालवणारी आणखी एक गोष्ट घडली. शेक्सपिअरच्या 'The Taming of the shrew' ह्या नाटकांत कॅथरिना या नायिकेच्या भूमिकेसाठी माझी निवड झाली. पेट्रूशिओ या नायकाच्या भूमिकेसाठी बॉबीची निवड झाली. ह्या महत्त्वपूर्ण भूमिकेमुळे शाळेतल्या विश्वातली माझी अभिनयाची कारकीर्द बहराला आली. ईस्टरच्या सणाआधी हे नाटक मंचावर येणार होतं.

पण मला अचानक एका दु:खद प्रसंगाला तोंड द्यावं लागलं. माणूस एक ठरवतो आणि देवाच्या मनात दुसरंच काहीतरी येतं. अभ्यासाचं हे सत्र संपल्यावर

खूप मजा करायची, गंमत करायची – असं मी मनाशी ठरवलं होतं. पण जेव्हा इतर सर्व जण मौज-मजा करत होते, तेव्हा मला मात्र दुखण्यानं खिळवून ठेवलं. माझी अर्थातच काही तक्रार नव्हती, कारण दोष माझाच होता. आधीचा आठवडा खूपच धावपळीचा, दमणुकीचा गेला होता. अभ्यासाचं ते सत्र संपून नुकतीच सुट्टी लागली होती. नाटकाची प्रॅक्टिस, हॉकीची प्रॅक्टिस, मैदानाची पुन्हा आखणी – ह्या सगळ्या गोष्टींनी दिवस संपत होता. मला फार थोडी झोप मिळायची. पण ह्या सगळ्या गोष्टींमुळे मला आनंद मिळत होता. शनिवारी रात्री नाटक होतं. सकाळी नाटकाची रंगीत तालीम झाली. प्रत्येक पात्राचे कपडे भूमिकेनुसार होते. मी आणि सर्व जण थोडेसे घाबरलो होतो. तालीम झाल्यानंतर आमच्या शिक्षिका मिस मॅकनी मला आराम करायला सांगितलं. स्वच्छ सूर्यप्रकाश होता, हवा छान होती, म्हणून मी फिरायला जाऊन येते, असं त्यांना सांगितलं. काही जण व्हॉलिबॉल खेळत होते. मलाही तो मोह आवरला नाही; त्याची मला देवानं चांगली शिक्षा दिली! धावताना माझा पाय कशाततरी अडकला आणि मी पडले. माझ्या उजव्या पायातून काहीतरी तडकल्यासारखा आवाज आला. पायात खूप वेदना होऊ लागल्या आणि लंगडत-लंगडत मी रडायला लागले. ओल्गा आणि ॲलिसनं मला उचलूनच दवाखान्यात नेलं. 'पाणी, पाणी' मी पुटपुटत असतानाच माझी शुद्ध हरपली. काही मिनिटांनी मला शुद्ध आली. मी बाकावर आडवी झालेली होते. माझा पाय जड झाला होता आणि कुणीतरी माझ्या तोंडात पाणी घालत होतं, पण ते माझ्या तोंडातून बाहेर शर्टवरच पडत होतं. "मला चांगली शिक्षा मिळाली... बरं झालं." मी एकसारखी स्वत:शीच बडबडत होते. "पण पुढच्या आठवड्यांतल्या ब्रेकॉनबरोबरच्या मॅचचं काय आणि ओऽऽ बाप रे! आज रात्रीच्या नाटकाच्या प्रयोगाचं आता काय होईल?"

डॉक्टरांची दुपारच्या जेवणाची सुट्टी होती, म्हणून त्यांना शोधून आणण्यासाठी गावात कुणालातरी पिटाळण्यात आलं आणि मी पुन्हा माझ्या त्याच दु:खी विचारात एकटीच बुडून गेले. "आज प्रयोग होणार नाही... ती चांगली वठणीवर आलीय." अशा तऱ्हेची वाक्यं खिडकीमधून तरंगत ऐकायला आली. मला गालातल्या गालात थोडं हसू फुटलं. लगेचच काही मिनिटांनी आरडाओरडा ऐकू आला – "तुला नवी बातमी कळली का? व्हेराच्या घोट्याचं हाड मोडलं!" कुणीतरी आधीच म्हणालं की, माझा पाय मोडलाय म्हणून...

अर्थातच, ती चेष्टा नव्हती. मला थोडाफार अंदाज होता. सगळे जण नाटकाकडे, माझ्या अभिनयाकडे डोळे लावून बसले होते. 'डॉक्टर मला आजच्या नाटकात काम करायला परवानगी देतील आणि मी कुणाला निराश करणार नाही, ह्या गोष्टीविषयी मी साशंक होते.'

मला अपघात झालाय, ही बातमी लगेच सगळीकडे पसरली. शिक्षक, मित्र-

मैत्रिणींनी दवाखान्याकडे धाव घेतली. बरीचशी मुलं फुटबॉलच्या प्रशिक्षणात होती, पण खेळ संपवून परतताक्षणीच सर्वच्या सर्व संघ दारातून आत घुसला. बॉबी सर्वांत पुढे होता. "हे चालणार नाही हं! तुला आज भाग घ्यायलाच लागेल. तू नक्की करू शकशील. होय ना?" तो बडबडत होता. डॉक्टर येईपर्यंत तो थांबला. आमचे चिंताग्रस्त चेहरे बघून अनिच्छेनंच त्यांनी आम्हाला जायची परवानगी दिली आणि अर्थातच काळजी घेण्याचं माझ्याकडून वचन घेऊनच. त्यांनी इलॅस्टोप्लास्ट बँडेजने माझा पाय घट्ट बांधला. बॉबीनं मला चालायचं कसं, ते शिकवलं.

प्रयोगाआधी काम करणाऱ्यांची नावं वाचताना माझं नाव पुकारलं गेल्याबरोबर सर्वांनी टाळ्यांचा कडकडाट केला आणि ते ओरडले, "हुर्रे!" ह्यामुळे हुरूप येऊन, मी लंगडतच खेडवळ कॅथरिनाचं काम मनापासून उत्तम केलं. आणि कदाचित, एक आव्हान म्हणून की काय, मी माझ्या आजवरच्या अभिनयातील सर्वोत्तम अभिनय केला.

माझं मनोधैर्य वाढण्याच्या दृष्टीनं ही चांगलीच गोष्ट झाली, पण माझ्या पायाच्या दृष्टीनं ती वाईट ठरली. मी शाळेच्या सिक-रूमवर परतल्यावर माझा संपूर्ण पाय खूपच ठणकायला लागला. मी वेदनेने खूप विव्हळू लागले. मिस मॅक माझ्याजवळ आल्या. ॲस्पिरिननं दुखणं थांबेना, तेव्हा त्या रात्रभर माझ्याजवळ थांबल्या आणि सकाळ झाल्या-झाल्या त्या मला दवाखान्यात घेऊन गेल्या.

मला वाटलं की, डॉक्टर आता माझ्या पायाचं इलॅस्टोप्लास्ट काढतील आणि मला पळायला सांगून म्हणतील की, "आता पुढच्या वेळेस काळजीपूर्वक राहायचं हं." पण कसचं काय! माझा पाय खूपच सुजला होता आणि पावलावर खूप ओरखडे उठले होते. त्यामुळे डॉक्टरांनी तर मला ईस्टरसाठी कुठे जायला पण बंदी केली. त्यांनी आधी माझ्या पायाला कापूस गुंडाळला, त्यावर परत ते इलॅस्टोप्लास्ट घट्ट गुंडाळलं आणि सर्व सुट्टीभर मला झोपून किंवा बसून राहायला सांगून चालायला पण मनाई केली. किती कंटाळवाणं होतं ते! मी कितीतरी गोष्टी करायच्या मनात योजल्या होत्या, पण मी काहीच करू शकत नव्हते.

ॲलिसनं मला सामानाची बांधाबांध करायला मदत केली. मिस मॅकने त्यांची काठी मला दिली आणि मोठ्या साइजच्या चपला दिल्या, कारण माझ्या बँडेज बांधलेल्या पायात लहान साइजच्या चपला शिरतच नव्हत्या. नवे बूट घेण्यासाठी त्यांनी मला २ पौंड पण दिले. आम्ही निघालो त्या दिवशी स्टेशनला जाताना, लॉरीत माझ्यासोबत प्रत्येकाचं सामान होतं. मला अजिबात चालता येत नव्हतं आणि २-३ ठिकाणी गाड्या बदलून लांबचा प्रवास करायचा, ह्या कल्पनेनंच मी हैराण झाले होते. पण माझ्या सर्व मित्र-मैत्रिणींनी अगदी हितचिंतकासारखी किंवा एखाद्या देवदूताप्रमाणे माझी काळजी घेतली आणि माझ्या सामानासकट, मला ह्या प्लॅटफॉर्मवरून त्या प्लॅटफॉर्मवर जवळजवळ अलगद उचलूनच नेलं. त्यामुळे

आम्हाला पोहोचायला थोडा उशीरच झाला आणि क्रेव स्टेशनवर माझी पुढची गाडी चुकली. नंतर पुढच्या गाडीसाठी दोन तास थांबावं लागलं. तिथून मात्र पुढे मला एकटीलाच प्रवास करावा लागला. रेनफोर्ड मम्मी मला नेहमी लिव्हरपूल स्टेशनवर भेटायच्या. पण ह्या खेपेला जेव्हा मला त्यांची खूप गरज होती, तेव्हा त्या तिथे मला दिसल्याच नाहीत. मला खूप भीती वाटत होती. मी सामानासकट एकटीच प्लॅटफॉर्मवर उभी होते. माझ्या पायात मिस मॅकने दिलेल्या मोठ्या साइजच्या चपला होत्या. मी काठीचा आधार घेऊन उभी होते. अगदीच दीनवाणी दिसत असणार मी... कशीबशी अश्रू थोपवत होते. एक हमाल सामानाची गाडी ओढत जवळून जात होता. मला तशा स्थितीत उभी पाहून तो गमतीनं म्हणाला, "कुठल्या युद्धावरून आली आहेस की काय तू?" पण मग त्याला माझी दया आली आणि तो म्हणाला, "ये मुली, बैस ह्या गाडीवर – तुला जिथे जायचंय, तिथे मी पोहोचवतो." मग मी सावरून त्याच्या सामानाच्या गाडीवर बसले. आम्ही टॅक्सी स्टॅन्डकडे आलो. तिथे एकुलती एक टॅक्सी उभी होती. ती घेऊन मी टॅक्सी ड्रायव्हरच्या मदतीनं ॲन्सडेल स्टेशनला आले. इथे मात्र माझ्या सुदैवानं मला डोरोथी भेटली. ती पण त्याच ट्रेननं परत जाणार होती. मी सुटकेचा नि:श्वास टाकला आणि पुढचं सगळं तिच्यावर सोपवलं.

रेनफोर्ड पती-पत्नीनी मला नृत्याला न्यायचं ठरवलं होतं. तो माझा बॉलरूममधला पहिलाच डान्स असणार होता. शिवाय स्केटिंग, पोहणं, सायकल चालवणं, मित्र-मैत्रिणींना भेटणं वगैरे कार्यक्रम पण ठरवलेले होते. पण मी ह्यातली कुठलीच गोष्ट करू शकले नव्हते आणि एखाद्या अपंगासारखं मला राहावं लागलं. चार एप्रिलला मी माझ्या डायरीत याचं बरंच सविस्तर वर्णन केलं.

'...मला मित्र-मैत्रिणींची कितीतरी पत्रं आली. ह्या मूर्ख पायामुळे मी सध्या काहीच करू शकत नाही, म्हणून मला खूश ठेवण्यासाठी ते लिहीत आहेत. पण वॉल्टरकडून मात्र एकही पत्र आलं नाही. ह्या सुट्टीत त्याची भेट झाली नाही म्हणून मला वाईट वाटतंय. भेट झाली असती, तर हे कंटाळवाणे दिवस जरा छान गेले असते. तो आला तर किती बरं होईल, असा विचार मी सारखा करत असते. एकदा तर तो मला स्वप्नात पण दिसला. खरं तर मी त्याचा अजिबात विचारच करायला नकोय.

माझं पाऊल आता हळूहळू सुधारतंय. मी लंगडी घालत घरभर हिंडू शकते आणि थोडीशी मदत पण करू शकतेय. झपाटल्याप्रमाणे मी विणकाम करत असते. मला विणण्याचा अगदी नादच लागलाय. मी डॅडी रेनफोर्डसाठी, माझ्यासाठी पायमोजे आणि हातमोजेपण विणले आहेत. तेसुद्धा काही नमुना समोर न ठेवता, माझ्या मनानंच मी ते विणले. माझ्या आईची ही कला माझ्यात पण येईल, असं मला वाटलं नव्हतं. पण ती कला माझ्यात आहे याचा मला खूप आनंद वाटतो

आहे. त्यामुळे माझा वेळ पण खूप छान जातोय.

मागच्या शुक्रवारी रेनफोर्ड मम्मीनी माझ्यासाठी एक विचित्र गोष्ट आणली. इंग्लंडमध्ये त्याला 'बाथ चेअर' (अंघोळीची खुर्ची) असं म्हणतात. झेकमध्ये त्याला काय म्हणतात; माहिती नाही. तशी ती खुर्ची आरामशीर आहे. पण मला आवडत नाही. मी त्यात बसले की, सगळे जण माझी कीव करतात, जणू काही त्यांना म्हणायचं असतं – "अरेरे! गरीब बिचारी." मग मला उडी मारून त्यांना सांगावंसं वाटतं, 'मी काही अपंग नाही. माझा पाय मुरगळलाय, इतकंच.' मम्मीनी ती खुर्ची चर्चमधून आणलीय. शुक्रवारी त्यांनी मला चार मैलांवर असलेल्या शर्ले हिलला नेलं. तिथे स्तोत्रं ऐकली अन् चहा घेतला. चहा चांगलाच होता आणि स्तोत्रं, नीतिपाठ पण बरे होते. पण माझं डोकं त्या भाषणानं दुखायला लागलं आणि त्यामुळे घरी येता-येता खूपच त्रास झाला. अगदी गारठून जीव कासावीस झाला. रविवारी त्यांनी मला पुन्हा बाहेर चर्चमध्ये नेलं. मी नंतर अगदी ठामपणे ठरवून टाकलं की, पुन्हा त्या बाथ चेअरमध्ये बसायचं नाही. एखादा सिनेमा पाहायला साऊथ पोर्टला जाताना ती खुर्ची मुळीच वापरायची नाही, हे मी पक्कं ठरवलं. आता माझा पाय मला त्रास देणार नाही, असं सध्या तरी मला वाटतंय.

मागच्या शनिवारी माझ्या लाडक्या आईचा वाढदिवस होता. माझ्यासाठीचा तो सर्वांत महत्त्वाचा दिवस होता.

ओऽ मामिन्को, मला तुझी सारखी आठवण येत होती. तू या जगात आहेस ना? बरी आहेस ना? मी तुला अगदी छोटंसंसुद्धा भेटकार्ड पाठवू शकले नाही. तुझ्यासाठी आणि बाबांसाठी मी फक्त प्रार्थना करू शकते. तू ह्या जगात असलीस तर आणि इकडे काय चाललंय हे तुला माहीत असलं, तर तुला भेटकार्ड किंवा काही भेटवस्तूची आवश्यकताच नाही. कारण लवकरच आपली मनोकामना पूर्ण होणार आहे.

ट्रेनने प्राग स्टेशन सोडताना भावनाविवश होऊन रडत-रडत मी ओरडले होते, "मुक्त, स्वतंत्र झेकोस्लोव्हाकियात आपण परत भेटू" – तुला आठवतंय? त्यानंतर कितीतरी घडामोडी झाल्या. आम्ही तुमचा निरोप घेतल्यानंतर, तुला आणि बाबांना काय काय सोसावं लागलं असेल? त्या गोष्टीची आठवण झाली की, भीतीने माझा थरकाप होतो. मला आशा आहे आणि मी प्रार्थना करते की, तुम्हाला त्या सर्व भयानक प्रसंगातून जावं लागलं नसेल आणि लवकरच एक दिवस असा उजाडेल की, तुमची आम्ही खात्री पटवून देऊ की – एक क्षणभरही आम्ही विसरलेलो नाही की, आम्ही तुमच्या मुली आहोत; झेकोस्लोव्हाकियाच्या मुली आहोत.

माझी प्रियतम आई, मामिन्को, इकडे काय काय गोष्टी घडत आहेत! दोस्त राष्ट्रांनी -हाईन नदी ओलांडली आणि ते जर्मनी व हॉलंडमधून कूच करत आहेत.

रशियन्सनी व्हिएन्ना परत घेतलंय आणि आता ते स्लोव्हाकियासाठी लढत आहेत. जर्मन सैन्य आता तर सर्व आघाड्यांवरून पळ काढत आहे किंवा दोस्त राष्ट्रांना शरण येत आहे. आपला पराभव अटळ आहे, हे आता त्यांना कळून चुकलंय, म्हणून जीव वाचवण्यासाठी ते धडपड करत आहेत. कधीकधी मला त्यांची कीव येते; पण जास्त करून त्यांच्याबद्दल खूप कडवटपणा आणि तिरस्कार वाटतो. त्यांनी युरोप उद्ध्वस्त केला, सामुदायिक हत्या केल्या आणि अत्यंत नीचपणे, पशुतुल्य वागणूक देऊन लोकांना मारलं. त्याबद्दल त्यांची भरपूर नाचक्की झाली आहे. आता त्यांच्या वाट्याला जे येईल, ते योग्यच असेल...

मामिन्को, तुला वसंत ऋतू खूप आवडतो नं! तू नेहमी म्हणतेस की, तो सर्वांत सुंदर ऋतू आहे आणि आता तो सुरू झालाय. तू बघते आहेस ना... त्याचा अनुभव घेते आहेस ना? त्यामुळे तू खूश आहेस ना? तुला दिसतंय का, जग हळूहळू जागं होतंय आणि उभं राहतंय ते? तुला वसंत ऋतूच्या आणि अर्थातच आशा, शांती आणि स्वातंत्र्याच्या पाऊलखुणा दिसत आहेत ना? एखाद्या रोपावरच्या, झाडावरच्या नव्या कोंबाप्रमाणे, फुलाप्रमाणे युरोप पुन्हा लवकरच फुलेल आणि सरतेशेवटी जग आनंद साजरा करू शकेल. आता शेवट जवळ आलाय. पहाट होतेय, वादळ शमतंय... मला लांबवरून ते ऐकू येतंय. पक्षी मधुर कूजन करत आहेत, सूर्य उगवतोय, सृष्टीत सगळीकडे बहर आलाय. वसंत ऋतू फुललाय... वर्षातला तुझा आवडता काळ! तू सूर्याला पाहून स्मित कर, त्याच्या किरणांपासून आनंद आणि बळ मिळव. सगळ्या जगाला जाग येतेय.

...काल मी तुझी आणि बाबांची पत्रं बाहेर काढली. तो माझा अत्यंत प्रिय खजिनाच आहे. मी ती पत्रं पुन्हा वाचली आणि त्यातील शब्दांनी मला खूप धीर आला. आश्वस्त वाटलं. त्यातल्या काही पत्रांतले तू लिहिलेले संदेश आणि तुझ्या व्यक्त झालेल्या इच्छा, मी माझ्या त्या वेळच्या वेड्यावाकड्या इंग्रजी अक्षरांत रेनफोर्ड मम्मी आणि डोरोथी ह्यांच्यासाठी भाषांतरित केल्या होत्या. कदाचित ते अक्षर तेव्हा खूप गबाळं वाटलं असेल. त्यानंतर मी आता किती मोठी झाले, याबद्दल माझं मलाच आश्चर्य वाटतंय! ज्या गोष्टी तुम्हाला तिकडून पाठवणं किती कठीण होतं – बाहुलीसाठी कपडे आणि अशाच इतर काही गोष्टी – त्यासाठी मी किती हट्ट करायची! अर्थातच मला खूश करण्यासाठी तू काहीही केलं असतंस. बाबा खूपदा चेष्टा करायचे आणि रागवायचे; पण त्यातल्या (पत्रातल्या) वाक्यावाक्यातून आमच्याबद्दलचं गाढ प्रेम आणि आत्मीयता, आमची काळजी दिसून येते...

"आम्ही आनंदात आहोत यावर विश्वास ठेव आणि आम्हाला खात्री आहे, विश्वास आहे... आम्हाला माहिती आहे की, तुमच्या वागणुकीने आम्हाला अभिमानच वाटेल आणि तुम्ही आम्हाला कधीही मान खाली घालायला लावणार नाही... तुम्ही

आमचं सर्वस्व, आमचा खजिना, आमच्यासाठी सूर्य, आमचं सर्व काही...''

टॅटिन्कू, तुमच्या लक्षात आलंय का – आम्ही जेव्हा इंग्लंडला आलो, तेव्हा ईव्हा जेवढी होती त्यापेक्षा आता मी एका वर्षाने मोठी आहे. तुम्हाला माझ्याबद्दल काय वाटेल? माझा अभिमान वाटेल? मी आता शरीराने, वयानेपण वाढलेय आणि माझ्या व्यक्तिमत्त्वात बदल झाला आहे. माझी इच्छाशक्ती आता दुर्दम्य झालीय आणि विश्वास, आशा, प्रेम ह्या गोष्टींनी माझ्या हृदयाचा कब्जा केला आहे. तुम्हा दोघांवर माझं आत्यंतिक प्रेम आहे... मला अगदी आत्ता तुमच्याकडे उडत-उडत यावंसं वाटतंय... पण मी धीर धरलाच पाहिजे.

मी आनंदी राहायचं आणि खूप कष्ट करायचं ठरवलंय. माझ्या शाळेविषयी मी खूप कृतज्ञ आहे. रेनफोर्ड मम्मी-पप्पांना ज्या तऱ्हेचं शिक्षण देणं शक्य नव्हतं, ते मला इथे मिळतंय आणि त्यांच्यावर जास्त भार पडू न देणं त्यामुळे मी शिकतेय. मी इथे खूप खूश आहे. ते अगदी घरासारखंच आणि पर्यायाने स्वर्गासारखंच आहे... पण तुम्ही इथे नाही आहात आणि ही तुमची उणीव इथे फार भासते. मी रडतेय... कारण मी तुमच्या प्रेमासाठी, तुमच्या मिठीसाठी आणि आपण एकत्र घालवलेल्या त्या घरगुती आयुष्यासाठी झुरतेय... आसुसलेय. मला खूप भय वाटतंय. देव माझं ऐकेल का? त्याने माझी सततची प्रार्थना ऐकली असेल का?

विश्वास ठेवा – जर परमेश्वरालाच मान्य नसेल, तर तुम्ही आमच्यासाठी थांबू नका. तुम्हाला मी जशी जगायला हवी होते तशीच मी जगेन आणि तुमच्यासाठीच जगेन. तुमच्यासाठी, तुम्ही केलेल्या महान त्यागासाठी, तुमचं प्रेम आणि तुमच्या पुऱ्या न झालेल्या स्वप्नासाठी. टॅटिन्कू, मामिन्को, मी तुम्हाला वचन देत आहे.

मी तुमच्या फोटोकडे आणि सेलाकोव्हिसच्या चित्रांकडे बघतेय. आमच्या इथल्या पहिल्या नाताळ सणाच्या वेळी ईव्हानं ते कार्डबोर्डच्या फ्रेममध्ये घातले होते. त्याच्या पहिल्या पानावर तिनं फुलांचा एक गुच्छ काढला होता आणि आपल्या राष्ट्रीय रंगाच्या रिबिनीने तो रंगवला होता. त्यावर एक घोषवाक्य होतं – 'सत्यच नेहमी श्रेष्ठ ठरेल.' त्या फोल्डरच्या आत आपल्या गावाचं चित्र असलेलं एक पोस्टकार्ड होतं आणि त्यावर लिहिलेलं होतं – 'HOME'. दुसऱ्या बाजूला चित्र होतं – बर्ड्स. दोन छोटे लव्ह बर्ड्स चिवचिव करत गात आहेत – 'माझा विश्वास आहे.' आणि त्या चित्राखाली तुमचा दोघांचा आमच्या जवळचा शेवटचा फोटो.

मी तुम्हा दोघांना गमावणार नाहीय. नाही ना? आपण सर्व जण ह्या ओळी आपल्या घरात एकत्र बसून वाचणार आहोत. होय ना? आणि माझी काळजी वाचून एकत्र हसणार आहोत. गुड नाईट, माझे परमप्रिय आई-बाबा. परमेश्वर तुम्हाला आशीर्वाद देवो!'

७

देवा रे, कुठे होतास तू?

तीन दिवसांनंतर मी पुन्हा शाळेत आणि वसतिगृहात परतले. माझं पाऊल आता नव्या पावलासारखंच अगदी छान बरं झालं. मी माझ्या रोजच्या कार्यक्रमात गर्क झाले. व्यग्र राहण्यात, मित्र-मैत्रिणींच्या गराड्यात मी खूश होते. विचार करायला पण वेळ मिळत नव्हता. हवा छान होती आणि बातमी पण छान होती. एप्रिलच्या शेवटी दोस्त राष्ट्रे बर्लिनला पोहोचली, रेड सैन्यानं मोराव्हियातून ब्रनो मुक्त केलं. रेडिओवर झेकोस्लोव्हाकियाचं राष्ट्रगीत ऐकताना मला स्फुरण चढून अभिमान वाटला. आता बोहेमियाची मुक्तता होणार – मी स्वत:लाच बजावलं, मग माझ्या आई-बाबांची सुटका होणार... ऐकताना माझं मलाच खूप बरं वाटलं. माझ्या घशात आवंढा दाटून आला आणि मूकपणे मी शपथ घेतली, 'मी झेक आहे आणि कायम झेकच राहणार आहे.' जसजशी दोस्त राष्ट्रे एकामागून एक शहरं काबीज करत होती तसतसे नाझी छळछावण्यांतले फोटो आणि अविश्वसनीय वाटण्याजोग्या बातम्या आमच्यापर्यंत पोहोचायला लागल्या. नाइलाजास्तव जबरदस्तीनं मी त्या बातम्या आणि फोटो बघत होते.

मी बघितलं, हजारोंच्या संख्येनं पडलेला प्रेतांचा खच, सामुदायिक उघडी थडगी... मी ऐकल्या – भयानक छळाच्या, पाशवी, अमानुष अत्याचाराच्या कहाण्या! युरोप जिंकायला, देव त्या पिशाचांना परवानगी देऊच शकला नाही.

टेरेझिनच्या छावणीत माझे आई-बाबा स्थानबद्ध होते. तिथे परिस्थिती खूप चांगली नसली तरी अगदी निराशाजनक नसावी, असा माझा अजूनही विश्वास होता. 'माझे' आई-बाबा अशा भयानक क्रौर्याचे बळी ठरू शकतील, असं मानायला माझं मन तयारच नव्हतं.

ईव्हा आणि मी बहुतेक रोजच एकमेकींना पत्र लिहीत होतो. आमची चिंता, आशा एकमेकींसोबत वाटून घेत होतो आणि एकमेकांना धीरही देत होतो. रेनफोर्ड मम्मी-पप्पा पण खूप आधार देत होते आणि त्यांना काळजीपण वाटत होती. 'युद्ध संपेपर्यंत आम्ही जगलो-वाचलो, तर तुझे आई-बाबा सुरक्षित आहेत आणि ठीक

आहेत, हे ऐकताना आम्हाला आयुष्यात खूप समाधान लाभेल...' त्यांनी एकदा पत्रात लिहिलं होतं.

६ मे १९४५... रविवारी मी माझ्या डायरीत आई-बाबांना उद्देशून लिहिलं –

माझ्या सगळ्यात प्रिय आई-बाबांना,

मला तुम्हाला कालची गंमत सांगायची आहे. मी सकाळी अगदी छान आनंदी, उल्हसित वृत्तीने जागी झाले. बाहेर जोरदार पाऊस पडत होता, पण मी पर्वा केली नाही. दुपारी जेवत असताना ईव्हाचं पत्र मिळालं. अत्यानंदानं मी अक्षरशः रडू लागले. तिनं जे लिहिलं होतं, ते वाचून पुन्हा एकदा तुम्हा दोघांची मला तीव्रतेनं आठवण झाली. इतक्या सगळ्या वर्षांत, तुमच्या अनुपस्थितीत, माझ्यासाठी तुमची भूमिका घेण्याचा तिनं मनापासून प्रयत्न केला. मला परीक्षेत विशेष प्रावीण्य मिळाल्याचं मी तिला कळवलं होतं. त्यावर पत्राच्या शेवटी तिने लिहिलं, व्हेरा, तू आई-बाबांना आणि मला खूप आनंद दिला आहेस. खरंच धन्यवाद. आणि नंतर तिने लिहिलं – आणखी एक गोष्ट... ती पण नर्सिंगच्या परीक्षेत पहिली आली.

त्याच दिवशी संध्याकाळी ७ वाजता नृत्याचा कार्यक्रम होता. मी ठरवलं होतं की, फार नाचायचं नाही आणि फार वेळ तिथे थांबायचं पण नाही. पण त्याऐवजी मी प्रत्येक नृत्यात भाग घेतला.

रात्रीचे आठ वाजल्यानंतर प्रोफेसर झजिसेक आले आणि त्यांनी जाहीर केले की, दोस्त राष्ट्रे प्रागला पोहोचली आहेत. प्रागची मुक्तता झाली, म्हणून सर्वांनी आनंदाने टाळ्या वाजवून घोषणा दिल्या आणि उड्या मारल्या. आनंद साजरा करण्यासाठी मी हॅरीबरोबर 'पोल्का' नृत्य केलं. ते संपल्यावर मला चक्कर येऊ लागली आणि सरळ उभं पण राहता येईना. त्यानंतर फक्त प्रागच्या मुला-मुलींसाठी 'वाल्टझ' नावाचं खास नृत्य करायचं ठरलं. हॅरी म्हणाला की, सेलाकोव्हिस हे तुझं गाव प्रागच्या उपनगरासारखंच तर आहे. तो प्रागचा होता, म्हणून मग आम्ही दोघांनी त्या नृत्यात भाग घेतला. त्यानंतर आम्ही झेकोस्लोव्हाकियाच्या बातम्या ऐकल्या आणि माझा आनंद कुठच्या कुठे पळून गेला आणि मला वाईट वाटायला लागलं. कारण बातमी अशी होती की, प्रागचा फक्त काही भागच स्वतंत्र झाला आहे आणि अजून युद्ध सुरूच असून, रेडिओवरून दोस्त राष्ट्रे मदतीसाठी आवाहन करीत आहेत. जर्मन रणगाडे प्रागच्या

हद्दीवरच आहेत.

डॉ. फ्रेड ह्यांनी नृत्य थांबवण्याचा इशारा केला. आपण दु:खी राहून कुणाचा काही फायदा होणार नाही, असं म्हणून काहींनी त्यावर जरा कुरकुर केली. मला मात्र बरंच वाटलं. आणखी नृत्य करत बसायची माझी इच्छा नव्हतीच. माझ्या देशबांधवांचा, प्रागचाच विचार मनात सारखा येत होता. कारण जवळचा मदतीचा अमेरिकन तळ पिलझेनपासून १५ मैल तर प्रागपासून ६० मैल लांब होता आणि प्रागभोवती शत्रूचा वेढा पडला होता. मी रेनकोट घातला आणि उशीर झाला होता तरी मी बाहेर पावसात भिजायला गेले. त्यामुळे मला थोडंसं बरं वाटलं. मी परत आत आल्यावर प्रोफेसर झजिसेक मला म्हणाले, ''सगळ्या मुलांना मला सांगायचंय की, आज प्रार्थना करायला विसरू नका.''

''मला असं वाटतंय की, म्हणजे मला खरं तर माहितीये की, ज्या व्यक्तीने आयुष्यात एखाद्या वेळीच प्रार्थना केली असेल, ती व्यक्तीसुद्धा आज प्रार्थना करायला मुळीच विसरणार नाही.'' मी त्यांना म्हणाले.

मीही प्रार्थना केली, प्रागच्या मुक्ततेसाठी देवाला आळवलं. प्राग जमीनदोस्त होता कामा नये, 'झेक' रक्त सांडलं जायला नको.

मी तुमच्यासाठी प्रार्थना केली – त्या परमेश्वराकडेच याचना केली, 'तुम्हाला सुखरूप ठेव आणि आमची आत्यंतिक इच्छा पुरी कर.' तुम्ही स्वत:ची नीट काळजी घ्या. खरंच! मला तुम्ही भेटायला हवे आहात, लवकरच!

दुसऱ्या दिवशी जर्मनांनी विनाअट शरणागती पत्करली. माझ्या डायरीत माझ्या भावनांचं जणू काही प्रतिबिंबच उतरलं...

मंगळवार, ८ मे १९४५

अखेर युद्ध संपलं! माझा अजून विश्वासच बसत नाहीये. ह्या दिवसाची आम्ही कधीची वाट पाहत होतो. पण माझ्या दृष्टीनं विजय अजून पूर्णत्वाला गेलेला नाही. जोपर्यंत प्रागच्या स्वातंत्र्याची आणि आई-बाबा सुखरूप आहेत, अशा बातम्या ऐकायला येत नाही तोपर्यंत मला आनंद मानावासा वाटत नाही.

काल आमच्या शाळेत अभ्यासाचा तास चालू असतानाच प्रोफेसर कोमिनेक आत आले आणि त्यांनी सांगितलं की, आता युद्ध थांबलेलं आहे. सगळं वैर संपलंय. उद्या ह्याबद्दल अधिकृत घोषणा जाहीर होईल.

नंतर त्यांनी सांगितलं, "ह्या आनंदाप्रीत्यर्थ आज यापुढे तास होणार नाहीत." आम्ही सर्व जण वर्गातच नाचलो. आमचा जवळजवळ सर्व वर्ग सायकलीने डोलकोड हॉटेलमध्ये गेला आणि तिथे मस्तपैकी खाऊन-पिऊन आम्ही आनंद साजरा केला. पण त्याच रात्री रेडिओवर पुन्हा सांगण्यात आलं की, "प्रागमध्ये युद्ध अजून सुरूच असून अनेक जण धारातीर्थी पडले आहेत." आणि आमचा आनंद मावळला.

पण त्यातही एक चांगली बातमी होती – टेरेझिनची आधीच १३ एप्रिलला मुक्तता झाली आहे, असं मी ऐकलं. आई-बाबा अजून तिथेच असू दे आणि त्यांची आता सुटका होऊ दे, अशी माझी किती तीव्र इच्छा आहे... हे मी तुम्हाला कसं सांगू? परमेश्वरा, ते जिवंत राहू देत...

दिवस जात होते. मे महिना जवळजवळ संपल्यातच जमा होता. पण एकाही मुलाला त्याच्या घरच्या प्रिय व्यक्तीबद्दल काही बातमी कळली नाही. आम्ही सर्व खूप हताश होतो आणि काहीतरी ऐकण्यासाठी अधीर झालो होतो. ही प्रतीक्षा आता असह्य, जीवघेणी झाली होती. रोज सकाळी उठताना मनात आशा घेऊन उठत होतो आणि रात्री झोपताना निराश होत होतो. आमची सर्वांची भीती, स्वप्नं एकच होती; तरी काहीतरी विचित्र एकाकीपणाची भावना प्रत्येकाच्याच मनात होती. जणू काही आयुष्य टांगलं गेलंय, असं वाटत होतं.

ईव्हाच्या बाबतीत जरा वेगळी गोष्ट होती. आमचा दोघींचा भूतकाळ एक होता. आम्ही एकत्र दिवस घालवलेले होते. ती माझं सर्वस्व, माझा आणि माझ्या स्वप्नांचा एक भाग होती. त्यातच तिचं पत्र आलं की, एका आठवड्यासाठी ती माझ्याकडे येतेय! माझा आनंद गगनात मावेना. आम्हा दोघींना माहिती होतं की, प्रतीक्षेचे क्षण एकत्रितपणे सुसह्य होतील.

२८ मे १९४५

ईव्हा परत गेली. माझा विश्वासच बसत नाही. एक आठवडा भुर्रकन संपून गेला. मला वाटतं, तिच्याबरोबर घालवलेले ते सर्वांत सुंदर दिवस होते. आम्हाला दोघींना एकमेकींबद्दल खूपच जवळीक वाटायला लागली. आम्ही दोघींनी एकमेकींना खूप छान समजून घेतलं, प्रत्येक गोष्टीत आमची एकवाक्यता झाली आणि मुख्य म्हणजे आम्ही भांडलो नाही, एकदाही!

आताच ती परत गेली आणि तिच्यावाचून मला खूप सुनं-सुनं वाटतंय.

आमचा हा आठवडा खूपच छान गेला. एका शेतातल्या घरी मी तिची सोय केली होती. तिथले लोक खूपच खेळीमेळीनं वागणारे होते. शिक्षकांनी पण मला पाहिजे तेव्हा तास बुडवण्याची सवलत दिली. मला वाटतं, त्यांना जाणीव झाली होती की, ईव्हाला आणि मला आता ह्या क्षणी एकमेकींची किती गरज आहे ते. शाळेतदेखील ती सगळ्यांची आवडती झाली आणि सगळे म्हणायचे की, ती किती सुंदर अन् आकर्षक आहे!

आम्ही दोघीच टेकड्यांवर हिंडलो, नदीकाठी बसलो, एकमेकींबरोबर खूप गप्पा मारल्या, खूप बडबड केली आणि आठवणी उजळत राहिलो... मला हे सगळं खूप-खूप आवडलं.

एक दिवस संध्याकाळी आम्ही घरून आलेली सर्व पत्रं पुन्हा वाचली. आई-बाबांनी किती सुंदर पत्रं लिहिली होती!

त्यांना आता माझ्यात झालेले बदल जाणवतील का? ते मला समजून घेतील का? आत्ताच्या माझ्या प्रतिमेवर ते प्रेम करतील का? ते नक्कीच करतील. आम्ही एकत्र येणं, हीच गोष्ट आता महत्त्वाची होती.

त्या दिवशी सकाळी ईव्हाला निरोप देण्याआधी तिच्याबरोबर एक तास जास्तीचा मिळावा, म्हणून मी सहा वाजताच उठले. ती जाताना मला खूप वाईट वाटलं.

गुरुवार, ३१ मे १९४५

डायरी,

गेल्या काही दिवसांत मी तुझ्याकडे दुर्लक्ष केलंय. फक्त कोऱ्या पानांकडे बघत बसले. पण मला स्वत:लाच खूप हताश, निराश झाल्यासारखं वाटत होतं; मन एकाग्र होतच नव्हतं. वाचन आणि शाळेतल्या अभ्यासाबाबतीत पण असंच होत होतं. मला काहीतरी करायचं होतं. माझा उद्देश चांगला होता; पण शेवटी मी खिडकीतून बाहेर बघत बसायची, आई-बाबांची खूप आठवण यायची. कोणत्याच गोष्टींत मन लागत नव्हतं. रोज रात्री त्यांची नावं ओठांवर घेऊन मी झोपी जायची; सकाळी उठताना एकच प्रश्न मनात असायचा – 'आज तरी काही बातमी कळेल का?' आज सकाळी ईव्हाचं पत्र आलं. मला वाटतच होतं की, त्यात काहीतरी खास बातमी असेल. पहिल्या काही ओळींवर मी भराभर नजर फिरवली आणि ती खास बातमी तिथे होती :

‘आणि एक महत्त्वाची बातमी. बर्टीमावशीचे मित्र मि. हर्क यांचं मला एक पत्र आलंय. ते लंडनला असतात. त्यांना स्टॉकहोमहून एक निरोप मिळालाय. त्यात लिहिलंय की, ‘आई-बाबा जिवंत आहेत आणि सुखरूप आहेत, तुम्ही काळजी करू नका.’

मला तर खूपच आनंद झाला. पण एवढं पुरेसं नाही. ते पत्र मला माझ्या डोळ्यांनी पाहायचंय आणि आणखी जाणून घ्यायचंय. उद्याच मी लंडनला जातेय आणि इथे आल्या-आल्या मी तुला पत्र लिहीन.’’

मला तर ईव्हाच्या पत्रानं खूपच आनंद झाला. इतका की, अत्यानंदानं मला रडायला आलं आणि मी केलेल्या प्रार्थना देवानं ऐकल्या म्हणून मी त्याचे आभार मानले. आजचा हा दिवस माझ्या आयुष्यातला खूप महत्त्वाचा आणि खूपच सुंदर दिवस होता. पण खरंच, ही बातमी खरी असेल का? मला तर भीतीच वाटतेय! मी जेव्हा त्यांच्या स्वत:च्या अक्षरांतलं पत्र हातात घेईन, तेव्हाच माझ्या मनात काही शंका उरणार नाहीत आणि मग माझा आनंद खराखुरा पूर्ण असेल.

इथे प्रत्येकालाच ही बातमी ऐकून खूप आनंद झाला. अशी चांगली बातमी पहिल्यांदा फक्त माझ्याकडेच आली. अगदी शिक्षकदेखील येऊन मला मिठी मारून माझं अभिनंदन करत आहेत. पुष्कळ जण अजून काही बातम्यांची वाट बघत आहेत. आज इथल्या गावात V.E.day हा एक उत्सव होता. पण सध्या इथे डांग्या खोकल्याची साथ पसरलीय, म्हणून तो पुढे ढकलला गेला होता. आम्हा सर्वांना पण त्या उत्सवाचं आमंत्रण होतं आणि तो पुढे ढकलल्यामुळे मला बरंच वाटलं. कारण माझ्याजवळ साजरी करण्यासारखीच बातमी होती. त्या उत्सवात छानपैकी खाणं, संगीत नृत्याचा कार्यक्रम होता. मला तर स्वर्ग दोन बोटं उरल्यासारखंच झालं होतं. खरोखरीच देवानं कृपा केलीय, असं मला वाटलं. माझे परमप्रिय ‘मामिन्को, टॅटिन्कू’ सुखरूप आहेत. परमेश्वराचे मी खूप-खूप आभार मानते; त्यानं आमची आत्यंतिक इच्छा पूर्ण केली.

शुक्रवार, १ जून १९४५

प्रिय डायरी,

मी तुझ्याशी बोलते आहे... माझं अंत:करण खूप जड झालंय, हृदयात कळ उठतेय आणि माझे विचार सैरभैर झाले आहेत. मी खूप गोंधळून गेले आहे. माझ्या डोक्यात वादळातल्या हिमकणांसारखे ते गोल-गोल

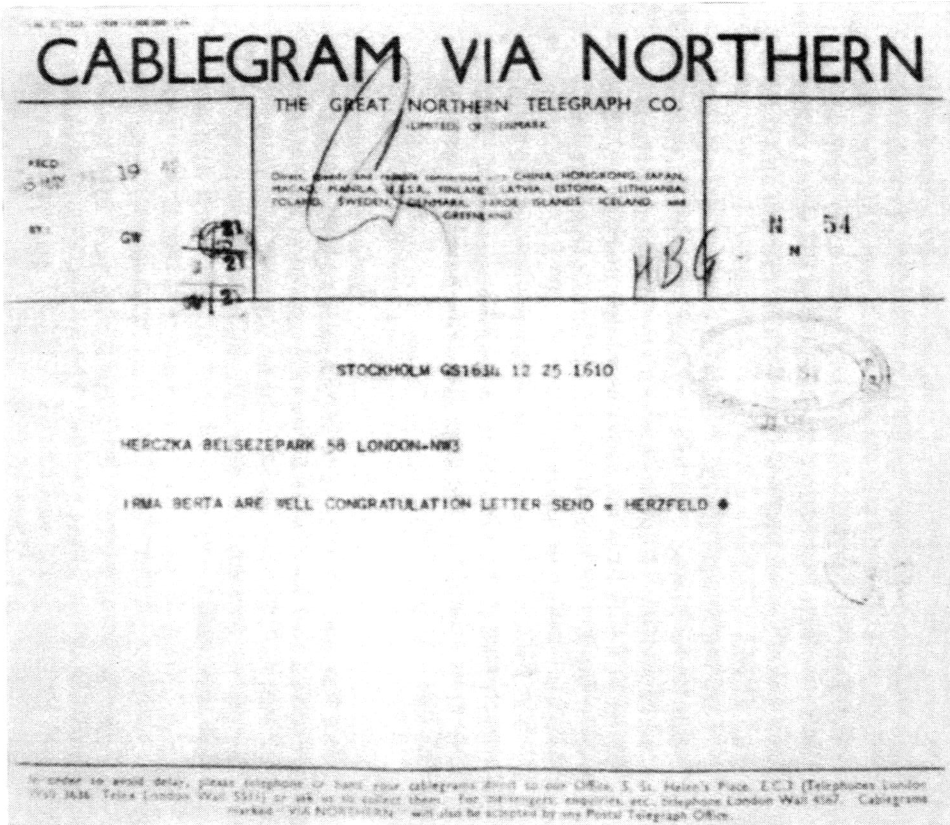

CABLEGRAM VIA NORTHERN

THE GREAT NORTHERN TELEGRAPH CO.

N 54

STOCKHOLM GS1636 12 25 1610

HERCZKA BELSEZEPARK 58 LONDON-NW3

IRMA BERTA ARE WELL CONGRATULATION LETTER SEND = HERZFELD +

फिरत आहेत.

कालच मी किती खूश होते! आई-बाबा जिवंत आहेत, हे कळल्यामुळे त्यांची नावं ओठांवर घोळवताना मी किती आनंदात होते! मी त्यांच्याशी बोलले आणि त्यांच्याकडे बघून हसलेसुद्धा.

आज संध्याकाळी बेलसेनच्या तुरुंगातल्या जिवंत व्यक्तींची यादी शाळेकडे आली. आईचं आणि बर्टामावशीचं नाव त्यात पाहून मला भीतीने धक्काच बसला. ती त्यांचीच नावं होती — आईचं नाव 'D' अक्षराखाली तर मावशीचं नांव 'K' अक्षराखाली होतं (Diamant— इर्मा आणि केस्टनर बर्टा अशी) आईच्या नावापुढं कंसात Household आणि मावशीच्या नावापुढे कंसात Clerk असं लिहिलेलं होतं. त्यांचे नंबर्स मात्र ०१८१८८१३ आणि ०१८१८८१२ असे पाठोपाठ होते. त्या छळछावणीत त्यांना किती क्रौर्य व यातनांना सामोरं जावं लागलं असणार, ह्या विचारानं माझी मती अगदी गुंग होऊन गेली. तरीही त्या जिवंत आहेत, या विचारानं मला थोडासा दिलासा मिळाला. पण त्या यादीत माझ्या प्रिय वडिलांचं नाव मात्र नव्हतं. कदाचित ते दुसऱ्या यादीत असेल आणि तेही जिवंत असतील, अशी मला आशा वाटली. कालच्या आनंदानंतर तर अशी बातमी कळली, हा खूप मोठा आघात होता. मला वाटत होतं की, ते दोघं आणि बर्टामावशीसुद्धा जिवंत असेल आणि त्या सर्वांना टेरेझिनमध्येच ठेवलं गेलं असेल आणि आता कळतंय की त्यांना बेलसेनच्या – जी सर्वांत भयानक छळछावणी होती – त्या छावणीत ठेवलं गेलं होतं, आणि मला हे पण माहिती नाहीये की, बाबा पण तिथेच आहेत का आणि ते अजून जिवंत आहेत का?...

ह्या धक्क्यानं मी अगदी सुन्न झालेय. मला ही गोष्ट सहनच होत नाही. कालच तर किती आनंदाची बातमी कळली होती... मला अजूनही अशा वाटतेय की, तीच बातमी खरी ठरेल. मी माझ्या गादीवर धाडकन अंग टाकलं आणि हमसाहमशी रडू लागले. या वेळचे माझे अश्रू आनंदाश्रू नव्हते. माझं त्यांच्यावर किती प्रेम आहे. आम्ही चौघंही लवकरच एकत्र यावं, अशी माझी आत्यंतिक इच्छा आहे. कदाचित ती पुरी होईलही – कुणी सांगावं...

तरीपण मला खंबीर झालं पाहिजे. मला स्वत:ला माझ्यात धैर्य आणि विश्वास बाणवला पाहिजे. जर वाईटातलं वाईट घडणारच असेल, तर मी न रडता माझं दु:ख सहन करण्यासाठी धैर्य एकवटलं पाहिजे. पण बाबा, माझे टॅटिन्कू... मला तुम्ही खूप, खूप हवे आहात...

रविवार, ३ जून १९४५

आताच ईव्हाचा फोन येऊन गेला. मि. हर्कना जो मेसेज मिळाला, तो आई आणि बर्टामावशीनं त्यांना २५ मार्चला पाठवला होता.

स्टॉकहोमच्या त्या माणसानं त्यात एका शब्दाची भर घातली – 'मझेल्टोव' (अभिनंदन!) त्याला जर समजलं असतं की, बाबा जिवंत नाहीत, तर त्यानं अभिनंदन केलं नसतं. नाही का?

गुरुवार, ७ जून १९४५

मी आत्ता थोडक्यात लिहिणार आहे. कारण मी अभ्यासावर भर देण्याचा खूप प्रयत्न करतेय. दोन-तीन आठवड्यांत आमची वार्षिक परीक्षा सुरू होईल आणि मला आईला (आणि बाबांनासुद्धा, शक्य असेल तर) चांगले गुण मिळवून दाखवायचे आहेत. पण मला एकाग्र चित्तानं अभ्यास करणं खूप कठीण जातंय.

आज मला ब्लूम्सबरी हाऊसकडून एक कार्ड आलंय. त्यांना कुणा 'इर्मा डायमंट'कडून 'व्हेरा डायमंट'बद्दल विचारणा करणारं कार्ड आलंय. 'ती तुमची नातेवाईक आहे का?' असं त्यांनी विचारलं. 'ती माझी आई आहे.' मी त्यांना सरळसरळ लिहून टाकलं.

आणि त्यांना बाबांबद्दल काही माहिती असल्यास कार्ड लिहायला सांगितलं. त्या पत्रासोबत मी आईसाठी छोटी चिठ्ठी पण लिहिली; कदाचित ते ती चिठ्ठी तिला पाठवू शकतील.

मला माहिती आहे, आमच्याकडून थोडी जरी बातमी तिला कळली, तर तिच्यासाठी ती उत्साहवर्धक असेल.

ईव्हाला पक्की खात्री होती की, बाबा जिवंत आहेत; पण मी काहीही वाईट ऐकायची माझ्या मनाची तयारी करतेय. आणि नंतर आनंदानं आश्चर्यचकित होण्याचीही. कुणीही त्यांचा काही उल्लेख करत नाही, त्यांच्याबद्दल एका शब्दानेपण माहिती कळत नाही किंवा त्यांच्याकडून एक शब्दपण कळवला जात नाही. मला वाटतंय की, ईव्हाचं बरोबर असू दे आणि माझी काळजी अनाठायी ठरू दे. काहीही असलं तरी आई जिवंत आहे आणि ह्यातच माझा आनंद, माझं सुख दडलेलं आहे. तिला बेलसेनच्या तुरुंगात छळाला तोंड द्यावं लागलंय, हे कळल्यावर तर मला तिच्या सहवासाची, तिच्यावर प्रेमाचा वर्षाव करण्याची, तिची काळजी घेण्याची पहिल्यापेक्षा तीव्र ओढ लागून राहिलीय. काहीही सहन करायची माझी तयारी आहे – कष्ट, दुःख, गरिबी – अगदी काहीही. कुठलेही प्रश्न

Richard Herzfeld

Stockholm

Sveavej 28 – 30

Schweden,

Please write the [illegible] [illegible] [illegible] [illegible] there we have [illegible] [illegible] [illegible]

Irma and Ruth,

Diamant,

RICHARD HERZFELD
STOCKHOLM

सोडवायची तयारी आहे... कारण, तेव्हा आई माझ्याबरोबर असेल. मला थोडंसं अस्थैर्य जाणवलं, थोडी भीती वाटली तरी त्याला इलाज नाही. मी नाखूश, दु:खी नाही.

मी किती भाग्यवान आहे, किती श्रीमंत आहे! मला देवानं माझी आई परत दिलीय. अशी खूप मुलं इथे आहेत, ज्यांना कदाचित त्यांची आई परत कधीच दिसणार नाही.

शनिवार, १६ जून १९४५

माझी प्रिय, अतिप्रिय मामिन्को,

आजचा दिवस किती सुंदर आहे! स्वच्छ सूर्यप्रकाश आहे आणि मी एकटीच फुलांनी बहरलेल्या हिरवळीवर बसलेय. माझ्या हातात तू आणि मावशीनं स्टॉकहोमहून पाठवलेली चिठ्ठी आणि रेडक्रॉसकडून आलेलं कार्ड आहे. त्या चिठ्ठीतल्या प्रत्येक शब्दावर मी ओठ टेकतेय. तो प्रत्येक शब्द तू स्वत:च्या हातानं लिहिला आहेस. तुला मिठी मारण्यासाठी, तुझा पापा घेण्यासाठी मी खूप अधीर झाले आहे.

पण कुणीतरी नक्कीच काहीतरी चूक केलीय... कारण बाबांचं नाव त्यात कुठेच नाही, मला त्याबद्दल खूप अस्वस्थ वाटतंय. मी स्वत:ला सारखी सांगतेय की, त्यांना दुसरीकडे कुठेतरी स्थानबद्ध करून ठेवलेलं आहे आणि लवकरच त्यांच्याकडून काहीतरी बातमी कळेल. तसं झालं तर; ह्या जगातली मी सर्वांत आनंदी व्यक्ती असेन. का, ते मला माहीत नाही; पण बाबांनी एकदा मला पाठवलेल्या पत्रातले काही शब्द सारखे आठवतात आणि तेही खास महत्त्व नसलेले शब्द : 'मी डुलकी घेण्याचा प्रयत्न करतोय, पण एक चिकट माशी सारखी माझ्या चेहऱ्याभोवती घोंघावत आहे.' मला ते चित्र डोळ्यांपुढे स्पष्ट दिसलं. बाबा व्हरांड्यातल्या कोचावर लवंडलेले आहेत आणि एक क्षुल्लक माशी त्यांच्या चेहऱ्याभोवती घोटाळते आहे! आणि जेव्हा जेव्हा मी उगीचच काही कारणानं ते आठवते, तेव्हा माझ्या डोळ्यांतून अश्रू ओघळतात.

आज रात्री मला असं स्वप्न पडलं तर छान वाटेल – आपण चौघं एल्ब नदीच्या किनाऱ्यावर हिंडतोय. बाबांबरोबर ईव्हाच्या गप्पा चालल्या आहेत. तू हसतमुखानं माझा हात धरलायस... किती सुंदर दृश्य आहे हे! ते नक्कीच प्रत्यक्षात उतरेल, असा विश्वास ठेवणं मला जरा धाडसाचंच वाटतंय...

२१ जून १९४५

माझी प्रियतम मामिन्को,

माझी परीक्षा सध्या निम्मी पूर्ण झाली आहे. खरं तर मला फार वेळ नाही, पण तुला मला पत्र लिहायचंच होतं. इथे एक मुलगी आहे, दासा नावाची. तिला आज कळलं की, जर्मनांनी तिच्या आईला मारून टाकलं आहे. ती खूपच दु:खी झाली. बिचारी दासा! मला तिच्याबद्दल खूप वाईट वाटत आहे. असं काही माझ्या बाबतीत झालेलं नाही, याबद्दल मी देवाचे आणि नशिबाचे खूप आभार मानते. सुदैवाने, दासाची काळजी घ्यायला ब्रिटनमध्ये तिचे मामा-मामी आहेत. ती आता त्यांच्याबरोबर झेकोस्लोव्हाकियाला परत जाणार आहे. पण किती घोर निराशा आहे ही!

मंगळवार, ३ जुलै १९४५

आजचा माझा सोळाव्या वर्षाचा शेवटचा दिवस. काही तासांनी मी एका वर्षाने मोठी होईन. काळ किती भुर्रकन उडून जातो नाही? मी पहिल्यांदा रेनफोर्ड मम्मी -पापांना भेटले, त्या गोष्टीला आज बरोब्बर सहा वर्षे पूर्ण झाली. मी आता खूप मोठी झाले, खूप शहाणी आणि अनुभवीसुद्धा. थोड्याच दिवसांनी माझ्या घराच्या परतीच्या मार्गावर असेन! माझा विश्वासच बसत नाहीये...

माझं हे प्रेमळ कुटुंब, माझी शाळा, इंग्लंड आणि इतक्या साऱ्या वर्षांत माझ्या आयुष्याला आकार देणाऱ्या इथल्या सगळ्या गोष्टी... ह्या सर्वांचा निरोप घेताना मला खूपच जड जाणार आहे. मी ह्या सगळ्यांना आता मुकणार आहे. विशेषत: माझी शाळा. पण आम्हा सगळ्यांना आमच्या घरी परत जाण्यासाठी तयार करणं, हेच तर ह्या शाळेच्या अस्तित्वाचं कारण होतं ना! ज्या मुला-मुलींचे आई-वडील किंवा इतर नातेवाईक इथेच आहेत, ते परत जाणार नाहीत. सध्या तरी नाहीत. पण मी आणि ज्यांचं कुणीही इथे ब्रिटनमध्ये नाही, त्या माझ्याचसारख्या मुलांना शाळा त्यांच्या देशात परत पाठवते आहे. माझा नंबर केव्हा लागेल, सांगता येत नाही. माझी पाळी आली की शाळा मला पाठवेलच.

मी आता रेनफोर्ड मम्मीच्या घरी आले आहे. वेल्सच्या टेकड्यांच्या रांगांकडे बघण्याऐवजी घरांच्या रांगांकडे बघतेय. मुला-मुलींच्या हसण्या-खिदळण्याच्या आवाजाऐवजी रेनफोर्ड मम्मीचा आवाज मला ऐकायला येतोय. शाळेचं हे सत्र फार चांगल्या रीतीनं संपलं. हे सत्र खास होतं. कारण आम्हाला माहिती होतं की, पुढच्या सत्रात आम्ही इथे नसणार

आणि यापुढे आमचे सगळ्यांचे मार्ग वेगवेगळे होणार आहेत. ही भावना खरंच दु:खदायक होती, कारण इतकी सारी वर्षे आम्ही सर्व एका कुटुंबासारखेच होतो. आमच्यापैकी काही जण आयुष्यात परत कधी भेटण्याची शक्यताही फार थोडी आहे.

ब्रिटन सोडल्यानंतर मी पुन्हा आयुष्यात कधी लॅनरिट वेल्सला येईन की नाही, कुणास ठाऊक! आम्ही सर्वांनी तिथल्या सर्वांचा निरोप घेण्याआधी वेल्समधील आमच्या मित्र-मैत्रिणींसाठी एक कार्यक्रम आयोजित केला होता. त्या संध्याकाळी सर्व जणच खूप हळवे झाले होते. आमचा सर्वांचा एक शेवटचा नृत्याचा कार्यक्रम पण आम्ही केला. त्यात आमचे शिक्षकसुद्धा सहभागी झाले होते. मी तर आमचे प्रोफेसर क्रूसिना व मुख्याध्यापक हॅवलिसेक ह्यांच्याबरोबरही नृत्य केलं. सर्व वातावरण खेळीमेळीचं होतं आणि ही संध्याकाळ संपूच नये, असं आम्हा सर्वांना वाटत होतं. त्यानंतर एक दिवस आम्ही शाळेत एक शेवटचं नाटक केलं. कॅपेकचं. त्यात मी नॉबीच्या नायिकेची भूमिका केली. मी माझी भूमिका कशी निभावून नेली, देव जाणे! अभ्यासाच्या बाबतीत बोलायचं झालं तर, मी त्या वर्षी विशेष प्रावीण्यासह उत्तीर्ण झाले. माझ्या वर्गातली आणखी पाच मुलं पण विशेष प्रावीण्यासह उत्तीर्ण झाली. आमच्या वर्गाचा निकाल सर्व शाळेत उत्कृष्ट होता.

काही काळापुरती मी बाबांची काळजी करण्याचं सोडून दिलं. खूप काही गोष्टी घडत होत्या, खूप काही करायचं अजून बाकी होतं. दिवस तर अगदी भराभर उडून चालले होते. शेवटचे ते काही आठवडे अगदी स्वप्नवत् आणि कायम लक्षात राहण्याजोगे असेच होते.

हे सत्र संपता-संपत एक अनपेक्षित घटना घडली. मी वॉल्टरला कधीच माझ्या मनातून, अंत:करणातून दूर केलं होतं आणि कधी नव्हे ते त्याचं पत्र आलं. त्या पत्रात तो म्हणत होता, की तो मला विसरलेला नाहीये. माझं पत्र त्याने पुन:पुन्हा वाचलं आणि आता त्याला कळलंय की, त्यानं माझ्याशी संपर्क न ठेवण्यात फार मोठी चूक केलीय. त्याच्या अबोल्याचं त्यानं काहीच समर्थन केलं नव्हतं. कदाचित त्याच्याजवळ ते नसावं. पण माझ्या पत्रासाठी तो इतका आतुर झाला होता की, त्यानं माझ्या प्रत्युत्तराच्या पत्रासाठी पोस्टाची आठ तिकिटं पण पाठवली होती. मीही अर्थातच त्याला लगेच उत्तर पाठवलं, कारण मला त्याला भेटायचं होतं. पण अर्थातच मला त्याच्यात पुन्हा गुंतायचं मात्र नव्हतं. माझी इंग्लंडमधली ही शेवटची सुट्टी होती. तो अजून लिव्हरपूलमध्येच होता,

म्हणून मला आनंद झाला होता.

आम्ही पूर्वी खूप वेळा भेटलो होतो... पण डायरी, तुला सांगू का? आता वियोगाच्या क्षणी माझं हृदय विदीर्ण होणार नाही. मला तो खूप आवडतो, पण आता त्याच्याविषयी पूर्वीइतकी ओढ मला वाटत नाही आणि आता मी जास्त चिकित्सकपण झाले आहे. त्याच्या माझ्याविषयीच्या भावना शाळेत असतानाच्यापेक्षा जास्त तीव्र आणि सखोल आहेत, अशी शंका मला आहे. त्याबद्दल मला वाईट वाटतंय, कारण त्यामुळे निरोप घेताना तो कदाचित अस्वस्थ होईल. माझ्याविषयी बोलायचं झालं तर माझी परिस्थिती खूप वेगळी आहे. मी आता आईकडे चाललेय आणि ती माझं सर्वस्व आहे.

गेल्या रविवारी हवा खूप छान होती. म्हणून मी आणि वॉल्टर सायकली घेऊन दूरवर शेताकडे गेलो. समुद्राचं पाणी सुंदर, नितळ, निळं-निळं होतं आणि उन्हात ते चमचमत होतं. त्या पाण्याला मऊ-मऊ पांढऱ्या वाळूची किनार आणि भवताली स्वच्छ हिरवाई होती. आमच्या नशिबानं भरती सुरू झाली होती. आम्ही धावत थेट समुद्रातच गेलो. सुंदरपैकी, आयुष्यात कधी नव्हे ते छान पोहलो. घराएवढ्या उंचीची लाटेमागून लाट येत होती. तीवर झोपाळ्यासारखे स्वार होऊन आम्ही वर- खाली, वर-खाली असे हिंदोळत होतो. पाण्यातून फेस उसळत होता आणि माझ्या अंगाखाली विरून जात होता, जणू लाटा मला उंच हवेत उडवत होत्या! जणू काही त्या माझ्याकडे बघून हास्य करत होत्या.

आम्हीपण लाटांबरोबर खिदळत होतो, ओरडत होतो. समुद्राचं खारट पाणी आम्ही प्यायलो पण आणि पळत-पळत किनाऱ्यावर परतलो, तेव्हा खूपच दमलेलो होतो. मग आम्ही गरम-गरम वाळूवर अंग झोकून दिलं.

त्या दिवशी एकत्र घालवलेल्या त्या सुंदर क्षणांनी मला जाणवलं की, वॉल्टर खरंच एक प्रामाणिक मुलगा आहे. एकमेकांबद्दल आमच्या ज्या काही भावना होत्या, त्याला आम्ही दोघंही 'प्रेम' म्हणत नव्हतो. तो झेकोस्लोव्हाकियाला जर परत आला, तर एक-दोन वर्षांत त्या भावनेचं रूपांतर प्रेमात होऊ शकेल? कोण जाणे! ह्या क्षणी तरी आमची छानपैकी निखळ मैत्री होती. मला तेच हवंय आणि माझी ती देण्याचीसुद्धा तयारी आहे. आता तरी, माझ्या हृदयात माझ्या आई-बाबांखेरीज कुणालाच जागा नाही.

गुरुवार, १२ जुलै १९४५

माझी प्रिय, खूप खूप प्रिय

मामिन्को,

बऱ्याच दिवसांपासून डायरीतून मी तुला पत्र लिहिलं नाही. पण दासा प्रागला जायला निघाली, तेव्हा तिच्याबरोबर तुझ्यासाठी मी एक मोठ्ठं पत्र दिलं होतं. तुझ्याविषयी आणि बाबांविषयी काही बातमी जाणून घेण्यासाठी मी खूप आतुर झाले आहे. त्यांच्या संबंधात काय घडलं असेल, ह्या विचारानं माझं मन भीतीने अगदी भरून जातं. तू 'त्या' सगळ्यांतून सुखरूप बाहेर पडली आहेस आणि परमेश्वरानं आम्हाला तू परत दिलीस, ही खरोखर त्याची कृपाच आहे. आता थोड्याच दिवसांची प्रतीक्षा... मग मी आणि तू बरोबरच असू.

ह्या क्षणी तरी मी रेनफोर्ड मम्मी-पप्पा आणि माझे मित्र-मैत्रिणी ह्यांच्या प्रेमात अगदी न्हाऊन निघतेय. सगळेच छान वागत आहेत आणि हळवे झाले आहेत. माझ्या परतीच्या प्रवासासाठी जे-जे आवश्यक आहे, ते सामान खरेदी करण्यासाठी रेनफोर्ड मम्मी-पप्पा खूप खर्च करत आहेत. मार्गेरीमावशीने जाताना माझ्याबरोबर खूप ड्रेसेस देण्याचा अगदी चंगच बांधला आहे; इथे येताना तू जसे खूप कपडे दिले होतेस अगदी तसे आणि तितकेच कपडे ती मला देणार आहे. त्यासाठी ती सारखी झपाटल्यासारखी मशीनवर बसून कपडे शिवतेय. त्या उत्साहाच्या भरात, तिनं मोयराचं सगळं कपाटच रिकामं करून टाकलंय! मोयरा रुग्णवाहिकेवर ड्रायव्हर म्हणून काम करताना जो कोट घालायची, तो तिने झेकोस्लोव्हाकियाच्या थंडीत उपयोगी पडेल म्हणून मला देऊन टाकलाय. ती माझ्याशी खरोखरच खूप छान वागते. पण मला खरोखरच वाटतंय की, तिनं चर्चमध्ये सारखं उपदेश देण्याचं काम करू नये. तिला सगळ्यांच्या मनात धार्मिक जागृती करायची आहे. मी माझ्या पद्धतीनं धार्मिक आहे. माझ्या बांधवांना मदत करणं, हे मी माझं कर्तव्य समजते आणि देवावर माझा विश्वास आहे. पण मी जेव्हा एकटीच माझ्या विचारात बुडून गेलेली असते, तेव्हाच देवाशी जास्त एकरूप होते. देव अस्तित्वात आहे हे मला माहीत आहे, कारण त्याचं तुझ्याकडे लक्ष होतं. तुला खूप यातना सोसाव्या लागल्या, तरीही त्यानं तुझी सुटका केली. माझी सततची प्रार्थना त्यानं ऐकली, त्याबद्दल मी रोज त्याचे आभार मानते.

बुधवार, १८ जुलै १९४५

माझ्या भावना व्यक्त करायला माझ्यापाशी शब्द नाहीयेत... माझ्या डोक्यात विचारांचं आवर्त फिरतंय. मला गुदमरल्यासारखं होतंय. डोळ्यांची आग होते आहे. माझा मेंदू काम करेनासा झाला आहे, मध्यरात्र उलटून गेलेली आहे... पण माझी डायरी! तुझ्याकडे मन मोकळं केल्याशिवाय मला स्वस्थ वाटणार नाही आणि झोपपण येणार नाही.

आज संध्याकाळी मैत्रिणीला भेटून मी उशिरा घरी आले. नेहमीप्रमाणे आल्या -आल्या, माझ्यासाठी काही पत्र आहे का, म्हणून मी विचारलं. ईव्हाचं पत्र आलं होतं. एका विचित्र आणि भयानक विचारानं मला घेरून टाकलं. मी घाईघाईनं ते पाकीट कसं तरी उघडलं. तिचं सुंदर, नीटनेटकं अक्षर बघूनच मला वाटलं की, लिहिताना तिनं खूप काळजी घेतली असावी. वाचता-वाचताच मला जाणवलं की, ईव्हा अगदी सावकाश आणि हळुवारपणे काहीतरी महत्वाच्या गोष्टीकडे वळते आहे. पण तरीही मला खूप दुःख होतंय, खूप यातना होत आहेत... मामिन्का, माझी प्रिय आई, जिच्या प्राणासाठी मी रोज देवाची आळवणी केली, त्याला धन्यवाद देत होते, जिच्याभवती मला हास्य आणि प्रेम उधळून टाकायचं होतं, जिच्यासाठी मला काम करायचं होतं, जिची मला काळजी घ्यायची होती – ती माझी प्रिय आई, आता ह्या जगात नाही!! ती युद्ध संपल्यानंतर दोन दिवसांनी बेलसेनच्या छळछावणीत टायफसच्या तापाने मृत्युमुखी पडली...

हे देवा, परमेश्वरा... तू कुठे होतास?

माझ्या प्रिय ताईनं ही बातमी खूप हळुवारपणे, खूप सावधपणे माझ्यापर्यंत पोहोचवली.

''बाहेर स्वच्छ सूर्यप्रकाश आहे.' ती लिहीत होती, 'ज्या जगाने इतकं मोठं दुःख, इतक्या यातना पाहिल्या; त्या जगाकडे पाहून तो स्मित करतोय. कदाचित, सौंदर्य आणि शांती वरती नांदतेय, हे आपल्याला दाखवण्याची देवाची ही युक्ती असेल. तो खाली बघतो आहे आणि आपल्याला सांगतो आहे, 'माझ्यावर विश्वास ठेवा, एक दिवस तुम्ही नक्की माझ्यापाशी याल, इथे तुम्ही सर्व एकत्र याल, इथेच तुम्हाला जगातल्या दुःखाचा विसर पडेल.''

'माझ्या छोटुकल्या बहिणी, तू शूर आहेस ना? तुझ्यापाशी श्रद्धा आणि सामर्थ्य आहे ना? नक्कीच आहे. तू आई-बाबांची मुलगी आहेस आणि आता एका परीनं माझीसुद्धा! जे तुला मी आता सांगायलाच पाहिजे, ते तुला ऐकावं लागूच नये, अशी माझी खूप मनापासून इच्छा

होती. पण मी तसं करू शकत नाही, व्हेरुस्को. ब्रिटिश सैन्यानं बेलसेनच्या छावणीची मुक्तता केली, हे बघायला आई जिवंत होती. युद्धाचा शेवट झाला, हे तिनं स्वत:च्या डोळ्यांनी पाहिलं आणि आपल्या विजयाचा आनंद तिनं उपभोगला. ती नाझींच्या कचाट्यात नव्हती, तर दयाळू ब्रिटिशांच्या ताब्यात त्यांच्या हॉस्पिटलमध्ये होती. आणि तिथेच टायफसच्या तापानं तिला मृत्यू आला. व्हेरुस्को, धीर धर आणि आकाशाकडे बघ. त्या परमेश्वराला सांग – देवा, तू तिला युद्धाचा शेवट झालेला बघायला जिवंत ठेवलंस, त्याबद्दल धन्यवाद!

'तू एक चांगली अभिनेत्री आहेस. तू आता तुझी भूमिका विसरू नकोस. प्रेक्षकवर्ग टाळ्या वाजवतोय, पडदा पडेपर्यंत तुला भूमिका केलीच पाहिजे. अशा बऱ्याच भूमिका तुला अजून पार पाडायच्या आहेत, कारण तुझ्यासमोर एवढं मोठ्ठं आयुष्य पडलं आहे आणि ह्या सगळ्यात आई जवळ असेल. खूप-खूप जवळ असेल. ती देवाच्या कानात काय सांगते, तुला ऐकायला येतंय? ...त्यांना तू दूर लोटू नकोस. त्यांना बळ, धैर्य दे आणि तू त्यांच्यात अशी श्रद्धा, असा विश्वास रुजव की, एक दिवस आम्ही सर्व इथे वरती भेटू, नक्की भेटू आणि आम्ही सर्व कायमचेच एकत्र राहू.'

ईव्हा लिहीत गेली. खूप लिहीत गेली. 'देवा, परमेश्वरा, तूच आता मदतीला धावून ये.'

मार्गेरीमावशी आणि तिच्या घरातल्या सर्वांना खूप सहानुभूती वाटतेय. ते मला दिलासा देत होते की, मला त्यांच्या घराची दारं नेहमीच उघडी आहेत. ते घर माझंच असेल. पण ते मला हवं असलेलं घर नव्हतं. त्यांचं घर... मला अभिप्रेत असलेलं नव्हतं. त्यांची सहानुभूती, त्यांचे अश्रू मला सहन होत नव्हते. मला माझ्या दु:खात एकटीच राहू दे!

मी आता माझ्या परमप्रिय आईला कधीच पाहू शकणार नाही, ह्या उद्ध्वस्त करणाऱ्या जाणिवेबरोबरच एक विचार माझ्या मनात पक्का झाला होता. मी आता डळमळायला नको. घरी परत जाण्याच्या माझ्या निर्णयाशी मी ठाम राहायलाच हवं. ते कठीण होतं, आता तर खूपच कठीण होतं. पण मी तरुण आहे. माझा देश पुन्हा उभा राहण्यासाठी मला मदत करायची आहे. मला हे सिद्ध करायचंय की, मी स्वतंत्रपणे जगू शकते. कष्टाला आणि अनिश्चित भविष्याला मी घाबरत नाही. ह्या क्षणाला जग अगदी एकाकी वाटतंय, अगदी रितं वाटतंय. मी एकाकी असले,

अनाथ असले तरी माझ्यासोबत ईव्हा आहे.

'मामिन्को, स्वर्ग जर अस्तित्वात असेल तर तू नक्की तिथेच असशील; ह्या जगातल्या यातना, दुःख ह्याच्यापासून खूप दूर. तुझ्या फोटोमधून तू माझ्याकडे बघून छान हसते आहेस. मी पण तुला हसून प्रतिसाद देण्याचा प्रयत्न करते आहे. सूर्य आणि तारे ह्यांच्यातर्फे मी तुला माझं प्रेम, माझे पापे पाठवते आहे आणि एक दिवस तुझ्या मागोमाग तिथे येण्याचा माझा हक्क मिळवण्यासाठी मी प्रयत्नांची पराकाष्ठा करेन. कदाचित तुला तिथे बाबा भेटले असतील... मला खूप एकाकी, उद्ध्वस्त झाल्यासारखं वाटतंय आणि मी अतिशय दुःखी आहे. पण मला माहिती आहे की, मी खूप शोक व्यक्त करायला नको, कारण त्यामुळे तू पण दुःखी होशील. आयुष्य पुढे जातच राहणार आहे आणि माझ्या वाट्याला जे येईल, ते मी तसं स्वीकारलं पाहिजे. मी तुला वचन देते की, मी ते करेन, हार मानणार नाही. तुझी आणि बाबांची मुलगी म्हणून जगताना माझी मान ताठ राहील. तुझ्या अस्तित्वाची मला सतत जाणीव राहील आणि तुला मान खाली घालायला लागेल, असं कृत्य माझ्या हातून कधीही घडणार नाही.''

त्या १८ जुलैच्या रात्री, मला वाटतं, मी एका रात्रीतून माझं बाल्य, माझ्यातील छोट्या मुलीच्या सर्व खुणा पुसून टाकल्या. त्यानंतर आठवडाभरातच आमची पराकोटीची भीती खरी ठरवणारा, शेवटचा आघात आमच्यावर झाला. बर्टामावशीची तार आली. आई आणि बाबा दोघेही आता या जगात नाहीत, असा त्या तारेत मजकूर होता. आता ती एकटीच प्रागला परत आली होती...

'नियतीनं असा क्रूर आघात आमच्यावर का केला?' मी स्वतःलाच प्रश्न विचारत होते.

पहिल्यांदा नियतीनं आम्हाला असं भासवलं की, ती आम्हाला आमचे आई-बाबा दोघेही परत देणार आहे.

आम्हाला असा विश्वास दिला की, आमची सर्वांची आयुष्यं नेहमीप्रमाणे पुन्हा एकत्र सुरू होणार आहेत...

एक सुंदर भविष्य आमच्या पुढ्यात आहे. आणि मग आमचा आनंद अत्यंत क्रूरपणे आमच्यापासून हिरावून घेतला हळूहळू... आणि आमच्या आशा चिरडून टाकल्या आणि त्यांचे तुकडे-तुकडे करून आमच्याभोवती फेकून दिले!!

आता उरली ती फक्त एक भयानक पोकळी, बाकी काही नाही!!

ईव्हा आणि मी एकमेकींना समजावण्याचा प्रयत्न करत होतो. मला समजत

होते; प्रत्येकाचे मला धीर देण्याचे, मनापासूनचे प्रामाणिक प्रयत्न मला कळत होते. मला मदत करण्याचे सर्वांचे प्रयत्न दिसत होते. मेथॉडिस्ट चर्चप्रमुखांचे ते शब्द कानांत घुमत होते...

'अजूनही जीवन आहे, इथे, तुमचं, त्यांचं. – Still lives, Still here, Still yours, Still his.'

ह्या शब्दांनी मी बळ आणण्याचा प्रयत्न केला. पण माझी विचारशक्तीच खुंटली होती. कुठल्याही भावना माझ्यापाशी उरल्या नव्हत्या. मी हसूही शकत नव्हते, रडूही शकत नव्हते. माझं हृदय अतीव दुःखानं भरून गेलं होतं. तशीच मी माझं रितं, पोकळ भविष्य न्याहाळत होते.

माझ्या त्या सुंदर, उराशी जपलेल्या स्वप्नांच्या शेवटच्या उरल्यासुरल्या खुणा उद्ध्वस्त होऊन इकडेतिकडे विखुरलेल्या मी बघत होते...

बर्टामावशीनं आम्हाला आणखी एक तार पाठवली. मी आणि ईव्हाने यापुढे इंग्लंडमध्येच राहावं, असा सल्ला त्यात तिनं दिला होता.

मी तो सल्ला मान्य केला नाही. मी इंग्लंडमध्ये कशी काय राहणार होते? मी खरोखरीच त्या शक्यतेचा विचार केला नव्हता. माझ्या आयुष्यातील ह्या अत्यंत महत्त्वाच्या, निर्णायक क्षणी झेकोस्लोव्हाकियाखेरीज इतर कुठल्याही ठिकाणी माझ्या भविष्याबद्दलची मी कल्पनाच करू शकत नव्हते. शाळेनं माझ्यात रुजवलेलं माझं देशप्रेम प्रखरपणे प्रज्वलित झालं.

"माझ्या देशाला माझी गरज आहे. माझा देश माझं स्वागत करेल.

माझ्या प्रिय आई-बाबांवाचून माझं आयुष्य कितीही क्लेशदायक असू दे, त्यांच्या स्मृतीस ते अर्पण करण्यास मी वचनबद्ध आहे. मी त्याबद्दल माझ्या देशाची अत्यंत ऋणी आहे. माझ्या देशाला परत जाण्याचं माझं प्रथम कर्तव्य आहे."

ईव्हाच्या नर्सिंगच्या फायनल परीक्षेला अजून काही महिने अवकाश होता. तिनं माझ्या बेतापासून मला परावृत्त करण्याचा प्रयत्न केला नाही, तरी मी तोपर्यंत माझं जाणं लांबवावं, असं तिनं सुचवलं. तिला असं वाटत होतं की, आम्ही दोघी मिळून झेकोस्लोव्हाकियाला घरी परतलो, तर दोघींनाही ते सुसह्य होईल. पण मी परतण्यासाठी खूप अधीर झाले होते. शाळेच्या नव्या वर्षाच्या सुरुवातीसच मला प्रागला पोहोचायचं होतं. आमच्या परिवारापैकी कुणी जिवंत राहिले आहेत का, याचा शोध घेण्यासाठी मी जाणार होते. आणि माझ्या आई-बाबांच्या वाट्याला आलेल्या दुर्दैवाने मला फार दुःख झाले होते. आणि शक्य तेवढं सर्व जाणून घेण्याविषयी मी अतिशय उतावीळ होते. निदान बर्टामावशी – आईची सख्खी बहीण माझी वाट बघत असेल, ह्या विचाराने मीच स्वतःला समजावलं. मी अगदीच एकटी नसणार होते.

बर्टामावशीला काय वाटलं होतं, ते तिनंच आम्हाला सांगितलं होतं. बाबांना

मृत्यू कवायत मैदानात नेऊन गोळी घालून मारण्यात आलं. पण कुठे आणि कधी, हे कुणीच नक्की सांगू शकलं नाही. पण खरंच बाबा मरण पावले नसतील तर? जर ते एखाद्या इस्पितळात खूप आजारी असतील आणि आमच्याशी संपर्क साधण्याच्या परिस्थितीत नसतीलच तर? ...मला घरी गेलंच पाहिजे. आशेच्या ह्या मिणमिणत्या प्रकाशकिरणावर विश्वास ठेवायला मी धजावले नाही.

ऑगस्टच्या सुरुवातीला शाळेत ताबडतोब हजर राहण्याविषयी मला सांगण्यात आलं. कारण २-३ आठवड्यांतच आमच्या गटाला आमच्या देशात परत पाठवायचा बेत ठरविण्यात आला होता. एक-दोन छोटे गट आणि काही कर्मचारी आधीच रवाना झाले होते. काही नंतर येणार होते. ज्या गोष्टी प्रागमध्ये दुर्मीळ आहेत त्यांची खरेदी करणं, सामानाची बांधाबांध करणं, सगळ्यांचा निरोप घेणं अशा अगदी शेवटच्या क्षणापर्यंतच्या काही गोष्टी करण्यात मी अगदी गुरफटून गेले होते. त्यामुळे स्वत:बद्दल दु:ख करायला किंवा वॉल्टरबद्दल भावविवश व्हायला मला फारसा वेळच मिळाला नाही. तो माझा निरोप घ्यायला येईपर्यंत मी आई-बाबांविषयी त्याला काही सांगितलं नव्हतं. त्या भयंकर क्रूर बातमीचा त्याच्यावर विचित्र परिणाम झाला. माझ्याबद्दल त्याला खूप वाईट तर वाटलंच; पण तो एकदम हरवल्यासारखा, लांब गेल्यासारखा आणि स्वत:च्या भविष्याबद्दलही डळमळीत झाल्यासारखा वाटू लागला.

त्याच्यातल्या ह्या बदलाचा अर्थ माझ्या लक्षात आला नव्हता. पण तेव्हाही मी त्याच्या जर्मन कुळाबद्दल अनभिज्ञच होते. मात्र, त्याबद्दल मी त्याला जबाबदार किंवा दोषी ठरवलंच नसतं. कारण त्याचे आई-वडील सामाजिक लोकशाहीवादी पक्षाचे होते आणि त्यांनाही नाझींकडून छळ सोसावा लागला होता. प्रागला परतल्यानंतर वॉल्टरच्या एका मित्राकडून मला हे सत्य समजलं. वॉल्टरनं त्या मित्राला एक पत्र पाठवून ही सर्व हकिगत कळवली होती. त्या पत्रावर वॉल्टरनं स्वत:चा पत्ता मात्र लिहिला नव्हता. त्या मित्रानं मला सांगितलं की, माझ्या आई-वडिलांच्या मृत्युमुळे वॉल्टरला त्याच्या जर्मन असण्याबद्दल पूर्वीपेक्षाही खूप अपराधी वाटू लागलं. त्यामुळे तो मला परत तोंड दाखवू शकला नाही. झेकोस्लोव्हाकियाला परत येण्याऐवजी त्यानं जर्मनीला परत जाण्याचं ठरवलं आणि तिथे तो युद्धामुळे विस्थापित, बेघर किंवा ज्यांना आपला देश सोडावा लागला अशा लोकांच्या छावणीत काम करू लागला. पुन्हा त्याची-माझी भेट कधीही झाली नाही किंवा त्याच्याबद्दल मला काही माहिती कळली नाही.

रेनफोर्ड मम्मी-पप्पा आणि त्यांच्या घरातले सर्व ह्यांचा निरोप घेणं, हे फारच कठीण होतं. निरोपाच्या वेळी मी जेव्हा प्रत्येकाला मिठी मारत होते, तेव्हा माझ्या मनात राहून-राहून हा विचार येत होता की, माझा निर्णय बरोबर आहे का नाही?

केवढं मोठं प्रेम, ममता मी मागे ठेवून जात होते. मला जर माझ्या देशात सुख, शांतता मिळाली नाही; तर परत येण्यासाठी त्यांच्या घराचे दरवाजे माझ्यासाठी कायमच खुले राहतील आणि तिथे माझं स्वागतच होईल, असं त्यांनी मला सांगितलं. त्यामुळे मला खूप दिलासा मिळाला.

ओल्गाचं निरोपाचं पत्र मला मिळालं. तिच्याकडून मला समजलं की, तिचे आई-वडील पण ऑशविट्झच्या छळछावणीत मृत्युमुखी पडले! माझ्याप्रमाणे ती प्रागला मात्र परत येणार नव्हती. ती अमेरिकेला तिच्या मावशीकडे जाणार होती. त्या मावशीनं ओल्गाच्या आई-वडिलांना वचन दिलं होतं की, त्यांचं काही बरं-वाईट झालं तर ती ओल्गाचा सांभाळ करेल. ओल्गासाठी मला खूप वाईट वाटलं आणि आम्ही एकमेकींपासून आता खूपच दूर जाणार, म्हणून मी खूप दुःखी झाले. पण ओल्गाचं जवळचं कुणीतरी काळजी घेणारं होतं आणि ती तिथे जाऊ शकत होती. ह्यामुळे मला एका परीनं आनंदही वाटला.

मी शाळेत परत आल्यावर मला आणिकच वाईट बातमी कळली की, माझ्या ग्रुपमध्ये जी दहा मुलं-मुली होती, त्या प्रत्येकानं माझ्याप्रमाणेच आपले आई-वडील गमावले होते; त्यात माझ्या मैत्रिणी व मित्र ज्यूला, ॲलिस आणि मार्गीट हेही होते. आमच्या माहितीप्रमाणे सगळ्यांनीच आई-वडील दोन्ही गमावले होते. आईपण नाही राहिली आणि वडीलपण राहिले नाहीत. आम्ही सगळेच पोरके, अनाथ झालो होतो. ॲलिस, मार्गीट आणि मी इतरांपेक्षा थोडेसे नशिबवान होतो. कारण आम्ही तिघंही आपापल्या मोठ्या बहिणींबरोबर ब्रिटनला पलायन करून आलो होतो. बाकीच्यांच्या तर घरातली सर्व माणसं मरण पावली होती. कुटुंबंच्या कुटुंबं उद्ध्वस्त झाली होती.

काही शिक्षकांचा अपवाद वगळता, आता आमचा छोटा गट तेवढाच शाळेत उरला होता. ती आता शाळा म्हणून उरलीच नव्हती. ज्या एवढ्या मोठ्या इमारतीत इतकी वर्षं मुलांच्या हास्याचे प्रतिध्वनी उमटत होते, ती इमारत आज एका विचित्र शांततेत मूकपणे उभी होती. लवकरच तिचं रूपांतर एका आधुनिक, आलिशान हॉटेलमध्ये – ॲबरनन्ट लेक हॉटेलमध्ये होणार होतं.

आमच्यासाठी आनंदाची गोष्ट म्हणजे, मिस मॅक ह्या आमच्याविषयी कमालीची आस्था व सहानुभूती असणाऱ्या आणि नेहमीच मदतीला तत्पर असणाऱ्या आमच्या आवडत्या शिक्षिका आमच्याबरोबर होत्या.

ॲलिसच्या बहिणीनं युद्ध संपल्या-संपल्या इंग्लंड सोडलं आणि ती टेरेझिनला गेली. तिथे तिनं घेट्टोच्या स्वच्छता मोहिमेत मदत केली. ब्रिटनमध्ये तिनं लग्न केलं आणि त्या वेळी तिनं ॲलिसला तार पाठवली की, 'मी लवकरच आता आई होणार आहे, तरी येताना बाळासाठी छोटे कपडे घेऊन ये.' त्या वेळी झेकोस्लोव्हाकियात

अशा गोष्टी मिळायच्या नाहीत. मिस मॅकनेच नवीन बाळासाठी कपडे घ्यायला ॲलिसला पैसे दिले. ज्यूलाजवळ एकच छोटी फाटकी-तुटकी, जुनी सूटकेस होती. त्यात त्याच्या 'मौल्यवान वस्तू' मावेनात; तेव्हा मिस मॅकनेच त्यांची सूटकेस त्याला दिली आणि मावशीसाठी उबदार कार्डिगन विणण्यासाठी मला मिस मॅकने सुंदर, मऊसूत, उंची लोकर दिली. त्या वेळी युद्धकाळात अशी लोकर मिळायची नाही. पण त्यांनी आम्हाला दिलेली मोठ्ठी देणगी म्हणजे त्यांचा प्रोत्साहित करणारा प्रेमळ सहवास, त्यांची सुंदर निखळ मैत्री आणि भावनिक दिलासा.

त्या एवढ्या मोठ्या रिकाम्या शाळेत आम्हा दहाही मुलांना काहीसं विचित्र, हरवल्यासारखं वाटायला लागलं. आम्ही जास्तीत जास्त वेळ खुल्या वातावरणात, खेड्यातच घालवू लागलो. आमचा स्थानिक मित्र जिम जोन्सने आम्हाला प्रोत्साहित करण्यासाठी आम्हा सगळ्यांना व काही ओळखीतल्यांना शेवटच्या दिवशी त्याच्या मिनीबसमधून सहलीला नेलं. त्याच दिवशी रात्री शाळेत परत आल्यावर आम्ही भोवतीच्या जंगलात शेकोटीचा कार्यक्रम केला. आसमंतात अंधार पसरला होता. पण आकाशात चंद्र प्रकाशत होता, चांदण्या चमचम करत होत्या आणि आम्ही सर्व, जिम आणि त्याचे मित्र-मैत्रिणी शेकोटीभोवती बसलो होतो. आम्ही बरोबर आणलेले फराळाचे पदार्थ खात व सिडर हे सफरचंदांपासून बनवलेलं पेय हळूहळू घुटके घेत पीत होतो. पूर्वी म्हटलेली वेल्स भाषेतली, झेक भाषेतली आणि इंग्लिश गाणी आठवून-आठवून गात होतो आणि जास्तच हळवे, भावनाप्रधान होत होतो.

पहाटेची चाहूल लागेपर्यंत आम्ही तिथे होतो. वेल्सच्या एका छोट्या, शांत कोपऱ्यात घालवलेले ते अनमोल क्षण... ते क्षण कधीच संपू नयेत, असं आम्हाला वाटत होतं! ह्या वेल्सनंच आम्हाला गेली काही वर्षं सुंदर घर दिलं होतं, आसरा दिला होता. इथून पुढे आमच्या पुढ्यात काय वाढून ठेवलंय, याची आम्हाला काहीच कल्पना नव्हती. कोणत्या आणि कशा प्रकारे आम्हाला संघर्षाला सामोरं जावं लागेल; आनंद आणि निराशा, अपेक्षाभंग या गोष्टी आमच्यापैकी प्रत्येकाच्या वाट्याला काय आणि कशा येतील, ह्याविषयी आम्ही पूर्णपणे अनभिज्ञ होतो...

...आकाशातला चंद्र आणि तारे हळूहळू मावळायला लागले विझत चाललेल्या शेकोटीच्या ज्वाळेकडे मी एकटक बघत बसले होते. खूप वर्षांपूर्वीचा असाच प्रसंग माझ्या डोळ्यांसमोर तरळत होता...

सांझावा नदीकाठचं ते सुट्टीतलं शिबिर... अशीच मी एका शेकोटीभोवती बसले होते. घराच्या आठवणीने व्याकूळ झालेली नऊ वर्षांची 'ती' निरागस बालिका मला आठवत होती. माझ्या गालांवरून अश्रू ओघळत होते. तिची आई तिला परत नेण्यासाठी आली होती. ती बालिका तिच्या आईला अभिमानाने म्हणत होती, "मी रडले नाही. मी हिरा आहे ना? माझ्या डोळ्यांतून फक्त मोती ओघळले!"...

विभाग दुसरा

कुठे आहे माझं घर?

८

दुःखदायक गृहप्रवेश!

२७ ऑगस्ट १९४५. नितळ निळं आकाश, स्वच्छ सूर्यप्रकाश घेऊन जणू काही एखादा उत्सव साजरा होत होता. कारण ह्याच दिवशी आम्हा सर्वांची आमच्या मातृभूमीला अखेर रवानगी होणार होती. रॉयल एअर फोर्सच्या, म्हणजे ब्रिटिश हवाईदलाच्या कृपेनं आम्ही विमानानं परतीच्या प्रवासाला निघणार होतो.

ही युद्धकाळातली बॉंबफेकी विमानं होती आणि आता झेक निर्वासितांसाठी ब्रिटन ते प्राग अशा मालवाहूसारख्या खेपा करत होती.

आम्ही दहाही मुलं त्या विमानात गुडघे पोटाशी घेऊन खाली बसलो होतो. त्याआधी कधीही आम्ही कुणीही विमानप्रवास केला नव्हता. अखेर आम्ही परतीच्या प्रवासास सुरुवात केली होती. आणि हा आमचा पहिलाच विमानप्रवास खरोखरीच संस्मरणीय होणार होता, हे आम्हाला माहीत होतं.

आमची उत्सुकता, उत्साहाची लागण विमान कर्मचाऱ्यांनादेखील झाल्यासारखी वाटत होती. ते आमच्याशी छानपैकी गप्पा मारत होते, खेळीमेळीने वागत होते. विमानाचा बंदुका ठेवण्याचा भाग असतो, तिथे त्यांनी आळीपाळीने आम्हाला एकेकाला बसायला परवानगी दिली. त्यातून बाहेरील दृश्य दिसत होतं. माझी पाळी आली, तेव्हा विमान कोलोन या जर्मनीतल्या शहरावरून उडत होतं. ते शहर पूर्वी कसं होतं त्याची आठवण करून देणारं, पडझड झालेल्या अवशेषांतून वर डोकं काढणारं, तिथल्या कॅथेड्रलचं शिखर जणू काही जगाला दोष देत उभं होतं. मला राहून-राहून वाटतं होतं की, ह्या 'हॅलिफॅक्स बॉंबर' विमानाच्या पायलटनं तर हे बॉंब भरलेलं विमान ह्या मार्गावरून नेलं नसेल – लोकांना मारण्यासाठी आणि विध्वंस करण्यासाठी?...

अखेर आम्ही प्रागच्या जवळ येऊ लागलो. आमच्यापैकी काही जण विमानाच्या कॉकपिटमध्ये अक्षरशः कोंबल्यासारखे बसले होते. बॉंबवर्षावाचा फारसा धक्का न बसलेलं ते सुंदर शहर दुपारच्या धूसर वातावरणात डुलक्या घेत बसल्यासारखं वाटत होतं. एकच नाही; तर खूप चर्चचे खूप मनोरे आकाशाला स्पर्श करताना

दिसत होते. व्लाटावा नदी आणि तिच्यावरचे सगळे पूल सुस्थितीत दिसत होते; ऱ्हाईन नदीवरील पुलांसारखे उद्ध्वस्त झालेले नव्हते. नदीचा प्रवाह शहराच्या मध्यवर्ती भागातून मार्ग काढत, नागमोडी वळणं घेऊन एखाद्या सळसळत जाणाऱ्या अन् हळूहळू अदृश्य होणाऱ्या सापासारखा टेकड्यांमधून आत जात दृष्टिआड झाला. आणि ऱ्हडकॅनी किल्ल्याची वास्तू पूर्वीसारखीच भव्यपणे ह्या सर्व दृश्यांतून उंचीवर मनोऱ्यासारखी उभी होती. माझं हृदय अभिमानानं आणि एका हळुवार भावनेनं भरून आलं. **'ही माझ्या देशाची राजधानी आहे... अखेर मी घरी आले!...'**

ह्याच क्षणाची मी कितीतरी वेळा स्वप्नं पाहिली होती. पण त्या स्वप्नांमध्ये माझे आई-बाबा माझी वाट बघत होते. ती सगळी स्वप्नं, गाडून टाकून, सत्याला सामोरं जाण्याची वेळ आता आली होती. तरीही, त्यांच्याशिवायच्या माझ्या भविष्याची किंवा घराची मी अजूनही कल्पनाच करू शकत नव्हते...

१९३९मध्ये इंग्लंडला जाताना माझ्या पाठीवर असलेली पिशवा आताही लटकत होती. तीत काही वैयक्तिक गोष्टींव्यतिरिक्त साबण, टूथपेस्ट, सिगारेट्स ह्या वस्तू भरलेल्या होत्या. ह्या गोष्टी चलनाप्रमाणे इथे उपयोगी पडतील, असं आम्हाला सांगण्यात आलं होतं. मी विमानातून धडपडत बाहेर आले, एका पूर्णपणे वेगळ्याच जगात; जे जग मी आता मागे टाकून आले होते – त्याहून खूपच वेगळ्या!

मला भेटायला, घ्यायला कुणीच आलेलं नव्हतं. तसं तर, एकट्या ॲलिसचा अपवाद सोडला तर आमच्या कुणासाठी कुणीच प्रतीक्षा करत थांबलेलं नव्हतं. ॲलिसची बहीण प्रागला आधीच येऊन पोहोचलेली होती. युद्ध संपल्या-संपल्याच्या त्या दिवसांत झेकोस्लोव्हाकिया आणि इंग्लंड ह्या देशांत संपर्क जवळजवळ नसल्यामुळे ॲलिस केव्हाही येऊन पोहोचेल म्हणून, ती रोज विमानतळाकडे पायपीट करत होती!

''कृपया माझ्या मावशीला मी आल्याचं कळवाल?'' मी म्हणाले. बर्टामावशीनं मला सल्ला दिला होता की, मी ब्रिटनमध्येच राहावं. पण मी तो न मानता इथे पोहोचले होते. त्यामुळे ती काय म्हणेल, अशी मला भीती व काळजी वाटू लागली!

स्वदेशी परतून आलेल्या लोकांसाठी एका स्वतंत्र केंद्राची व्यवस्था केलेली होती. नव्या पद्धतीच्या उघड्या बसमधून मला तिथे घाईघाईनं नेताना, कागदाच्या एका चिटोऱ्यावर मी बर्टामावशीचा पत्ता खरडून ॲलिसच्या बहिणीच्या हातात दिला. हे केंद्र म्हणजे एक शाळा होती. त्यातील खोल्यांमध्ये दोन लांब रांगांत दुमजली खाटा टाकून त्यांचं रूपांतर निवासी खोल्यांत केलेलं होतं. त्यांचा उपयोग आमच्यासारख्यांना थोडे दिवस वेगळं ठेवण्यासाठी आणि ज्यांना कुठेच जायला जागा नाही, अशांसाठी तात्पुरती निवासस्थानं म्हणून केला होता. तिथल्या एकंदर

वातावरणाशी आम्ही विसंगत दिसत होतो आणि तसं आम्हाला वाटलंपण. कारण आम्ही चांगले कपडे परिधान केले होते, आम्ही निरोगी होतो आणि आमचं खाणं-पिणंही व्यवस्थित होतं. त्याच्या अगदी उलट तिथे छळछावणीतून आणि श्रमछावणीतून जिवंत बाहेर आलेले लोक होते. त्यांची परिस्थिती वाईट होती. त्यांच्या त्या दयनीय अवस्थेकडे मला बघवत नव्हतं. माझ्या आई-बाबांनी काय यातना सोसल्या असतील, ह्या गोष्टीची क्लेशकारक आठवण त्यांचं तिथलं अस्तित्वच करून देत होतं. त्यामुळे लवकरात लवकर तिथून बाहेर पडण्यासाठी मी उत्सुक होते.

आम्ही युद्धामुळे पोरके झालो होतो आणि आमची जबाबदारी देशावर होती. तरीही खास करून आमची काळजी घेणारं तिथे कुणीही नव्हतं. तिथल्या व्यवस्थापकासारख्या दिसणाऱ्या एका माणसाला मी त्याबद्दल विचारलं आणि त्याला सांगितलं की, इथे मी माझ्या नातेवाइकाकडे जाऊ शकते. त्यावर त्याने ताडकन उत्तर दिलं की, तुम्हा सर्वांची कसून वैद्यकीय चाचणी होणार असून तोपर्यंत तुम्हाला तिथेच वेगळं राहावं लागणार आहे. ''छावणीतून आलेल्या लोकांची अशा पद्धतीची चाचणी होणार होती, यावर आरडाओरडा करून आम्ही निषेध व्यक्त केला आणि ब्रिटन सोडण्याआधी सर्व संसर्गजन्य रोगांच्या लशी घेतलेली व आमचा पूर्ण निरोगीपणा सिद्ध करणारी सर्व प्रमाणपत्रं त्या माणसाला दाखवली. त्यानं त्या प्रमाणपत्रांवर नजर फिरवल्यासारखं केलं आणि खांदे उडवून तो म्हणाला, ''नियम म्हणजे नियम! तुम्हाला इथेच राहावं लागेल.'' त्यामुळे आम्हाला तिथे राहणं भाग पडलं; पण मला तिथे जरासुद्धा आवडलं नाही.

मी सुदैवी होते. बर्टामावशीला माझा निरोप मिळाला आणि दुसऱ्याच दिवशी ती मला घ्यायला आली. आनंदाची गोष्ट म्हणजे, त्यावर कुणीच आक्षेप घेतला नाही. याचाच अर्थ असा होता की, आम्हाला त्या केंद्रात डांबून ठेवण्याचं मुख्य कारण म्हणजे आमच्याबाबतीत काय करावं, याबद्दल तिथल्या अधिकाऱ्यांच्या मनात आपापसांतच खूप गोंधळ उडाला होता. मला मागाहून कळलेली हकिगत म्हणजे, ज्यांचे कुणीही नातेवाईक जिवंत राहिले नव्हते, अशा माझ्याबरोबरच्या शाळासोबत्यांना अनाथालयात किंवा दुसऱ्या एखाद्या कुटुंबाकडे सोपवण्यात आलं; जी मुलं कायद्याने सतरा वर्षांची आणि सज्ञान झालेली होती, त्यांना वसतिगृहात पाठवलं गेलं. बाकीच्या उरलेल्यांना त्यांची व्यवस्था स्वत:च करायला सांगितलं गेलं. खरं तर मी खूपच भाग्यवान होते, कारण मला माझी बर्टामावशी होती!

तिची-माझी ती पहिली भेट मी कधीच विसरणार नाही. मी जेव्हा तिचा निरोप घेतला होता, तेव्हा एक लहान बालिका होते आणि आता तिच्यासमोर मी उभी होते ती एका तरुणीच्या रूपात. तिला दारात उभी राहिलेली बघताच माझ्या मनात तिच्याबद्दल खूप कळवळा आणि प्रेम दाटून आलं; तसं प्रेम, तसा कळवळा इतर

कुणाही मुलाला वाटला नसेल. ती इतकी अशक्त झाली होती की, वाऱ्याच्या एखाद्या हलक्याशा झुळुकेनेही उडून गेली असती. पण तिचं अतिशय दुबळं झालेलं शरीर किंवा तिचा ओढलेला पांढराफटक चेहरा पाहून मला जितका धक्का बसला नाही त्यापेक्षा जास्त धक्का मला तिच्या डोळ्यांकडे पाहून बसला! त्यात मला पाहून तिला झालेला आनंद तर दिसलाच; पण काहीच चमक नसलेले ते तिचे दोन डोळे म्हणजे एका अबोल दुःखाचा खोलवर अथांग डोहच होता.

"व्हेरुस्को, व्हेरुस्को, तू खरंच तीच आहेस ना?" तिनं रडता-रडता मला विचारलं. मी धावतच तिच्याकडे गेले, तिच्या खांद्याभोवती हातांचा विळखा घालून मी तिला मिठी मारली! त्याच वेळी मी निश्चय केला की, तिच्या डोळ्यांतले ते दुःखाचे भाव पुसून टाकण्यासाठी आपण आटोकाट प्रयत्न करायचे! एकदाच त्या क्षणी मी तिला रडताना पाहिलं. तिनं मला जवळ घेऊन मिठी मारली, तेव्हाच ती रडली. स्वतःच्या भावनांचं प्रदर्शन करणं तिला कधीच आवडत नसे. त्यामुळे तो एकमेव क्षण मी जपून ठेवला आणि त्या एका मिठीनं मला स्वाभाविकच कळून चुकलं की, मला पाहून तिला खूप आनंद झाला होता. तिचा सल्ला न मानता मी इथे परत आल्याबद्दल तिनं मला दोष दिलेला नव्हता.

माझ्या आजी-आजोबांबरोबर ज्या प्रशस्त फ्लॅटमध्ये मावशी आयुष्यभर राहिली तिथे तिनं मला नेलं नाही, म्हणून मला थोडं आश्चर्य वाटलं. त्या इमारतीत एका खाटकाचं दुकान होतं. त्यानेच मावशीचा तो प्रशस्त फ्लॅट बळकावला होता आणि त्याच्या बायको-मुलांसह तो तिथे राहत होता आणि आता तिथून हलायला तो नकार देत होता. एके काळी ती त्याची नियमित गिऱ्हाईक होती आणि छळछावणीतून जिवंतपणे सुटून आली होती, ह्या गोष्टीचा त्याला आनंद तर झाला नव्हताच; उलट ती परत आलीय आणि तिच्या हक्काच्या घराचा ताबा मागतेय, याचा त्याला रागच आला होता. त्या जागेतलं फर्निचर आणि जवळजवळ सर्वच गोष्टी मावशीच्या स्वतःच्या होत्या, पण त्याने याची पर्वा केली नाही. अशा गोष्टी त्याच्या खिजगणतीतही नव्हत्या.

प्राग हाऊसिंग कार्यालयानेदेखील थंड प्रतिसाद दिला. घरांची परिस्थिती फार वाईट होती आणि हजारो लोक तिथे बेघर झालेले होते. त्या फ्लॅटमधून चार माणसांच्या कुटुंबाला हुसकावून काढून दोन एकाकी महिलांना तो देण्याची काहीही झालं तरी अधिकाऱ्यांची तयारी नव्हती. कुणाचं चूक, कुणाचं बरोबर आहे आणि अशा परिस्थितीत, अशा गोष्टीत काय नैतिकता आहे, ह्या सर्व गोष्टीशी त्यांना काहीही देणं-घेणं नव्हतं!

"तुमची केस छाननीसाठी येईल तोपर्यंत तुम्ही दुसरीकडे कुठेतरी तुमची व्यवस्था करा किंवा आम्ही तुमच्यासाठी वसतिगृहात एका खाटेची सोय करतो."

अशा तऱ्हेचं उत्तर त्यांच्याकडून आम्हाला मिळालं. मग मीच माझी पुढील काही महिन्यांसाठी दोन खोल्यांच्या एका घराची सोय केली. हे घर आई आणि मावशी ह्यांच्या मामेभावाचं म्हणजे कॅरेल व त्याची पत्नी मिला ह्यांचं होतं. ते दोघेही छळछावणीतून चमत्कार घडावा तसे जगले होते. आमचं स्वत:चं घर नव्हतं आणि मला अन् मावशीला एकाच खाटेवर झोपावं लागणार होतं, तरीही मला तिथे अगदी घरच्यासारखंच वाटलं. मी नातेवाइकांबरोबर होते – ते खरे नातेवाईक, त्यांना माझ्या संपूर्ण कुटुंबाबद्दल माहिती होती. आई आणि बाबांच्या तारुण्यातल्या गोष्टी ऐकायला मला आवडत असे. विशेषत: क्रोनोस डोंगराच्या कुशीत असलेल्या कॅरेलच्या घरी ते दोघं सुट्टीसाठी गेले असताना बहरलेलं त्यांचं प्रेम, ह्याबद्दलची कहाणी ऐकताना मला छान वाटे. त्या वेळी, दहा वर्षांच्या कॅरेलला माझ्या आईचं सौंदर्य, कोमल स्वभाव आणि वडिलांच्या पुरुषी, खट्याळ स्वभावाची जाणीव झाली होती. बाबा म्हणजे त्यांच्यासाठी न पाहिलेले, पण सच्चे मित्र होते.

मिला व कॅरेल ह्यांना मी खरोखरच मानलं, कारण मावशीप्रमाणे तेही एके काळी आई-बाबांप्रमाणे स्थानबद्ध होते. तरीही, त्यांनी त्या भयानक दिवसांबद्दलच्या त्यांच्या अनुभवांबद्दल मला काहीच सांगितलं नव्हतं. त्यांचे अनुभव अगदी ताजे आणि खूप क्लेशकारक होते. मागे वळून बघताना आता मला असं वाटतं की, त्या भयानक, खऱ्याखुऱ्या अनुभवांच्या कथा त्या वेळी मी कितपत सहन करू शकले असते किंवा त्याला समर्थपणे सामोरी गेले असते, हे सांगता येत नाही. त्यांतील काही ठळक गोष्टीच मला सांगितल्या गेल्या...

...देशाबाहेर हलवण्यापूर्वी बर्टामावशीला गेस्टापोंनी अटक करून प्रागच्या तुरुंगात डांबलं. ह्या मानसिक आघातानं आजी देवाघरी गेली. पण समाधान हेच की, ती छळछावणीच्या यातनांपासून वाचली! टेरेझिनच्या छावणीत आजारी पडून एकाकी अवस्थेत आजोबा मरण पावले. टॉमी आणि होन्झा हे दोघे मामेभाऊ दुर्दैवानं, इंग्लंडला ट्रेननं पाठवले जाताना १९३९मध्ये छळछावणीत डांबले गेले. कारण त्याच दिवशी युद्ध सुरू झालं! युद्ध संपेपर्यंत ते दोघे जिवंत होते, पण आईप्रमाणेच तेही बेलसेनच्या छावणीत टायफसच्या तापाने मरून गेले. बर्टामावशीनं तिघांचीही शुश्रूषा केली, पण तिघंही तिला सोडून गेले. टॉमी १ मे रोजी त्याच्या सोळाव्या वाढदिवशी आणि होन्झा २१ मे रोजी गेला. आई १० मे रोजी देवाघरी गेली! तिघांनीही मावशीच्या मिठीत प्राण सोडला. दु:ख, शोक आणि औदासीन्य यांनी मावशीच्या उरल्यासुरल्या आयुष्यात कायमची सोबत केली, ह्यात काय आश्चर्य? टॉमी व होन्झाचे आई-वडील, मामा, मामी ऑशविट्झच्या छळछावणीत मरण पावले; त्याचप्रमाणे वडिलांच्या दोघी बहिणी आणि त्यांची मुलेबाळे, पती वगैरे कुटुंबीय तिथेच हालअपेष्टा सहन करत मृत्युमुखी पडले. आमचा एकुलता

एक वाचलेला दुसरा नातेवाईक हेडा याने, त्याला एका छावणीतून दुसऱ्या छावणीत नेत असताना पलायन केलं. काही दयाळू लोकांनी युद्ध संपेपर्यंत त्याला लपवून ठेवलं, म्हणून तो वाचला. वडिलांविषयी सांगायचं, तर त्यांच्या मृत्यूविषयी अजूनही खात्रीपूर्वक पुरावा नव्हता. ''बेपत्ता... बहुतेक मरण पावले.'' अशा तऱ्हेची मोघम, खात्री नसलेली विधानं आम्हाला (मावशीला) ऐकवली जायची.

भूतकाळातील शोकांतिका उराशी कवटाळून जगायचं नाही, असा मी प्रयत्न करत होते; तर नव्या आयुष्याला सामोरी जाऊन स्थैर्यावर मी माझं लक्ष केंद्रित करत होते. मला माहिती होतं की, ही गोष्ट खूप कठीण होती आणि माझ्या मार्गातील खूप अडथळे मला पार करायचे होते. नव्या शाळेतील नवीन वातावरणाशी जुळवून घेणं, हे माझं पहिलं उद्दिष्ट होतं. मी इथे परत आल्यानंतर थोड्या दिवसांनी वसंत ऋतूतील पहिल्या सत्रातच मला त्या नव्या वातावरणाला सामोरं जावं लागलं. मॅट्रिक परीक्षेसाठी मला अजून दोन वर्षे अभ्यास करायचा होता. ब्रिटनमध्ये मला ज्या पद्धतीचं शिक्षण मिळालं होतं, ते इथल्या ग्रामर स्कूलमध्ये स्वतंत्ररीत्या नि चांगल्या तऱ्हेनं उत्तीर्ण होण्यासाठी पुरेसं होतं, असा मला आत्मविश्वास होता.

तरीही, इथल्या शाळेत माझ्या वर्गात प्रथम प्रवेश करताना मी जरा जास्तच घाबरलेली होते. मी जेव्हा पाहिलं की, वर्गातल्या इतर मुलांच्या नजरा माझ्यावर रोखलेल्या आहेत आणि त्यांच्या नजरेत मित्रत्वाच्या भावनेपेक्षा एक वेगळीच उत्सुकता दिसतेय; तेव्हा तर मी आणखीनच जास्त घाबरले. तीसपेक्षा जास्त मुलांच्या त्या वर्गात मला ओळखीचे दोन चेहरे दिसल्यावर माझ्या जिवात जीव आला. ॲबरनंट स्कूलमधले माझे जुने वर्गसोबती होन्झा आणि सेप्पी मला दिसले. माझ्याप्रमाणे तेही घाबरलेले आणि अस्वस्थ होते.

बाकीची मुलं आमच्याकडे संशयानं बघत होती. मला वाटतं, ते समजण्यासारखं होतं. हिटलरनं काही वर्षांपूर्वीच त्यांच्या आयुष्यातून ज्यू धर्माच्या लोकांचा पूर्ण नि:पात केला होता आणि त्या मुलांच्या माहितीप्रमाणे आता ज्यू धर्माचे लोक कधीही परत येणार नव्हते. त्यामुळे तीन ज्यू मुलं त्यांच्या वर्गात पाहून त्यांना आश्चर्याचा धक्का बसणं साहजिकच होतं.

शिक्षकांनीदेखील आम्हाला फार काही चांगली वागणूक न दिल्यानं आमची घोर निराशा झाली. काही जण मित्रत्वाच्या भावनेनं व दयाळूपणानं वागत होते. बाकीचे मात्र अतिशय बेपर्वा आणि तुटक होते; जणू काही आमच्या तिथे येण्यानं त्यांना खूप राग आला होता. युद्धकाळात आम्ही तुलनेनं जास्त आरामशीर व सुरक्षित वातावरणात होतो आणि त्यांना मात्र नाझींनी आमचा देशावर कब्जा मिळवल्यानंतर हालात व कष्टात दिवस काढावे लागले होते, हेही कारण त्यांच्या आमच्याबरोबरच्या वागणुकीमागे असू शकेल. युद्धकाळात त्यांना त्यांच्या नोकऱ्या

टिकवण्यासाठी जर्मनांचे पाय धरावे लागले होते. त्या अपमानाच्या खुणा अजून कायम होत्या.

ज्यूविरोधी प्रचाराच्या प्रभावामुळे देशात परतून आलेल्या ज्यू मुलांचं स्वागत करणं किंवा त्यांना घरी असल्यासारखं वाटणं, यांविषयी चाकोरीबाहेर जाऊन काही करण्याची त्यांना ओढ नव्हती. त्यांना माहिती होतं की, आमचं घर, आमचे आई-वडील आम्ही गमावलेले आहेत आणि आम्ही पोरके झालो आहोत, तरीही.

वेल्सच्या आमच्या शाळेतल्या अनौपचारिक आणि खेळीमेळीच्या वातावरणातून आल्यानंतर इथल्या सगळ्यांच्या विचित्र आणि अगदी शत्रुत्व असल्यासारख्या वागणुकीनं आम्ही खूप दुखावले गेलो आणि गोंधळूनही गेलो. त्यामुळे तिथल्या सर्व शिक्षकांचा आणि बरोबरीच्या विद्यार्थ्यांचा विश्वास व मर्जी संपादण्यासाठी आम्ही आटोकाट प्रयत्न केले. त्यांनी आम्हाला स्वीकारावं, अशी आमची मनापासून इच्छा होती. परिस्थितीत हळूहळू थोडी सुधारणा झाली; परंतु आम्ही त्यात पूर्णपणे यशस्वी झालो नाही. युद्धानंतरच्या झेकोस्लोव्हाकियात, माझ्या मनावर प्रथमच ज्यू धर्माची असल्याचा ओरखडा उमटला.

अजूनही बरेच प्रश्न सोडवायचे बाकी होते. सर्वप्रथम बर्टामावशी आणि माझ्यासाठी राहण्यासाठी जागेची सोय करायला हवी होती. कॅरेल आणि मिला ह्यांनी अप्रिय भूतकाळाला मागे ठेवून नव्यानं आयुष्य सुरू करण्याचा निश्चय केला होता. त्यांना आता लवकरच बाळ होणार होतं आणि मला जाणीव होती की, बाळाच्या जन्मानंतर सध्याची जागा आम्हा सर्वांसाठी अपुरी पडणार होती. मावशीचा जुना फ्लॅट हीच काय ती आशा होती, पण तिथेही आमच्या पदरी निराशाच येत होती.

मावशी हाऊसिंग ऑफिसमध्ये फेऱ्या मारत होती. परत आल्यावर तिच्या मनावर आलेला ताण आणि निराशा मला दिसत होती. मग मी तिथल्या अधिकाऱ्यांना हाताळण्याची माझ्या तारुण्यसुलभ जोशाला साजेशी पद्धत वापरायचं ठरवलं. मी त्यांना सारखे फोन करणं, पत्रावर पत्रं पाठवणं आणि प्रत्यक्ष भेटून येणं या गोष्टींचा मारा करून परिस्थितीची निकड समजावण्यावर भर दिला. अजूनही भाबडेपणानं सरळ ब्रिटिश नीतीवर माझा विश्वास होता.

शेवटी एक दिवस आम्हाला या कष्टाचं फळ मिळालं; आम्हाला त्या हाऊसिंग ऑफिसकडून उत्तर आलं. आमच्या केसबद्दल विचार केला गेला आणि 'कु. केसनेर (मावशी) ह्यांना त्यांच्या जुन्या फ्लॅटमध्ये राहण्याचा हक्क आहे. परंतु तिथे पूर्वी राहात असलेल्या मूळ रहिवाशांपैकी त्या एकट्याच जिवंत असल्यामुळे त्यांचा फक्त एकाच, सर्वांत लहान खोलीवर हक्क राहील.' ईव्हापण लवकरच आमच्यासोबत राहायला येणार होती, ही गोष्ट त्या अधिकाऱ्यांनी विचारात घेण्यास नकार दिला. पण मिस केसनेर ह्या त्यांच्या पोरक्या भाचीच्या – व्हेरा डायमंटच्या

– कायदेशीर पालक असल्यामुळे ती त्यांच्याबरोबर राहतेय म्हणून त्यांनी एक अगदी छोटी स्वयंपाकघराची खोली मेहेरबानीनं आम्हाला बहाल केली. आम्हाला टॉयलेट वापरण्याची परवानगी दिली, पण बाथरूम नाही. ती फक्त त्या खाटकाच्या कुटुंबासाठीच दिली गेली.

ह्या सगळ्या प्रकरणातला विरोधाभास आणि अन्यायावर माझा विश्वासच बसेना. परंतु आमच्या डोक्यावर छप्पर असण्याची आम्हाला तातडीची गरज होती, म्हणून आम्ही ही 'छोटी' सवलत मान्य केली. मग हिवाळ्यातल्या एका धूसर दिवशी आम्ही त्या छोट्याशा, गारठ्याच्या खोलीत प्रस्थान केलं. ती खोली उत्तराभिमुख असल्यामुळे व पाठीमागे अंधारात परसदार असल्यामुळे तिथे कधीच स्वच्छ सूर्यप्रकाश येणार नव्हता आणि ती उबदार होणार नव्हती. मी त्या अस्ताव्यस्त आणि घाणेरड्या खोलीभर नजर फिरवली. त्या खाटकाच्या वापरात नसलेल्या गोष्टींनी ती खोली भरून गेलेली होती. आजोबांच्या फर्निचरपैकी काही निवडक वस्तू आणि त्यांची आवडती खुर्ची परत करण्याबाबतचा चांगुलपणा मात्र त्यानं दाखवला होता.

"तू अजिबात काळजी करू नकोस." मावशीचा दुःखी चेहरा पाहून मी सारवासारव केली. मी उत्साही आणि खूश राहण्याचा माझ्या परीनं प्रयत्न करत होते. "आपण ह्या खोलीचं छानशा घरात रूपांतर करू... बघशीलच तू." मी तिला समजावलं. पण राग आणि अवहेलनेनं मी आतल्या आत धुमसत होते. ज्या व्यक्तीनं अनंत हालअपेष्टा आणि यातना सहन केल्या आहेत, त्याच व्यक्तीला तिच्या स्वतःच्याच माणसांकडून इतक्या निर्लज्जपणाची वागणूक कशी काय मिळू शकते?

अजूनही एक महत्त्वाचा अडथळा पार करायचा बाकी होता. सेलाकोव्हिसला, माझ्या जन्मगावी, माझ्या स्वतःच्या घरी जाण्यासाठी मला धैर्य आणि बळ गोळा करायचं होतं. सेलाकोव्हिस... तिथे माझ्या सुखी, आनंदी बालपणाचं सुंदर चित्र होतं. आठवड्यांमागून आठवडे मी माझं तिथे जाणं पुढे ढकलत राहिले. ज्या प्रागमध्ये आम्ही कधीच राहिलो नव्हतो, तिथल्या माझ्या आयुष्यातही आई-बाबांविना मला एक असह्य पोकळी जाणवत होती. मग ज्या ठिकाणचा रस्ता न् रस्ता, प्रत्येक चेहरा मला माझ्या हरवलेल्या सुखाची, आनंदाची स्पष्टपणे आठवण करून देणारा होता; त्या ठिकाणाला मी इतक्या लवकर कशी सामोरी जाऊ शकले असते?

तरीही तिथे जाण्याची मला ओढ होती. मार्टा आणि माझ्या बाकी मित्र-मैत्रिणींना भेटायचं होतं. भूतकाळात डोकावून, आठवणी काढून, त्यांतलं कडवट-गोड दुःख पुन्हा सोसायचं होतं.

त्यापेक्षाही एक जास्त व्यावहारिक कारण होतं. सेलाकोव्हिसहून हुसकले जाण्याआधी आईनं तिच्या काही किमती वस्तू, शिल्लक पैसे आणि काही वैयक्तिक दागदागिने वगैरे गोष्टी तिच्या मैत्रिणींकडे सुरक्षित राहण्यासाठी वाटून दिले होते.

मृत्यूपूर्वी तिनं मावशीजवळ ह्या सगळ्या गोष्टींबद्दल सविस्तर माहिती देऊन ठेवली होती. ज्या ज्या मूल्यवान वस्तू फक्त माझ्या आणि ईव्हाच्या मालकीच्या होत्या, त्यांवर मी जरूर हक्क बजावावा, अशी मावशीची अतिशय मनापासून इच्छा होती.

"मला माझ्या मार्गानं जाऊ दे ना –" मी म्हणाले. मला कल्पना होती की, माझ्या डोळ्यांतून आता अश्रू टपकणार आहेत. हे अश्रू दाखवून तिच्यावर माझ्या भावनांचं ओझं लादायची माझी इच्छा नव्हती. शिवाय, कुणाच्या मदतीवाचून हा अडथळा माझा मलाच पार करायचा होता. शेवटी एका शनिवारी मी ट्रेन पकडली. खराब आणि जुनाट सीटवर दर रविवारी चुळबुळ करत बसून मी आजी-आजोबांच्या फ्लॅटवर सेलाकोव्हिस ते प्राग व परतीचा प्रवास करायची; त्याच सीटवर बसले. नेहमीप्रमाणे मधून-मधून शिट्ट्या देत ट्रेन पुढे-पुढे जात होती. माझ्या परिचयाच्या त्या मार्गावरून जात असताना मी माझ्या त्या वेळच्या बाल्याचा विचार करत होते आणि आपण सतरा वर्षांपेक्षा वयानं जास्त मोठ्या आहोत, असं मला वाटायला लागलं. ब्रिटनमध्ये घालवलेला तो आनंदाचा काळ माझ्यापासून खूप दूर गेलाय; आणि मी एका वेगळ्या जगातली कुणीतरी वेगळीच व्यक्ती आहे, असं काहीतरी माझ्या मनात यायला लागलं. माझं इंग्लंडला जाणं त्या वेळी मला जेवढं कठीण वाटलं होतं, त्यापेक्षाही आत्ताचं माझं झेकोस्लोव्हाकियाला परत येणं खूप कठीण होतं, हे मला पटायला लागलं. तिथे – इंग्लंडला माझा स्वीकार केला गेला होता, इथे मात्र मला अगदी परक्यासारखंच वाटत होतं. तरीही हा देश माझा होता आणि मी... मी इथलीच, इथल्या मातीतलीच होते.

स्टेशन माझ्या आठवणीतल्याप्रमाणेच होतं आणि स्टेशनमास्तरपण. मी त्यांच्या पुढ्यातून सटकले. कुणी मला ओळखण्याच्या आधी मेन रोडच्या त्याच त्या खडबडीत फरसबंदीवरून चालू लागले. तेच ते सिनेमागृह – ज्याचं रूपांतर कधी जीममध्ये, कधी नृत्यगृहात होत असे आणि आम्ही खूपदा जिथे येत असू – ते पार केलं. ज्या दुकानात मी आईबरोबर खरेदीला येत असे, ते पण मागे पडलं आणि मार्टाच्या त्या एका खोलीच्या त्याच खिडकीखालून मी पुढे गेले. मला ओळखणारं तिथे कुणी नव्हतं आणि माझ्या भोवतालचं सगळंच जग मला अनोळखी वाटत होतं. आमच्या घराच्या त्या रुंद, कमानीच्या प्रवेशद्वारापुढून जाताना पण मी माझं डोकं वर केलं नाही.

गावातल्या चौकाकडे जाणारा रस्ता मी ओलांडला. हिवाळ्यातल्या त्या थंड सकाळी रस्त्यावर शुकशुकाट होता. तिथल्या एका लाकडी बाकावर मी बसले. मी एकटक बघत होते रस्त्याच्या कडेला... तिथे काहीच निगा राखली गेली नव्हती. ती जागा रानटी झुडुपं, शेवाळं यांनी व्यापली होती आणि वसंत ऋतूत उशिरा फुलणारी काही फुलं जगण्यासाठी धीटपणे धडपड करत होती. तो जुना, अनोळखी वाटणारा टाऊन

हॉल आणि माझ्या जुन्या शाळेची इमारत माझ्या मागे उभी होती; पण प्रचंड चेस्टनट वृक्षाच्या पानांनी लगडलेल्या फांद्यांनी ती पूर्णपणे झाकली गेली होती.

मग हळूहळू मान वर करून मी समोरच्या घराकडे नजर टाकली... आणि अरेरे! सहाच वर्षांपूर्वी जे घर – माझं सुंदर देखणं घर – स्वच्छ, कमालीचं स्वच्छ आणि पांढऱ्याशुभ्र रंगानं शोभून दिसत होतं; जिथे सुंदर रंगीबेरंगी फुलाफुलांच्या कुंड्यांनी खिडक्या सजल्या होत्या; ज्या माझ्या घरानं आनंदाचे आणि प्रेमाचे कित्येक क्षण जपून ठेवले होते... त्या माझ्या घराची पार दुर्दशा झाली होती! ते अतिशय दु:खी दिसत होतं. कित्येक दिवसांत काळजी न घेतल्या गेलेल्या त्या घराच्या भिंतीचे टवके उडालेले होते, खिडक्या खूप घाण झालेल्या होत्या, बाल्कनीच्या भिंतीमध्ये भोकं पडलेली होती. हेच का ते घर, जिथे आम्ही चौघं आनंदानं राहत होतो, असा प्रश्न माझ्या मनाला पडला. एक प्रकारच्या तंद्रीतच मी प्रवेशद्वारापाशी चालत गेले; त्या ओळखीच्याच पायऱ्या चढले आणि जो दरवाजा माझ्या घराचा मुख्य दरवाजा होता, त्यावरची घंटा दाबली.

एका अनोळखी स्त्रीनं दार उघडलं. ''मी व्हेरा डायमंट.'' मी हळू आवाजात तिला सांगितलं. ''इथे मी पूर्वी राहत होते.'' तिनं मान हलवली आणि आत येण्याविषयी मला खूण केली.

डाव्या बाजूचा व्हरांडा ही पहिली खोली होती. भरपूर उजेड असलेल्या ह्या खोलीत मी खेळत असे आणि शनिवारी दुपारी बाबा हलकीशी झोप घेत असत. त्या खोलीच्या फरशीवर आता सायकलीचे काही सुटे भाग इतस्तत: विखुरलेले होते. फरशीवर गालिचा पण अंथरलेला नव्हता. तिथे असलेल्या एका माणसानं आणि मुलानं माझ्याकडे प्रश्नार्थक मुद्रेने बघितलं. पण त्यांच्याकडे दुर्लक्ष करून मी पुढे गेले आणि टॉयलेटकडे जाणारं दार उघडलं. अजूनही तिथल्या भिंतीवर माझ्या बालिश अक्षरांत लिहिलेलं वाक्य ठळकपणे दिसत होतं – 'बाय, बाय, टॉयलेट!' आणि मला आठवलं, मी सुखरूपपणे इथे परत येईपर्यंत टॉयलेटची जागा सजवण्यासाठी बाबांनी नकार दिला होता.

'मी इथे आले आहे.' माझं हृदय आक्रंदत होतं. पण 'माझे खूप खूप आवडते बाबा, तुम्ही कुठे आहात?'

मी मागे वळले आणि तिथून सुसाट धावत सुटले, ते रस्त्यावरून थेट एल्ब नदीच्या किनाऱ्याकडे! तिथल्या वाळत चाललेल्या गवतात डोकं खुपसून मी माझे खारट-कडवट अश्रू गालांवरून मुक्तपणे वाहू दिले. ते अश्रू बर्टामावशी किंवा आणखी कुणाला मला दाखवायचे नव्हते.

तो एक तास फक्त माझा एकटीचा आणि माझ्या आई-बाबांचा होता. त्यात मला कुणीही भागीदार सहन झाला नसता. माझ्या हृदयाच्या देव्हाऱ्यात त्यांच्या

स्मृती मी जपल्या होत्या. त्यात त्यांच्याविषयीचं माझं प्रेम, माझी भक्ती भरून राहिलेली होती.

मी आता थोडी सावरले होते. पण मला खूप गळून गेल्यासारखं, एकाकी वाटत होतं. अगदी उद्ध्वस्त होऊन गेले होते मी. मी पुन्हा गावाकडे चालत गेले. मी माझ्या ओळखीच्या माणसांना भेटू शकेन, असं मला वाटत होतं. माझ्या पुढ्यात एक तरुण मुलगी एकदम उभी राहिली. ती अंगानं थोडीशी भरली होती आणि तिचे काळेभोर केस वाऱ्यावर भुरभुरत होते. तिनं माझ्याकडे पाहिलं. तिच्या त्या सुंदर, औत्सुक्यानं भरलेल्या चेहऱ्यावर उमटलेल्या दिलखुलास हास्यानं तिच्या गालांवरच्या मोहक खळ्या आणखी सुंदर दिसायला लागल्या.

नक्कीच ती मार्टा होती! माझी खात्री झाली. माझी बालमैत्रीण, माझ्या बालपणीची सावली. जवळून जाणाऱ्या एका गृहस्थानं मला ओळखून तिचा दरवाजा ठोठावला होता.

अतीव आनंदानं चीत्कार करत आम्ही दोघी एकमेकींच्या गळ्यात पडलो आणि रडू लागलो. ती एखाद्या ताज्या हवेच्या झुळकीसारखी होती. जे जग पहिल्या दोन महिन्यांत मला अनुत्साही आणि धूसर वाटत होतं, त्या जगात माझ्यासाठी ती आशेचा किरण होती.

मार्टा किती प्रामाणिक व विश्वासू होती, ते मी इंग्लंडला गेल्यानंतर मला बर्टामावशीकडून कळलं होतं. जिवाचा धोका पत्करूनही ती रोज आई-बाबांना भेटायला जात असे. कारण तेव्हा नाझींनी आर्यन्स आणि ज्यू व्यक्तींना एकमेकांशी संबंध ठेवण्यास मनाई केली होती. एकदा एका हवालदाराने मार्टाच्या वडिलांना ताकीद दिली की, असं कृत्य धोक्याचं आहे. परंतु तिच्या वडिलांना माझ्या आई-बाबांविषयी वाटत असलेला आदर व प्रेम आणि त्यांना बहिष्कृत केलेलं व बळी जात असलेलं पाहून, त्यांनी आपल्या मुलीच्या माझ्या घरी रोज होणाऱ्या फेरीकडे दुर्लक्ष केलं.

तो काळ माझ्या आई-बाबांसाठी खूप एकाकी आणि भीतिदायक होता, कारण स्वतःच्या सुरक्षिततेच्या काळजीपोटी त्यांचे स्वतःचे मित्र म्हणवणारे पण त्यांना टाळू लागले होते. अगदी रस्त्याने जात असताना जर आई-बाबा त्यांना भेटले, तर त्यांच्या छातीवर नाझींनी लादलेली ताऱ्याची पिवळी निशाणी पाहून ते ओळख न दाखवता दुसऱ्या बाजूनं निघून जात. अशा परिस्थितीत मार्टा त्यांना भेटली की, त्यांना खूप दिलासा वाटत असणार.

मला मार्टाचे खरोखर खूप आभार मानायचे होते... गप्पा मारण्याच्या नादात आणि आमच्या भेटीच्या उत्साहात आम्ही एकमेकींच्या हातांत हात गुंफून चालत होतो. अन् आम्ही बोलता-बोलता माझ्या घरासमोर केव्हा येऊन पोहोचलो, ते आम्हाला कळलंच नव्हतं. मार्टा माझ्याशेजारी उभी होती. मी अवसान एकवटून

आमच्या घराच्या मागच्या अंगणात पाय ठेवला... बाबांच्या वाइन निर्मितीच्या उद्योगाची यंत्रसामग्री, साठा, ऑफीसमधील फर्निचर, साठवणीतील वस्तू वगैरे कुठल्याही गोष्टीचं तिथे नामोनिशाणही उरले नव्हते. त्यातील काही गोष्टी इतर कामासाठी वापरल्या गेल्या होत्या आणि बाकी काही हलवण्याजोग्या वस्तू बाबांना अटक केल्यानंतर जर्मनांनी जप्त केल्या होत्या. एके काळी या ठिकाणी भरभराटीला आलेला वाइन आणि स्पिरिटचा कारखाना होता, हे कुणाला सांगूनही कळलं नसतं.

एके काळी मुक्तपणे हुंदडण्यासाठीची आमची आवडती जागा म्हणजे मागील अंगण होतं, त्यावरून आम्ही नजर फिरवली. तिथे एक मोठा लाकडी टब होता. उन्हाळ्यात आम्ही त्याचा उपयोग पाण्यात पाय बुडवून बसण्यासाठी आणि चौफेर पाणी उडवण्यासाठी करायचो. तिथेच एक जुनी मोडकीतोडकी लाकडी गाडी असायची. तिच्या फळीचा उपयोग आम्ही 'सी-सॉ'सारखा करायचो. तो लाकडी टब, मोडकी गाडी यांपैकी काहीच आता तिथे उरलं नव्हतं. मी रिकाम्या तबेल्यात डोकावून पाहिलं. तिथे मला अजूनही वानाचा, आमच्या सुंदर घोड्याचा वास येत होता. गाजर आणि साखरेचे खडे मिळण्याच्या आशेनं आनंदानं केलेलं त्याचं खिंकाळणं मला अगदी छान ऐकू येत होतं. उत्कंठेने मी तबेल्यावरच्या गवताच्या माळ्याकडे नजर टाकली. माझे सर्व आवडते पाळीव प्राणी आणि माझी मनीमाऊची पिल्लं, यांचं एके काळचं ते उबदार घर होतं.

माझ्या मनातले विचार ओळखून मार्टा मला म्हणाली, "तुला तुझी काही मांजरीची पिल्लं बघायची आहेत का?" मी 'हो' म्हटलं.

जिथे बाबांनी त्यांच्या मित्रांबरोबर पत्ते खेळत आणि बिअरचे घुटके घेत आनंदाचे काही क्षण घालवले होते... त्या बारकडे तिने मला नेलं.

तिथल्या एका गुबगुबीत, तपकिरी रंगाच्या, अंगावर तसेच थोडे गडद पट्टे असलेल्या मनीमाऊच्या मऊ-मऊ पाठीवर हात फिरवल्याबरोबर ती अगदी तृप्त झाल्यासारखी हळुवारपणे म्यॉंव-म्यॉंव करत माझ्या मांडीवर येऊन बसली. त्या बारचा मालक जवळच जरासा सावधगिरीने माझं तिथे स्वागत करायला उभा होता. आमच्या घरातल्या वाचलेल्या त्या एकुलत्या एक मुक्या प्राण्याला मी मिठी मारली आणि मला त्या बारच्या मालकाच्या डोळ्यांत ओळखीचा आणि सहानुभूतीचा सच्चा भाव दिसला. त्यामुळे मला तिथे आल्यानं पहिल्यांदाच जाणीव झाली की, मला आता घरी आल्यासारखं वाटायला लागलं आहे.

तो दिवस आठवणीत राहील असाच होता. खूपच भावनाशील, कडू-गोड घटनांनी भरलेला. त्या दिवशी पुष्कळांनी त्यांच्या घरांची दारं माझ्यासाठी उघडली आणि त्यातील सर्व रहिवाशांनी माझं मनापासून स्वागत केलं. प्रत्येक जण आश्चर्यानं म्हणत होता, "अरे! ही किती मोठी झाली... अगदी एखाद्या इंग्लिश

मडमेसारखीच दिसते!''... ''आणि आता ती तिच्या आईसारखीच दिसते, बरं का.'' असंही ते म्हणाले. ते ऐकून मला खूपच आनंद झाला. कारण माझी आई खरंच खूप सुरेख होती. मी मात्र तिच्यासारखी सुरेख नव्हते. त्या वेळच्या दिवसांबद्दल आणि माझ्या आई-बाबांबद्दल व इतक्या आत्मीयतेने आणि आदराने बोलत होते की, मला पण त्यांच्याबद्दल खूप आपुलकी वाटायला लागली.

माझ्या पॉकेटमनीतून ज्या दुकानातून मी चॉकलेट गोळ्या घेत असे, त्या दुकानाचा मालक माझ्याकडे धावत आला. त्याच्या हातात मला आवडणाऱ्या चॉकलेटचा पुडा होता. तो म्हणाला, ''बघ, मी विसरलेलो नाही.'' रडता-रडता तो हसतही होता.

''मी पण तुझ्यासाठी काहीतरी आणलंय.'' वाटोळ्या चेहऱ्याची जराशी खेडवळ दिसणारी एक बाई मला म्हणाली. तिचा चेहरा मला अंधुकसा आठवत होता. तिनं अगदी दिमाखात ईव्हाची सायकल दिली. अगदी स्वच्छ, चकचकीत नव्यासारखीच दिसत होती ती. तिची मुलगी ईव्हाची मैत्रीण होती. आईने तिच्यासाठीच ती सायकल दिली होती. तिने ती फारशी वापरली नव्हती. पण ईव्हाने आणि मी जर इथे यायचं ठरवलं तर तिला परत देता यावी, म्हणून ती मुलगी दर आठवड्याला सायकलला पॉलिश करून ठेवायची.

आई-बाबांनी त्यांच्या काही महागड्या आणि सुंदर वस्तू, दागिने वगैरे त्यांच्या खास मित्रकंपनीकडे सुरक्षित ठेवण्यासाठी दिले होते. त्यांच्या यादीत एका अनोळखी बाईचं नाव होतं. यादीतल्या सगळ्यांना आणि त्या बाईला भेटून त्या सर्व वस्तूंबद्दल विचारणा करून त्या मला माझ्या ताब्यात घ्यायच्या होत्या. पण तो दिवस माझा इतका आनंदात गेला होता की, मला तो उगाचच खराब करायचा नव्हता. म्हणून मग मी त्या लोकांना भेटण्याचं काम दुसऱ्या दिवसावर ढकललं. बर्टामावशी पण माझ्या सोबत येणार होती. मी तिला फोन करून, त्या रात्री मला इथेच राहू देण्यासाठी तिची मनधरणी केली. प्रागला त्या अंधाऱ्या खोलीत जायची माझी इच्छाही नव्हती. मार्टानं मला तिच्या घरी झोपायला बोलावलं. तिच्या आईनं माझ्यासाठी खास माझं आवडतं चीज-बटरमध्ये घोळवलेलं गोड, प्लम पुडिंग बनवलं होतं...

माझ्या मनात माझ्या गावाचं एक छान, आदर्श चित्र आहे याची मला चांगली कल्पना होती. इथेही भ्रष्टाचार, लोभीपणा, ज्यूविरोधी वातावरण होतं. असणारच. पण मला अशा गोष्टीची आठवण नको होती. ज्यूविरोधामुळे इथेही नाझींच्या काळात काही विश्वासघातकी लोकांनी त्यांच्याशी हातमिळवणी केली होती. त्यांच्यापैकी एक-दोघांनी युद्धानंतर जर्मनीला पलायन केलं आणि काहींना अटक करून युद्धकैदी म्हणून त्यांच्यावर खटले भरले गेले आणि त्यांना शिक्षा ठोठावल्या गेल्या. कुणा अज्ञात व्यक्तीनं एक दिवस विनाकारण, अक्षम्य रीतीने बाबांबद्दल त्या भयानक गेस्टापोंना खबर दिली. त्यानंतरच बाबांना स्थानबद्ध करून टेरेझिनच्या त्या अत्यंत

भयानक गढीत त्यांचे हाल-हाल केले गेले. मला त्या खबऱ्याबद्दल काही माहिती नव्हती आणि त्या अज्ञात विश्वासघातकी व्यक्तीला शोधून काढण्याचे मी पुढेही प्रयत्न केले नाहीत...

गतकाळातील दु:खाचा विचार करायचा नाही, असं मी मनाशी पक्कं ठरवलं होतं. त्या वेळच्या उदासवाण्या परिस्थितीत इतर कशाहीपेक्षा मला जास्त गरज होती ती थोडीशी आपुलकी आणि थोडासा आनंद ह्यांची. म्हणूनच शनिवारच्या त्या रात्री दिवसभरातले आनंदाचे क्षण आठवत मार्टाला बिलगून मी झोपी गेले.

दुसऱ्या दिवशी बर्टामावशी मला स्टेशनवर भेटली. त्यानंतर आईच्या यादीतल्या पाच व्यक्तींची भेट घ्यायची, असं आम्ही ठरवलं. आदल्याच दिवशी मैत्रीपूर्ण वातावरणात सगळ्यांनी माझं कौतुक केलं होतं. त्यामुळे त्यापेक्षा वेगळ्या पद्धतीच्या 'स्वागताला' सामोरं जायची खरं तर माझी तयारी नव्हती. पाचपैकी दोघांनी आम्ही भेटल्या-भेटल्या दिलखुलासपणे बाहू पसरून आम्हाला मदत करायची आणि मैत्रीची तयारी दर्शवली. आम्ही काही मागायच्या आतच त्यांनी त्यांच्याजवळ आमची जी ठेव होती, ती सर्वच्या सर्व परत केली. दोघा जणांनी आमच्या ठेवीपैकी बराचसा किंवा थोडा हिस्सा परत केला. पण आम्हाला त्यांच्या दाराशी उभे पाहून त्यांना आलेला राग लपवून न ठेवता अत्यंत नाखुशीनेच त्यांनी ती ठेव परत दिली. त्यांच्या चेहऱ्यावरचे ते रागीट आणि विचित्र भाव बघून मी जवळजवळ ओरडलेच, ''माझ्यातलं ज्यूपण पुन्हा का डोकं वर काढतंय?''

शेवटची व्यक्ती म्हणजे खरं तर आईची खूप जवळची मैत्रीण होती. तिच्याजवळ आईनं आमच्या काही मौल्यवान चीजा ठेवायला दिल्या होत्या. ह्या गोष्टीचा तिनं तर निर्लज्जपणे इन्कार केला. लहानपणी मला ती खूप आवडायची. ती खोटं बोलत असेल, यावर माझा विश्वासच बसेना. मग आईचाच काहीतरी गोंधळ झाला असेल, अशी मी माझ्या मनाची भाबडी समजूत करून घेतली. त्यानंतर काही महिन्यांनी एक दिवस रस्त्यातून जाताना ती मला दिसली. आईचा सुंदर फरकोट तिच्या अंगात होता. माझा भ्रमनिरास झाल्याबद्दल मला खूप वाईट वाटलं.

ती बाई खरं बोलतेय, यावर मावशीचा अजिबात विश्वास बसला नव्हता. आम्ही खाली माना घालून स्टेशनकडे परतत होतो – निराश, हताश होऊन! पाय ओढत-ओढतच आम्ही चालत होतो. झालेल्या अपमानानं मावशीचा राग एकदम उफाळून आला.

''मी सेलाकोव्हिसला आता कधीच येणार नाही आणि ह्या माणसांची तोंडंही कधी बघणार नाही.'' ती अगदी शपथपूर्वक बोलली. ''आणि तुला जर काही स्वाभिमान असेल तर माझे बाई, तूही ह्या सगळ्यापासून दूर राहा.'' मलाही तिनं बजावलं. त्या तुझ्या मैत्रिणी म्हणायला कशा धजावतात, असं पण ती बोलली.

मला खरं तर तिला सांगायचं होतं की, ह्या गावात अजूनही खूप प्रामाणिक, चांगले संबंध ठेवणारे लोक आहेत. पण हे सगळं तिला समजावून सांगायची ती जागाही नव्हती आणि ही वेळही नव्हती, असं मला वाटलं. तिच्या त्या वेळच्या मानसिक स्थितीत तिला असं सांगणं म्हणजे माझी शक्ती वाया घालवण्यासारखं होतं, याची मला जाणीव झाली आणि मला ते सर्व तिला सांगण्याचं धाडस झालं नाही.

आम्ही प्रागला परत आलो. आम्हाला परत मिळालेल्या त्या काही गोष्टींकडे बघण्याचं मला धाडस होईना. माझ्यासाठी तो एक अमूल्य ठेवा होता. माझ्या सुंदर घराची एके काळी त्या सर्व वस्तूंनी शोभा वाढवली होती. बाबांच्या आवडीची सुंदर सुंदर चित्रं, आईने विणलेली ब्लँकेट्स, उशांचे अभ्रे, टेबलक्लॉथ्स... त्यावर तिने स्वतः भरतकाम केलं होतं. तिच्या चिनीमातीच्या क्रॉकरीच्या सेट्समधली काही भांडी फुटण्याच्या भीतीनं तिनं त्यांना मला कधी हात लावू दिला नव्हता. ती भांडी मला खूप आवडायची. बाबांना आवडणारी पुस्तकं, त्यांचं घड्याळ व लग्नातली अंगठी... त्यांची सुंदर पारदर्शक निळ्या खड्याची सोन्याची अंगठी... बाबांनी आईच्या वाढदिवसाला तिला दिलेल्या गळ्यातल्या साखळीचं पदक आणि कानातल्या रिंग्ज – तोच तिचा आम्ही एकत्र साजरा केलेला शेवटचा वाढदिवस. (मला माहिती होतं की, सगळ्या ज्यू लोकांप्रमाणे जर्मनांनी बाबांना, आईलापण, त्यांचे चांदीसोन्याचे सर्व जडजवाहिर सरकारजमा करायला सांगितलं होतं; पण मावशीच्या म्हणण्याप्रमाणे, सगळ्याच ज्यू लोकांनी त्यांचे दागदागिने आणि बऱ्याचशा इतर महागड्या वस्तू मित्रांकडे लपवून ठेवल्या होत्या.) आई-बाबांनी माझ्यासाठी आणि ईव्हासाठी दोन सुंदर डिनर सेट्स आम्हाला लग्नात देण्यासाठी म्हणून घेऊन ठेवले होते. ते सेट्स मात्र मला जसेच्या तसे शाबूत मिळाले. फर्निचरपैकी फक्त पियानो आणि माझा सोफा-कमबेड शिल्लक होता. पियानो मोठा असल्यामुळे आमच्या त्या छोट्या खोलीत मावणारा नव्हता. तो आम्ही तिथल्या शाळेला देणगीदाखल देऊन टाकला. सोफा-कमबेड मात्र आम्ही स्वयंपाकघरात कसातरी घुसवला. फेब्रुवारीत ईव्हा आल्यानंतर तिला झोपायला त्याचा उपयोग झाला असता.

तो आठवडा संपता-संपता माझ्या मनात विचित्र भावनांचा गोंधळ उडालेला होता. अपेक्षाभंग, नैराश्य, उत्साह ह्या संमिश्र भावना आलटून-पालटून माझ्या मनावर ताबा मिळवत होत्या. काही नवे अनुभव विचारात घेऊन त्यांना कसं सामोरं जावं, ह्याचा विचार करायचा होता. शाळेत आल्यावर एकदा मी सेप्पी आणि होन्झा ह्यांना विश्वासात घेऊन ह्या सगळ्या गोष्टी सांगितल्या. त्यांचे अनुभव पण फार काही वेगळे नव्हते. त्यांनाही इथे जुळवून घेणं जड जात होतं.

सेप्पी मूळचा ब्रॅटिस्लाव्हाचा होता. त्याच्याबाबतीत तर फारच विचित्र गोष्टी घडल्या होत्या. कारण नातेवाइकांपैकी त्याचं कुणीसुद्धा मोठं माणूस उरलं नव्हतं.

आई-वडील दोघेही छळछावणीत मारले गेले होते. बाकीचे नातेवाईक पण असेच अत्याचाराला बळी पडले. छोट्या भावाला अनाथालयात ठेवलं गेलं. त्याचा तो छोटा भाऊ युद्धकाळात ब्रिटनमध्ये सदैव त्याच्यासोबत असायचा. सेप्पी प्रागमध्ये एका कुटुंबात राहत होता. दोघा भावांची अशी ताटातूट झाली होती. शाळेत पण तो काही फार खूश नव्हता. शेवटी तो व त्याचा भाऊ झेकोस्लोव्हाकिया सोडून ब्रिटनला परत गेले. होन्झाचे काका वाचले होते आणि तो त्यांच्याच बरोबर राहत होता. सेप्पीपेक्षा आम्ही दोघं खूपच भाग्यवान होतो.

होन्झाचे आणि माझे अनुभव साधारण सारखेच होते, त्यामुळे त्याला माझ्याबद्दल सहानुभूती वाटत होती. त्याच्या आई-वडिलांचे 'चांगले मित्र' म्हणविणाऱ्यांनी त्याच्यासाठी काही करायला नकार दिला होता आणि त्याच्या आई-वडिलांनी 'त्या' मित्रांकडे ठेवायला दिलेल्या गोष्टी परत करायला पण ते खूप नाखूश होते. उलट, नुसतीच तोंडओळख असणाऱ्यांनी मात्र खूप काळजीने वागून त्यांच्या मनाचा मोठेपणा दाखवला.

होन्झानं मला एका जुन्या वृत्तपत्र विक्रेत्याची गोष्ट सांगितली. होन्झाचा भाऊ फ्रॅन्टा त्याच्याकडूनच दर आठवड्याला मासिक घेत असे. त्याची आणि होन्झाची योगायोगानेच एकदा गाठ पडली. तो होन्झाला म्हणाला, "फ्रॅन्टाला 'ते' लोक घेऊन गेल्यानंतर, आम्हाला खात्री वाटत होती की तो परत येईल, म्हणून मासिकांच्या सर्व प्रती मी त्याच्यासाठी राखून ठेवल्या आहेत. त्या तू घेऊन जा."

होन्झापाठोपाठच फ्रॅन्टा १९३९मध्ये ब्रिटनमध्ये येणार होता. माझे मामेभाऊ आणि तो एकाच वेळी येणार होते, पण दुर्दैवानं त्याच दिवशी युद्ध सुरू झालं आणि त्यांची गाडी अडविण्यात आली. ब्रिटनऐवजी त्यांची रवानगी छळछावणीत झाली आणि ते परत कधीच कुणाला दिसले नाहीत...

तो आठवडा संपल्यानंतर एक-दोन दिवसांनी मी सेलाकोव्हिसमध्ये असतानाच, एक सुंदर आकर्षक तरुणी आमच्याकडे आली. मला पाहिल्या-पाहिल्या तिचा चेहरा उजळला आणि तिनं मला मिठीच मारली. "व्हेरुस्को, किती मोठी झालीस गं तू!" असं म्हणून ती रडायलाच लागली. तिचा तो थोडासा कापरा, मधाळ आवाज आणि डोळ्यांतलं हसू कुठेही ओळखू येण्यासारखं होतं. ती मरेन्का – आईच्या ऑफिसमध्ये काम करत होती. कधीकधी ती आमच्याबरोबर सुट्टीत भटकंती करायला जंगलात यायची. तिच्या आनंदी, खेळकर व्यक्तिमत्त्वामुळे ती आमच्या घरातली एक आवडती, सर्वांना हवीहवीशी वाटणारी व्यक्ती होती.

"तू सेलाकोव्हिसला असताना मी तुला भेटू शकले नाही, म्हणून मला खरंच खूप वाईट वाटतंय." ती म्हणाली, "पण मी तेव्हा तिथे नव्हते. मार्टा मला म्हणाली की, तू एक रात्र तिच्याकडे राहिली होतीस. आता जंडाचा आणि माझा

छान, मोठा फ्लॅट आहे. तिथे तुला जेव्हा यावंसं वाटेल तेव्हा तू एका खोलीत येऊन राहात जा. मी बर्टाला तेच सांगायला आलेय. तुझे आई-बाबा माझ्याशी खूप छान, आपुलकीने वागायचे आणि मला तुमच्या घरातलीच एक व्यक्ती समजायचे. त्यांचे आभार मानायची ही एक संधी आहे. आणि माझी ह्या 'इंग्लिश' हिऱ्याशी पण मैत्री होईल.'' तिनं पुढे म्हटलं. मरेन्काच्या ह्या शब्दांनी मी खूप भारावून गेले. तिच्या लग्नात मी करवली म्हणून मिरवले होते अन् ती मला खूप आवडायची. मावशीच्या विरोधाकडे मी हट्टीपणानं दुर्लक्ष केलं. खूप मनधरणी केल्यानंतर शनिवारी-रविवारी सुट्टीच्या दिवशी अधून-मधून तिच्याकडे जायला शेवटी मावशीनं परवानगी दिली. मग काय, पुढच्याच शनिवारी मी मरेन्काकडे राहायला गेले. मार्टाकडून परत आल्यानंतर कडू-गोड आठवणींनी माझा आनंदावर थोडं विरजण पडल्यासारखं झालं होतं. मरेन्का माझ्याजवळ झोपायला सांगण्यासाठी आली. मी छानपैकी पांघरुणात गुरफटून घेतलं होतं. ''चादरी किती सुंदर आहेत नं?'' मी म्हटलं. ''तुझ्या आईची निवड आहे ती नं'' असं म्हणून तिनं मला सगळी हकिगत सांगितली.

मरेन्काचं आणि जंडाचं एकमेकांवर प्रेम होतं. पण तिच्या आईला काही तो पसंत नव्हता, म्हणून तिने हर तऱ्हेने त्यांचं प्रेम सफल होऊ नये म्हणून प्रयत्न केले. पण माझ्या आईला मात्र हा जोडा पसंत होता, म्हणून तिने त्यांना उत्तेजन दिलं. त्या दोघांना भेटण्यासाठी तिनं पुष्कळ संधी मिळवून दिल्या. शिवाय तिच्या ऑफिसमध्ये पण ती मरेन्काला पुष्कळ वेळा आवश्यकता नसताना मदतीला बोलवायची. ह्या गोष्टीनं तिच्यावर स्वार्थीपणाचा आरोप होण्याचा धोका पण तिनं पत्करला. मरेन्काचा सगळा पगार तिच्या आईच्या हातात जायचा. म्हणून मग आईनं मरेन्कासाठी अशा चादरी वगैरे आवश्यक खरेदी करायला गुपचुप सुरुवात केली. आईची कलात्मक आणि सुंदर पसंती व अमर्याद औदार्य ह्याला तोड नव्हती. त्यामुळेच जन्डा त्याच्या सुंदर नववधूला घेऊन चर्चमध्ये लग्नात दिमाखात चालत होता आणि मी तिची करवली म्हणून तिच्यामागे चालत होते. तिला आईनं हुंडा म्हणून अशा छान गोष्टी दिल्या होत्या.

मरेन्काकडच्या चादरी आईच्या खास पसंतीच्या आहेत आणि त्याला आईच्या हातांचा स्पर्श झालाय, ह्या भावनेमुळे मरेन्काकडे घालवलेल्या रात्री जास्तच उबदार झाल्या. आईचं अस्तित्व मला तिथे सगळीकडे जाणवत होतं. टेबलक्लॉथ, टॉवेल, पडदे – अगदी स्वयंपाकघरातली भांडी पुसण्याचे टॉवेल्स ह्यांतसुद्धा. आईने तिच्यासाठी हुंड्यात दिलेल्या अन् मला आवडलेल्या बऱ्याच वस्तू मरेन्काने माझ्या सूटकेसमध्ये ठेवल्या. या गोष्टी ऐकताना एकीकडे मला बरं वाटायचं, पण यातनाही होत होत्या. मला माझं बालपण जागवायचं होतं, त्या आठवणींत रमून जायचं होतं; आई-बाबांना जिवंत ठेवायचं होतं. त्यांच्या स्मृती जागवायच्या होत्या

अन् त्यासाठी माझ्या घराइतकी चांगली दुसरी जागा नव्हती.

माझी मावशी तिथे केव्हाही येऊ शकत होती, तिला मी कायमचं आमंत्रण दिलेलं होतं. पण ती शब्दाला पक्की होती, तिच्या निर्णयावर ठाम होती; ती पुन्हा कधीही सेलाकोव्हिसला आली नाही. मला एकापरीनं त्याबद्दल वाईट न वाटता अपराधीच वाटलं. मला काही दिवस तिच्यापासून दूर राहायचं होतं. तिची माझ्यावर खूप माया, प्रेम होतं आणि तिनं मला कुठल्याच गोष्टीला 'नाही' म्हटलं नाही. पण तिच्याबरोबर आयुष्य कंठणं माझ्यासाठी खूप कठीण होतं. ती तेव्हा कायमच उदास, दु:खी असायची आणि कुठल्याही प्रकारे आनंद किंवा सुख उपभोगण्याच्या मन:स्थितीत नसायची. छळछावणीतून ती सुखरूप बाहेर पडली, जगली, ह्याबद्दल प्रायश्चित्त घेत असल्यासारखीच तिची वागणूक होती. मला तिच्याबद्दल खूप सहानुभूती होती आणि कधीकधी दयापण वाटायची.

पण माझ्यासारख्या एका सतरा वर्षांच्या मुलीसाठी अशा प्रकारे एका दु:खी, निरुत्साही व्यक्तीबरोबर जी फक्त मृत्यूची वाट बघत जगतेय, अशा बंदिस्त जगात राहणं, ही फार कठीण गोष्ट होती.

त्यामुळेच की काय, मरेन्काच्या उत्साही, आनंदी स्वभावामुळे मला एक प्रकारे दिलासा मिळाला. ती खूपच लाघवी होती अन् स्वत:च्या भावना व्यक्त करायला तिला कधी संकोच वाटायचा नाही. माझा एखादा उसासा, उदास कटाक्ष किंवा खंतावलेला चेहरा तिच्या लक्षात आला की, ती मला मिठी मारून जवळ घ्यायची. तिचा सौम्य, मधाळ आवाज ऐकला की माझी निराशा, औदासीन्य कमी व्हायचं. तिच्या अशा मायेची उब देणाऱ्या वागणुकीला प्रतिसाद द्यायला मलाही बरं वाटायचं.

तिच्या घरातल्या उत्साही वातावरणामुळेही माझा संकोच कमी होऊन मी थोडी निश्चिंत व्हायची. ते घर हवेशीर होतं, तिथे उजेड पण भरपूर होता आणि आठवड्याच्या शेवटी होणाऱ्या बेकिंगचा (पाव वगैरे भाजल्याचा) हवाहवासा वाटणारा गंध तिथे भरून राहिलेला असायचा. संगीत अन् हास्याचे पडसाद तिथे उमटलेले असायचे. जंडाचं स्वत:चं बॅन्डपथक होतं आणि एक-दोन वादक तिथे कायम असायचे.

ते सर्व आतशय उत्साही अन् आनंदी असायचे. पण त्याचं कारण म्हणजे, त्यांना युद्धाची काही झळ पोहोचलेली नव्हती!

सेलाकोव्हिसला मी नियमितपणे फेऱ्या मारायला लागल्यानंतर काही दिवसांनंतरची गोष्ट. मरेन्काने मला एका बाजूला घेऊन सांगितलं, "माझ्याजवळ एक पत्र आहे. तुमच्या आईनं तुला आणि ईव्हाला, तिला टेरेझिनला नेण्याआधी ते पत्र लिहिलेलं आहे. तू ते पत्र वाचण्याइतकी धीट आहेस आणि थोडीशी सरावलेली आहेस, अशी माझी खात्री होईपर्यंत मी थांबले होते. तेव्हा तू धैर्य गोळा कर आणि खूप दु:खी, व्याकूळ होऊ नकोस."

मी खोलीत गेले आणि एकांतात ते पाकीट उघडलं. त्यातला पातळसा, पांढरा कागद अजूनही नवा कोरा दिसत होता. त्यावरचे शब्द पण अगदी स्पष्ट, स्वच्छ दिसत होते – जणू काही आईनं ते पत्र अगदी कालच लिहिलेलं आहे, असं वाटत होतं...

१ जानेवारी १९४३

माझ्या लाडक्या मुलींनो,
तुमच्यासाठी मी आयुष्यभर जगले. माझ्या आयुष्यावर तुमचाच हक्क होता. तुम्ही दोघी आणि तुमचे बाबा हाच माझ्या जीवनातला आनंद होता. ज्या नियतीनं माझ्याशी असा क्रूर खेळ मांडला, त्याच नियतीनं, मला तुम्ही आणि आपल्या आवडत्या सर्वांबरोबर भेटण्याची व एकत्र आयुष्य घालवण्याची संधी दिली असती तर हे पत्र मी तुमचा अखेरचा निरोप घेण्यासाठी लिहिलं नसतं.... आयुष्य प्रेमानं आणि सुखानं, आनंदानं भरून राहिलं असतं....

मी सोळा वर्षांची होते, तेव्हा तुमच्या बाबांची आणि माझी ओळख झाली. माझ्या आयुष्यात आलेली ही एक व्यक्ती मला इतकं प्रेम आणि सुख देईल, असं मला वाटलं नव्हतं. त्यानंतर माझं आयुष्य एक सुंदर, आनंदी स्वप्नच झालं... एखाद्या सुंदर परीकथेसारखं.

बारा डिसेंबर १९२० या दिवशी आमचं लग्न झालं; त्या दिवशी मी जगातली सर्वांत आनंदी व्यक्ती होते. चार वर्षे अत्यंत सुखात गेली आणि इव्हिको, तुझा जन्म झाला. इव्हिको, तू आता एकोणीस वर्षांची झाली आहेस आणि मी तुला खूप सुंदर गोष्टी सांगायला हव्या होत्या... पण माझी छोटुकली प्रिय व्हेरुस्का – तिला हे दुःखदायक पत्र लिहिण्याची वेळ माझ्यावर आली आहे. तरीही, मला अशा वाटतेय की, एक ना एक दिवस मी तुम्हाला सगळं काही सांगू शकेन आणि तुम्हाला माझ्या आक्रंदणाऱ्या हृदयाशी घट्ट धरून ठेवू शकेन.

तेरा नोव्हेंबर, या दिवशी तुमच्या बाबांच्या वाढदिवसानंतर दोनच दिवसांनी नियतीने माझ्यावर आणि तुमच्यावर क्रूर आघात केला. माझं मन अगदी बधिर होऊन गेलं... त्या दिवशी 'ते' तुमच्या बाबांना घेऊन गेले. तुमचे बाबा, इतके प्रेमळ, इतके चांगले, आदर्श बाबा – ज्यांनी आपली इतकी काळजी घेतली, आपल्यासाठी खस्ता खाल्ल्या, जगातली अत्युत्तम सुखं तुम्हाला मिळावीत अशी ज्यांची एकमेव इच्छा होती... आपण सर्व एक ना एक दिवस पुन्हा एकत्र तुमच्याबरोबर राहू, असा त्यांना दृढ विश्वास

होता – ते तुमच्यासाठीच जगत होते. तुमच्यावर त्यांचा खूप विश्वास होता, अगदी खूप खूप...

गेस्टापोंनी त्यांना पकडून नेल्यानंतर सहा आठवडे त्यांना बोलेस्लावच्या गावच्याच कोर्टात ठेवलं होतं.

त्यानंतर त्यांना टेरेझिनच्या 'लिटल फोर्ट्रेस' या ठिकाणी हलवण्यात आलं.

या महिन्याच्या १२ तारखेला आता इथून जाण्याची माझ्यावर वेळ येणार आहे. या महिन्याच्या सुरुवातीपासूनच शेजारची गोल्ड्समिड यांची मुलं माझ्यासोबत आपल्याच घरी राहत आहेत. त्यांचे वडील आणि तुमचे बाबा एकाच तुरुंगात आहेत. त्यांची आई मागच्याच वर्षी वारली आणि आता मी त्यांच्याचबरोबर जाणार आहे. मला जाण्याची भीती नाही वाटत; कारण तिथे मला तुमचे आजोबा, बर्टामावशी, मिला आणि कॅरेल भेटतील. बाकीचे पोलंडला गेले. मला कशाचीच भीती वाटत नाही. पण काळजी आणि कधीही न संपणाऱ्या दुःखानं माझं मन भरून आलंय. तुमचे बाबा आणि मी – आम्हा दोघांनाही एकत्र आयुष्य काढायचं होतं, एकत्र काम करायचं होतं आणि दुःख, यातनाही एकत्रच सोसायच्या होत्या आणि आता त्यांनी आम्हा दोघांनाही एकमेकांपासून तोडलंय.

माझ्या प्रिय, लाडक्या मुलींनो – मी तुम्हाला वचन देते, मी धैर्य दाखवेन... तुमची आणि आपल्या प्रिय बाबांची आठवण आणि विचार हे माझं सामर्थ्य राहील आणि मी हार मानणार नाही. पण... ती नियती, ते नशीब मला पुन्हा सुखाचे दिवस दाखवेल?...

हे पत्र तुमच्यापर्यंत पोहोचेल, तुम्हाला नक्की मिळेल, 'त्या' मित्र-मैत्रिणीबद्दल नेहमीच आदर ठेवा आणि त्यांचा चांगुलपणा कधीही विसरू नका. आणि आता माझ्या प्रिय मुलींनो, तुमच्या बाबांच्या आणि माझ्यातर्फे, फक्त नव्या वर्षासाठी नाही, फक्त ईव्हाच्या येणाऱ्या वाढदिवसासाठी नाही; तर यापुढील सर्व आयुष्यभरासाठी मी तुम्हाला आशीर्वाद देते – तुम्ही सुखी, आनंदी राहा, धैर्यवान व्हा. आम्ही तुम्हाला प्रेम, ममता दिली. तुमच्या भावी आयुष्याचा पाया रचला. तुम्हाला आणखी खूप काही देण्याची इच्छा होती... माझी आत्यंतिक इच्छा आहे की, ज्या नियतीनं तुम्हाला ज्या-ज्या गोष्टी देण्यासाठी आम्हाला नकार दिला, तीच नियती तुम्हाला त्या-त्या सर्व गोष्टी मिळवून देईल. तुमचं आयुष्य सुखात, शांततेत जाईल. आयुष्यात तुम्हाला खूप आनंद आणि सुख मिळेल. 'आपल्या' घराची आणि आमची आठवण ठेवा; पण दुःख करत बसू नका. तुमच्यापुढे एवढं मोठं आयुष्य उभं आहे, तुमच्या पतींसोबत ते तुम्हाला

उभारायचं आहे. त्यांना आणि तुमच्या मुलांना पण मी आशीर्वाद देते. मी स्वर्गातून तुमच्याकडे बघत असेन आणि तुमच्या सुखासाठी प्रार्थना करत असेन.

तुम्हाला आलिंगन देते आणि आशीर्वाद देते.

तुमचीच,
मामिन्का

ते शब्द माझ्या डोळ्यांसमोर फेर धरू लागले. त्यांना काय काय यातना सोसाव्या लागल्या आणि त्याही एकेकट्याला... आणि ती तर फक्त सुरुवात होती...

आईचं पत्र वाचेपर्यंत मला त्या दोघांना भोगाव्या लागलेल्या यातनांची फार थोडी, अंधुकशी आणि अस्पष्टच कल्पना होती. आता मात्र वास्तवानं मला पूर्ण भानावर आणलं आणि त्या दोघांना सहन कराव्या लागलेल्या मानसिक व शारीरिक छळाबद्दलची भयानक स्पष्टता मला समजण्यास सुरुवात झाली.

त्यानंतरचे खूप दिवस मी एक प्रकारे गुंगीतच वावरत होते. वरवर मी नेहमीचं आयुष्य जगत होते, पण माझ्या आजूबाजूला काय चाललंय ह्याचं मला अजिबात भान नव्हतं. अखेर मी माझ्या डायरीचा आसरा शोधला. मी गावी परत आल्यानंतर ती वापरली नव्हती आणि तिच्याकडे साफ दुर्लक्ष केलं होतं, कारण मला लिहिण्याची प्रेरणाच उरली नव्हती. माझ्या डायऱ्या मी त्यांच्यासाठी ठेवल्या होत्या, फक्त त्या दोघांसाठी... पण आता मला माझ्या वेदनांना, माझ्या दु:खाला वाट करून द्यायला हवी होती आणि आईशी गोष्टीही करायच्या होत्या.

२२ डिसेंबर १९४५

माझ्या प्रिय, लाडक्या आईस – मामिन्कोला –

तू लिहिलेलं सुंदर पत्र मी पुन:पुन्हा वाचलं, पारायणंच केली आणि प्रत्येक वेळी वाचताना माझ्या मनात दाटून आलेल्या भावना व्यक्त करण्यासाठी मला शब्दच सापडत नाहीयेत. ते पत्र सारखं-सारखं वाचण्याचं मला धैर्य होत नाही, कारण प्रत्येक वेळी वाचताना मला मरण्याची इच्छा होते. तुझ्यापाशी आणि बाबांपाशी येण्याची अनावर ओढ वाटते. ते पत्र अतिशय सुंदर आहे. आत्तापर्यंत लिहिल्या गेलेल्या कुठल्याही पत्रांपेक्षा फारच सुंदर आणि प्रगल्भ विचार व्यक्त करणारं. तुझं आमच्यावरचं गाढ प्रेम आणि बाबांबद्दलचा अपार भक्तिभाव तुझ्या शब्दाशब्दांतून ओसंडतोय; तसाच तुझा नि:स्वार्थीपणा, तुझं धैर्य आणि दृढनिश्चयही. दु:ख आणि नियतीच्या क्रौर्यामुळे तुला अशी उद्ध्वस्त झालेली पाहून माझं अंत:करण तुझ्यापाशी धावत येऊ पाहतंय. मला दिसतंय की, तुला धीर गोळा करून

त्या ओळी लिहाव्या लागल्या असतील. तरीही आशा, विश्वास ठेवावा लागल असेल. मी खूप दुःखी झालेय. मी तुला स्पष्टपणे बघतेय – तू किती सच्ची होतीस, ते आता मला कळतंय. मी तुला पाहू शकते, अगदी खरीखुरी... तरी तू हळूहळू अदृश्य होतेस. पण मला तुझं अस्तित्व सतत आणि सगळीकडे जाणवतंय. माझ्या हृदयात कळ येतेय... तुझ्यासाठी ते आक्रोश करतंय. तुझ्या मिठीत सामावून जाण्याची, तुझ्या प्रेमळ चेहऱ्यावर मुक्यांचा वर्षाव करण्याची मला अतीव इच्छा झाली आहे. तुझ्याजवळ राहण्याची उत्कंठा लागली आहे, फक्त तुझ्याजवळ...

परमेश्वरानं तुला आमच्यापासून का दूर नेलं? का?

इंग्लंडमध्ये असताना तुझ्या मृत्यूची बातमी ऐकल्यानंतर मी जे दुःख आणि शोक सहन केला, त्याची तुलना मला आत्ता होत असलेल्या दुःखाशी करता येणार नाही. तिथे तू आणि बाबांशिवायच्या आयुष्याची मला सवय झाली होती. पण इथे प्रत्येक गोष्ट मला तुम्हा दोघांची आठवण करून देते आहे. आपल्या उद्ध्वस्त झालेल्या आशांची, हरवलेल्या सुखाची आठवण करून देते आहे. बर्टामावशी आणि आपले पूर्वीचे स्नेही विस्मृतीत गेलेल्या माझ्या बालपणाची आठवण करून देण्यास तत्पर असतात. दिवसचे दिवस, सकाळपासून रात्रीपर्यंत जरी ते बोलत राहिले, तरी मला ऐकण्याचा कंटाळा येत नाही. ते दुःखदायक असलं तरी त्यामुळे माझ्या मनाला थोडा दिलासा मिळतो. प्रत्येक वेळी मला तुझ्याबद्दल जास्त जास्त कळत जातं आणि मला तुझ्या थोडं जवळ आल्यासारखं वाटतं. सगळे तुझ्यावर किती प्रेम करायचे! अशा आई-वडिलांची मी मुलगी आहे, याचा मला खूप अभिमान वाटतो.

आज मला लिहिण्याची खूप इच्छा झाली होती आणि आता हे सर्व लिहिल्यानंतर मला बरं वाटत आहे. आतापर्यंत लेखणी हातात घेऊन, माझ्या भावना व्यक्त करण्याचं मला धैर्य होत नव्हतं. हीच डायरी पूर्वी माझ्यासंबंधांत घडलेल्या सर्व घटनांची, माझ्या प्रत्येक विचारांची भागीदार होती. पण ती डायरी फक्त तुझ्याचसाठी होती. आज मला खूप एकाकी, हताश, खूप दुःखी वाटतंय. माझ्या आत-आत भरून राहिलेलं एकटेपण मला सहन होत नाहीये. पण आता माझं नैराश्य कुठे तरी थोडं कमी झाल्यासारखं वाटतंय.

मी तुला, माझ्या खूप-खूप आवडत्या मामिन्कोला, वचन देते. येत्या ख्रिसमसच्या दिवसांत मी दुःखी न राहण्याचा नक्की प्रयत्न करेन. मी तुझा आणि बाबांचाच अन् ईव्हाचासुद्धा विचार करेन. मी जेव्हा ख्रिसमसच्या झाडावर मेणबत्त्या लावेन, तेव्हा आकाशाकडे बघेन आणि तुम्ही दोघेही माझ्याकडे व बर्टामावशीकडे तिथून खिडकीतून बघत आहात, अशी माझ्या मनाशी कल्पना करेन.

आईचं पत्र वाचल्यानंतर मला काही गोष्टींची जाणीव होऊ लागली आणि मला त्या दोघांच्या बाबतीत दुर्दैवानं काय काय आणखी गोष्टी घडल्या, त्या जाणून घेण्याची गरज वाटली. ते सगळं भयानकच असणार होतं; पण मला जसजशी जास्त माहिती कळेल तसतशी मी आणखी त्यांच्याजवळ जाते आहे, असं मला वाटेल, अशी मला जाणीव झाली.

बर्टामावशी, मिला आणि कॅरेल यांना मी आई-बाबांबद्दल जास्त माहिती सांगण्यास हळूहळू तयार केलं. अजूनही ते फारसं काही बोलायला तयार नव्हतेच, पण माझ्याजवळ असलेल्या अर्धवट माहितीत भर घालण्याचा त्यांनी थोडाफार प्रयत्न केला...

बाबांना अटक करून नेल्यानंतर त्यांना टेरेझिनच्या लिटल फोट्रेस या तुरुंगात ठेवण्यात आलं. आई तेव्हा अजून घरीच होती. काही आठवड्यांनंतर तिला कुणाकडून तरी गुपचुप एक चिठ्ठी मिळाली. कुणा एका नाझी ऑफिसरला खूप पैसे देण्याविषयी त्यात लिहिलं होतं. अशा तऱ्हेनं लाच देण्याचा उद्देश कळला नाही तरीसुद्धा आईनं त्या चिठ्ठीतील सूचनेप्रमाणे केलं. बाबांना त्यामुळे काही मदत होईल, एवढीच तिला आशा होती. त्यांची सुटका होईल, अशी तिला फारशी आशा वाटत नव्हती.

ईव्हाला आणि मला पत्र लिहिल्यानंतर थोड्याच दिवसांनी टेरेझिनच्या गज़बजलेल्या हॉलमध्ये आईला बाबांची ती उंच मूर्ती अचानक दिसली. त्यांना बघितल्यानंतर तिला जो आनंद आणि सुटकेचा दिलासा मिळाला असेल, तो किती अवर्णनीय असेल ह्याची मला कल्पना आली. त्या हॉलमध्ये नुकत्याच आणलेल्या हजारो ज्यूंना मेंढ्यांप्रमाणे कोंडून ठेवलेलं होतं. गुरांना वाहून नेणाऱ्या बंद ट्रकमध्ये बसून त्या विभागातील उरलेल्या ज्यूंबरोबर लांबचा प्रवास करून ती तिथवर पोहोचलेली होती. खूप थकलेली, गोंधळलेली, हताश व हैराण झालेली. बाबांना बघून, त्यांना हाका मारून ती तीरासारखी त्यांच्याकडे धावत गेली अन् त्यांच्या गळ्यात पडून रडू लागली. अनेक दिवसांच्या छळानं त्यांचे काळेभोर केस पांढरे होऊन गेले होते. एक औंस पण मांस त्यांच्या शरीरावर उरलेलं नव्हतं. त्यांच्या हातापायांच्या बोटांची नखं उचकटून काढण्यात आली होती. पण ते तरीही जिवंत होते... लाच दिल्यामुळे काम झालं होतं. बाबांना लिटल फोर्ट्रेसमधून टेरेझिनच्या घेट्टोत हलवलं गेलं. बाबांना घेट्टोत हलवलं जाणं म्हणजे त्या दोघांना हा चमत्कारच वाटला असणार. परंतु दुर्दैवानं त्यांचे प्राण वाचू शकले नाहीत. काही दिवस त्यांचा मृत्यू पुढे ढकलला गेला, पण यातनाही वाढल्या. जास्त दिवस सोसाव्या लागल्या.

घेट्टोत बायकांना आणि पुरुषांना वेगवेगळं ठेवण्यात आलं होतं. गोठवणाऱ्या थंडीत, छोट्या घरवजा खोल्यांत खूप लोकांना कोंबण्यात आलं होतं. परंतु त्याही परिस्थितीत आई-बाबा जवळजवळ रोज एकमेकांना पाहू शकत होते. मधून-मधून

एकमेकांना भेटू शकत होते, बोलू शकत होते. बाबांची शक्ती पूर्वीसारखी कधीच भरून आली नाही. त्यातून त्यांना सिगारेट्स ओढण्याचा खूप नाद होता. त्यापायी त्यांना मिळत असलेल्या तुटपुंज्या खाद्यपदार्थांच्या बदल्यात ते सिगारेट्स मागून घेत असत.

आईची आणि आजोबांची मात्र नंतर पुन्हा कधीच भेट झाली नाही. ती टेरेझिनला पोहोचण्याआधीच ते मरण पावले. त्या स्वाभिमानी, शिस्तप्रिय, सुसंस्कृत माणसाला, म्हाताऱ्या माणसांसाठी असलेल्या इस्पितळात बरॅकमधल्या गार-गार कडक बिछान्यावर पडून राहावं लागलं. त्यांचा स्वाभिमान दुखावला गेला. ह्या सर्व प्रकारामुळे ते इतके गोंधळून गेले, इतके हताश निराश झाले की, त्यांचं भानच हरपलं... पण टेरेझिनमध्ये स्थानबद्ध केलेल्या बऱ्याच लोकांना – विशेषत: म्हाताऱ्यांना अशाच प्रकारे वेड लागलं होतं.

कदाचित ह्याच कारणामुळे असेल एव्हाना एकत्र आलेल्या आईनं व बर्टामावशीनं मानसिक संतुलन हरवलेल्यांची सेवा करण्याची कामगिरी आपणहून स्वीकारली. हे काम अर्थातच खूप कठीण, तणावपूर्ण होतं आणि खूप वाईट वातावरणात करावं लागायचं. म्हणूनच बरेचसे कैदी ते काम करायला नाखूश असत. आईला आणि बर्टामावशीला असं वाटलं की, हे काम स्वीकारल्यामुळे त्यांची पोलंडला रवानगी करण्यासाठी निवड होणार नाही. त्यांची ही आशा थोडाच काळ टिकली. बर्टामावशी, मिला व कॅरेल ह्यांना ऑशविट्झला आधी पाठवण्यात आलं. त्यानंतर बाबांची तिथे जाण्याची वेळ आली. पुन्हा एकदा आई एकटी पडली. तिला नंतर जानेवारी १९४४मध्ये तिथे पाठवण्यात आलं. तिला तिथे 'बी-एबी' ह्या छावणीत ठेवलं गेलं. एका जुन्या पडक्या, अत्यंत घाणेरड्या मोठ्या जागेत ५०० कैदी कोंबलेले होते. पहिल्या महायुद्धात ती जागा घोड्यांचा तबेला म्हणून वापरली गेली होती आणि त्या ठिकाणी अजून जुनेपुराणे अवशेष शिल्लक होते; त्याच ठिकाणी ही छावणी उभारली होती. आश्चर्याची गोष्ट म्हणजे, इथे तिला बर्टामावशी आणि मिला भेटल्या आणि तिला कळलं की, बाबा व कॅरेल पण त्याच छावणीत होते. परंतु पुरुष व स्त्री कैद्यांमधल्या सर्व तऱ्हेच्या संबंधांवर कडक निर्बंध तिथे लादले होते. तिथे १९४४च्या कडाक्याच्या थंडीत अनेक जण मृत्युमुखी पडले. सकाळच्या नाश्त्याला फक्त कॉफी, दुपारी जेवणात बीटचं सूप व रात्री काळा पाव असे. कधीकधी त्यात काचेचे तुकडे असत. जेवण असं असल्यामुळे उपासमार व तीव्र थंडी यांचे अनेक जण बळी पडले. आजारपण, रोगराई यांचबरोबर कमालीचे कठीण, न पेलवणारे शारीरिक कष्ट याही कारणामुळे पुष्कळांचं मरण ओढवलं. स्त्रिया आणि पुरुष – दोघांनाही मोठमोठे दगड पाठीवरून वाहून न्यावे लागत; कशासाठी, ते कुणालाच माहीत नसायचं. तरीपण, त्यांतल्या त्यात हे लोक सुदैवीच म्हटले पाहिजेत. कारण टेरेझिनच्या बऱ्याच कैद्यांना थेट 'गॅस चेंबर'मध्ये

ढकलून देऊन मारून टाकलं गेलं. सेलाकोव्हिसला आमच्या शेजारीच राहणारी दोन लहान मुलंपण त्यात होती.

१९४४च्या जूनमध्ये ही छावणी बंद करण्याचा आदेश आला. डॉ. मेंगेल हा नाझी क्रूरकर्मा खुनी ह्या कामगिरीचा सूत्रधार होता. सुमारे दहा हजार स्त्री आणि पुरुष कैद्यांना विवस्त्रावस्थेत त्याच्यापुढे रांगेनं आणून उभं करण्यात आलं. त्यांच्यातून त्यानं काम करण्याच्या आणि दुसरीकडे पाठवण्याच्या अवस्थेत दोन हजार पुरुष आणि एक हजार महिला यांची निवड केली. बाकीच्या सोळा वर्षांखालील सोळा हजार कैद्यांना 'गॅस चेंबर'मध्ये पाठवलं गेलं. बाबा आणि कॅरेल तोपावेतो एखाद्या दु:स्वप्नवत त्यांचं जिणं एकत्र कंठत होते; आता एकमेकांपासून अलग केले गेले. कॅरेलला 'श्वाईझहिड'च्या छळछावणीत जाणाऱ्या गटात पाठवलं गेलं, तर बाबांची रवानगी 'सिलेसिया'च्या ब्लेकहेमर या छावणीत झाली. ह्या दोन्हीही छावण्यांतील परिस्थिती इतकी भीषण दहशतीची होती की, त्यांतून फक्त मूठभर पुरुष वाचू शकले. ह्या मूठभर लोकांत बाबांचा समावेश झाला नाही. ह्या सर्वांतून जिवंत राहिलेल्या एका सहकैद्याने आम्हाला नंतर अगदी शपथपूर्वक सांगितलं की, त्याने डिसेंबर १९४४मध्ये बाबांना मृत्यूच्या परेडमध्ये गोळी घालून मारलेलं पाहिलं होतं....

आई, बर्टामावशी आणि मिला ह्या तिघींना नंतर हॅम्बर्गच्या छळछावणीत नेण्यात आलं. तिथे बॉंबहल्ल्यात उद्ध्वस्त झालेल्या घरांचे ढिगारे फावड्यानं उपसून बाजूला करण्याचं काम बायकांना मजुरांसारखं करायला लावलं. वरून जोराचा बॉंबवर्षाव होत असला तरी त्यांना काम करावं लागे. अशा तऱ्हेने दोस्त राष्ट्रांच्या बॉंबहल्ल्यात पुष्कळशा महिला कैदी मरून गेल्या.

पहिल्यांदा, आईला ह्या पाठ मोडून टाकणाऱ्या धोकादायक कामातून सवलत दिली गेली होती. ती फारच चविष्ट, सुरेख स्वयंपाक बनवत असे; म्हणून तिची अधिकाऱ्यांच्या स्वयंपाकघरात वर्णी लागली होती. महत्त्वाची गोष्ट म्हणजे, त्यामुळे थोडंसं जास्त अन्न चोरून घेऊन कैद्यांच्या अत्यंत वाईट अन्नाऐवजी त्यांना ती ते देऊ शकत होती. मिला आणि बर्टामावशी तिला तिच्या ह्या कामात साथ देत असत. त्यांनी ठामपणे सांगितलं की, आईच्या ह्या कृत्यामुळे बऱ्याच जणांचे प्राण वाचले.

पुढे आईला तिच्या स्वयंपाकाच्या कामातून हटविण्यात येऊन एका तरुण, सुंदर ज्यू मुलीकडे ते काम देण्यात आलं. पण आईला मजुरीचं कष्टप्रद काम फार काळ करावं लागलं नाही. २३ की २४ मार्च १९४५ या दिवशी जिवंत राहिलेल्या कैद्यांना 'बर्गेन-बर्गेन' या ठिकाणी हलविण्यात आलं. तिथे अन्न आणि औषधं खूपच तुटपुंजी होती, जवळजवळ नव्हतीच आणि कैद्यांना मरणाच्या दारात सोडून दिलं गेलं होतं. १५ एप्रिल १९४५ या दिवशी ब्रिटिश सैन्याने ह्या छावणीची नाझींच्या कचाट्यातून मुक्तता केली. परंतु तोपर्यंत पुष्कळसे कैदी उपासमार, टायफसचा ताप

व इतर आजारांनी मरून गेले होते. हजारो त्यानंतर मेले. आई तसेच टॉमी आणि होन्झा – माझे मामेभाऊ ह्यांचा त्यात समावेश होता...

ह्यांतील प्रत्येक सविस्तर करुण कहाणी माझ्यावर फटके मारल्याप्रमाणे आघात करत होती. तरीही, मी ते भयानक वास्तव पूर्णपणे पचवू शकले नाही. कुणीही ते पचवूच शकलं नसतं. युद्ध संपून शांतता प्रस्थापित झालेली बघण्यासाठी आई जिवंत राहिली, ह्या गोष्टीचा मला फारसा दिलासा लाभला नाही. इतकं सगळं सोसल्यानंतर, सुटका झाल्यानंतर, आम्हाला न बघताच ती मरण पावली. यापुढे जगण्यासाठी तिच्याकडे खूप काही होतं – हा एक कटू विरोधाभास होता....

"मी तिच्याबरोबर हवी होते!" मी रडत-रडत, हुंदके देत म्हटलं.

"पुन्हा कधीही असा विचार करू नकोस आणि बोलूही नकोस." बर्टामावशी माझ्याकडे वळून जोरात ओरडली अन् रडू लागली. "तू आणि ईव्हा सुरक्षित आहात, एवढा एकच आनंद तिला उरला होता. तुम्ही जर तिच्याबरोबर असतात; तर तिचं दुःख, यातना कैक पटींनी वाढल्या असत्या.

"ती टेरेझिनमध्ये असताना तुम्ही लहान मुलांच्या बॅरॅकमध्ये राहत आहात... फिकुटलेल्या, भुकेल्या, भयभीत झालेल्या आहात, हे बघून तिला किती दुःख झालं असतं, ह्याची तू कल्पना तरी करू शकतेस का? रोज सकाळी उठताना, आज मी आणि माझ्या मुलींवर मरण्याची पाळी येणार का, ह्या आशंकेने व्याकुळलेल्या... का मरण थोडं पुढे ढकललं जाईल, असा विचार करणाऱ्या तिची तू कल्पना करू शकतेस?

"तुमच्या डोळ्यांतले दुःखी, प्रश्नार्थक भाव बघून तिच्या मनाला झालेल्या किती यातना... घेट्टोमधल्या प्रत्येक मुलाच्या चेहऱ्यावर होते, तसे मूकपणे विचारणा करणारे भाव आपल्याला ह्या असल्या कोंदट, अंधाऱ्या जागी का राहावं लागतंय? आपण घरी का जाऊ शकत नाही? आपल्याला का शिक्षा केली जाते? ...ह्या सगळ्यांची तुला काहीतरी जाणीव, थोडी तरी कल्पना करता येणार आहे का?

"त्या मुलांचा गुन्हा इतकाच होता की, ते 'ज्यू' म्हणून जन्माला आले होते. आणि त्या पापाची शिक्षा म्हणून त्यांच्यापैकी बहुतेकांना नष्ट करण्यात आले. (टेरेझिनमध्ये पाठवण्यात आलेल्या १५,००० पेक्षा जास्त मुलांपैकी फक्त शंभर मुलं वाचली.) तुम्हा दोघींची सुरक्षितता हा तुमच्या आई-बाबांसाठी फार मोठा दिलासा आणि आनंद होता. आणि परमेश्वरानं त्यांच्यावर केलेल्या त्या कृपेसाठी ती दोघे रोज रात्री त्यांचे आभार मानत, हे तू सदैव लक्षात ठेव."

मी बर्टामावशीकडे सहानुभूतीनं अन् आदरानं बघितलं आणि म्हणाले, "आणि तू तिच्याबरोबर होतीस... तिला एकाकीपणे रोज 'त्या' सगळ्या प्रसंगाला सामोरं जावं लागलं नाही, ही खरोखरच परमेश्वराची कृपाच आहे. आणि खरंच, तेही एक मोठ्ठं वरदानच होतं." मी पुटपुटले.

"ती जगली-वाचली असती तर..." बर्टामावशीनं उसासा टाकत म्हटलं, "आपली सगळ्यांचीच आयुष्यं खूप वेगळी झाली असती."

'तिचा वियोग जेवढा मला जाणवत होता, तेवढाच तिलाही – बर्टामावशीला जाणवत होता.' माझ्या मनात विचार आला. मग माझं मन तिच्याबद्दल विचार करू लागलं. तेव्हापासून तिचे दिवस सुखाचे कसे जातील आणि आयुष्यात जगण्यासारखं अजून पुष्कळ बाकी आहे असा विश्वास तिच्यात निर्माण व्हावा, यासाठी मी आटोकाट प्रयत्न करू लागले. काही वेळा मला ह्यात यश मिळायचं आणि एखाद्या दुर्मीळ क्षणी ती थोडी जरी स्वस्थ वाटली, तिच्या चेहऱ्यावर हास्याची पुसटशी जरी रेषा दिसली तरी मला खूप धन्य झाल्यासारखं वाटायचं.

आणखी एक गोष्ट करणं माझ्यासाठी खूप गरजेचं होतं. आई-बाबांनी मला ख्रिस्ती धर्माची दीक्षा देववली होती, तरी मी ज्यू म्हणून जन्माला आले होते. माझे आई-बाबा 'ज्यू' होते, म्हणून मरण पावले. त्यांच्याप्रीत्यर्थ आणि माझ्या स्वत:साठी म्हणून मी पुन्हा 'ज्यू' धर्मात, आमच्या धर्मात परत जायचं ठरवलं. त्यामुळे मी त्यांच्या स्मृतीचा आदर करू शकणार होते आणि मी शपथ घेतली की, 'ज्यू' असल्याबद्दल मला कधीही लाज वाटणार नाही; उलट त्याबद्दल मला अभिमानच वाटेल.

फेब्रुवारी १९४६मध्ये ईव्हापण आमच्याबरोबर राहण्यासाठी आली. नंतर आम्हा दोघींच्या जीवनातील भूमिकांमध्ये बऱ्याच अंशी अदलाबदल झाली. ह्यापूर्वीच्या काही वर्षांत जेव्हा आमच्या आई-बाबांबरोबरचा भविष्यकाळ हेच आमच्या जगण्याचं प्रयोजन होतं, आमच्या मायभूमीला परतायचं मुख्य कारण होतं; त्या वेळी ईव्हाने माझ्या चित्तवृत्ती आशादायी ठेवल्या. पण इथे परतले त्या वेळेपेक्षा मी आता थोडी कणखर आणि शहाणी झाले होते; माझ्यातला आदर्शवाद खूपच कमी झाला होता. मला हा बदल जाणवत होता, म्हणून मी माझ्या पत्रातून ईव्हाला आधीच सावध केलं होतं की, तिने जास्तीच्या अपेक्षा ठेवू नयेत आणि काही वेळा तिचा भ्रमनिरासही होईल. ब्रिटनमध्ये निराधार म्हणून राहताना जेवढी परकेपणाची भावना वाटत होती त्यापेक्षा जास्त परकेपणा तिला स्वत:च्या देशात कदाचित वाटेल. मला ती थोडीशी साशंक आणि भयभीत वाटली. त्यामुळे काही महिन्यांनंतर तिनं इंग्लंडला परतायचा निर्णय घेतला, त्या वेळी मला आश्चर्य वाटलं नाही. तिला आता ब्रिटिश जीवनशैलीची सवय झाली होती आणि युद्धानंतरच्या झेकोस्लोव्हाकियातील कष्टप्रद जीवन – तेही आई-बाबांविना स्वीकारणं तिला खूप कठीण गेलं. तिनं मलापण तिच्याबरोबर चलण्याविषयी विचारलं. तिच्या दुसऱ्यांदा वियोगाची कल्पना खरं तर मला नकोशी होती, पण थोड्याशा 'हो का नाही' अशा गोंधळलेल्या मन:स्थितीनंतर शेवटी मी झेकोस्लोव्हाकियातच राहायचं ठरवलं. कदाचित मीही तिच्या पाठोपाठ परत जाण्याची शक्यता होती; पण सध्या तरी मी अभ्यासावर लक्ष

केंद्रित करायचं आणि माझ्या देशातल्या मला आवडणाऱ्या खूपशा गोष्टींचा अनुभव घ्यायचं ठरवलं.

मी आता बऱ्यापैकी व्यग्र व मोकळं आयुष्य जगत होते आणि माझ्या चाहत्यांची एक प्रकारे साखळी तयार झाली होती. माझे चाहते पण खूप होते. माझी मित्रकंपनीपण सारखी बदलत होती. मी प्रेमात पडत होते आणि त्यातून बाहेरही येत होते. कधीकधी एकाच वेळी अनेक मित्रांच्या प्रेमात मी पडायची. मला प्रेमाची गरज होती आणि त्याची परतफेड प्रेम करून करायची होती. आयुष्यानं माझ्यापासून खूप काही हिरावून घेतलं होतं; आता मला आयुष्याकडून जे मिळेल ते घ्यायचं होतं. प्रत्येक नव्या नात्याबद्दल मी उत्साही असायची; पण मला लग्नाची मागणी घालणारा प्रत्येक जण माझ्या उंचावलेल्या अपेक्षांत कुठेतरी कमी पडायचा. कुठेतरी नकळतच, माझ्या आई-बाबांसाठी राखून ठेवलेल्या शुद्ध, हळुवार प्रेमाच्या योग्यतेच्या व्यक्तीच्या मी शोधात होते. परंतु असा कुठली उत्कृष्ट व्यक्ती अस्तित्वातच नव्हती.

अपरिहार्यपणे, माझे काही मित्र सेलाकोव्हिसचे पण होते. माझा फावला वेळ मी बऱ्याच वेळा तिथे घालवायची. ती माझी आवडती जागा होती. सेलाकोव्हिस खूप आवडत असलं तरी मी तिथे स्थायिक होऊ शकणार नाही, हे सुरुवातीपासूनच मला कळलं होतं. माझ्या भूतकाळाची सावली माझी सतत पाठलाग करेल म्हणून नव्हे; तर मी आता छोट्या गावातलं छोटं, साधंसुधं जीवन जगण्याच्या पलीकडे गेले होते. गावातल्या खूप लोकांबद्दल मला खराखुरा जिव्हाळा वाटत होता, परंतु आता ते आणि मी – आमच्यात फारच थोड्या गोष्टी समान होत्या. सध्या तरी सेलाकोव्हिस माझ्यासाठी एक सुरेख आश्रयस्थान होतं. जिथे मला स्वत:ला जाण्याची इच्छा होईल आणि बर्टामावशी जाण्याची जेव्हा परवानगी देईल; तेव्हाच मी माझ्या मित्रांच्या आनंदी, साध्यासुध्या आयुष्याची वाटेकरी होऊ शकले असते.

माझ्या डायरीतील एक दुर्मीळ नोंद – माझ्या पहिल्या प्रेमानुभवाची – सेलाकोव्हिसमधली.

१६ एप्रिल १९४६

खरंच 'ते' फारच सुंदर होतं... झेकोस्लोव्हाकियातलं माझं पहिलं प्रेम! अगदी हळुवारपणे ते माझ्याकडे आलं – पायरी-पायरीने. प्रथम एक कुतूहल, आवड, मग मैत्री आणि आकर्षण. त्यानंतर मग प्रेमानं माझ्यावर इतकी मोहिनी घातली की... जिर्का, शनिवार-रविवार तुझ्या सहवासात रमण्यासाठीच जवळजवळ तेव्हा मी जगत होते. संपूर्ण आठवडाभर मी आठवणी, दिवस मोजत बसणं, तास मोजत बसणं, पुढची आठवड्याची सुट्टी केव्हा येते ह्यावरच जगत होते...

आपली ती पहिली भेट मला अगदी स्पष्ट आठवते आहे. मरेन्काने सेलाकोव्हिसमध्ये मला पहिल्यांदा नृत्याला नेलं होतं. अर्थातच बॅन्डपथक जंडाचं होतं. त्या वेळी थोड्याच लोकांनी मला ओळखलं. फ्रॅन्टा तेव्हा त्या ठिकाणी होता. तो मला त्याच्याबरोबर नृत्य करण्याचा आग्रह करत होता. तो मला म्हणत होता की, तो सेलाकोव्हिसमधे खूपच कंटाळला होता. मी आल्यानंतर मात्र त्याला थोडा आशेचा किरण दिसू लागला होता. तो मला पाहता क्षणीच माझ्या प्रेमातच पडला, असं तो मला म्हणाला. त्यानंतर जिर्का, तू मला नृत्याविषयी विचारलंस. तुझ्याबरोबर नृत्य करताना व तुझ्याशी बोलताना मला खूप आनंद झाला. आपण भेटताक्षणीच एकमेकांना आवडलो. औपचारिकपणे तू मला 'मिस' म्हणत होतास. दुःख आणि यातना ह्यामुळे माझं हृदय अगदी भरून आलं होतं, अगदी तेव्हाच तू माझ्या आयुष्यात आलास. मला पूर्वीच्या सगळ्या गोष्टी विसरायला मदत करतील, माझं नवं आयुष्य उभारायला मदत करतील, अशा मित्र-मैत्रिणींची मला नितांत गरज होती. मी त्यासाठी आसुसलेली होते. तेव्हाच तू आणि फ्रॅन्टा माझ्या प्रार्थनेला दिलेलं उत्तर आहे, असं मला वाटलं.

फ्रॅन्टा तेव्हा मला म्हणाला की, रविवारी रात्री त्याला प्रागला जायचंय. म्हणून आम्ही एकत्रच ट्रेननं जायचं ठरवलं. सुरुवातीला तो शांतपणे माझ्या बाजूला बसला होता. प्राग जवळ यायला लागलं तसा त्यानं माझा हात झटकन पकडला. मला कळत होतं की, मी माझा हात त्याच्या हातातून काढून घ्यावा. मी त्याच्या आशा पल्लवित करू नयेत, हे मला कळत होतं. तरीपण मी माझा हात त्याच्या हातात राहू दिला आणि आश्चर्य म्हणजे, मला बरं वाटलं.

फ्रॅन्टाचं खरं तर प्रागमध्ये काही काम नव्हतं. त्यानं लगेचच परतीची ट्रेन पकडली... जाण्यापूर्वी, पुढच्या शनिवारी रात्री सेलाकोव्हिसमध्ये भेटण्याचं आम्ही ठरवून टाकलं. तू आला नसतास, तर सगळं सुरळीत झालं असतं. ते सगळं अगदी काल घडल्यासारखंच मला वाटतंय. मरेन्काला पटकन 'हॅलो' म्हणून मी मार्टाला भेटायला धावले, पण वाटेत तुझ्यावर धडकले. तू मला 'फिरायला येतेस का?' विचारल्यावर मी तत्परतेनं मार्टाला विसरले. तो दिवस छानपैकी उबदार होता. आपण खूप विसावलेलो आणि आनंदात होतो. आपण हास्यविनोद करत होतो. मग तू मला 'मिस' म्हणायचं बंद केलंस. नंतर मला काय झालं होतं, देव जाणे! फ्रॅन्टाबरोबर मी ज्या दिवशी डेटिंगला बाहेर जाणार होते, त्याच

दिवशी मी तुलाही बोलावलं.

मी मनाशी विचार केला की, 'मार्टीपण येणारच आहे, तर आपला वेळ छान जाईल.' पण मार्टीच्या मनात दुसऱ्याच कल्पना होत्या. ती म्हणाली, "तू तुझ्या बॉयफ्रेंडबरोबर राहा, मी माझ्या बॉयफ्रेंडबरोबर." मी तिची बरीच आर्जवं केली, विरोध केला; पण तिनं माझं अजिबात ऐकलं नाही.

त्या दिवशी संध्याकाळी मी अत्यंत विचित्र, गोंधळवून टाकणाऱ्या परिस्थितीत सापडले. तुम्ही दोघेही एकमेकांकडे सावधपणे बघत कोपऱ्यावर उभे होतात. ती फारच वाईट परिस्थिती होती. तुम्ही दोघे एकही शब्द बोलला नाहीत, म्हणून मी चॉकलेट काढून त्याचे दोन तुकडे केले. पण मला समजेना की, त्यांपैकी एक तुकडा पहिल्यांदा कुणाला द्यावा? आपण तिघे रानात हिंडायला गेलो. तिथे बालवीर शेकोटीभोवती फिरून गाणी म्हणत होते. आपण थोडा वेळ तिथे थांबून तो कार्यक्रम बघितला. त्यानंतर एकदम तुम्ही दोघांनाही दोन्हीकडून माझे हात पकडले. मला खरंच कळेना की, मी कुणाचा हात सोडावा. शेवटी मी धडपडत फ्रॅन्टाच्या हातातून माझा हात सोडवून घेतला...

घरी परतत असताना फ्रॅन्टा इतका निराश दिसत होता की, मला त्याच्याबद्दल वाईट वाटलं. पण जिर्का, तुला माझा हात हातात गुंफण्यापासून परावृत्त करण्याइतपत ते वाईट नव्हतं. झोपायला जाईपर्यंत माझी मन:स्थिती फार विचित्र झाली होती. मला दोन नवे मित्र मिळतील असं मला वाटत होतं, पण माझ्या लक्षात आलं की, मला तुम्हा दोघांपैकी एकाचीच निवड करावी लागणार होती. झोपेतदेखील हाच विचार सारखा माझ्या मनात येत होता.

दुसऱ्या दिवशी तू माझी वाट बघत होतास. आपण मग पुन्हा रानात फिरायला गेलो. मला बरं वाटत नव्हतं, कारण फ्रॅन्टाशी मी चांगली वागले नाही आणि तो दुखावला गेला होता, म्हणून मला लाज वाटत होती. मला स्वत:बद्दल काही कळेनासंच झालं होतं.

रानात भटकताना आपण शेवाळलेल्या गालिच्यावरून चाललो, उंच वाढलेल्या दाट वृक्षांच्या शेंड्यांकडे नजर खिळवली आणि पक्ष्यांचं कूजन ऐकलं. नंतर तू थोडासा वाकलास आणि माझं चुंबन घेण्याचा प्रयत्न केलास. तू सगळंच बिघडवलंस. मी एकदम दचकून उडीच मारली. तुझा निरोप घेतला आणि दबकतच घराकडे निघाले. तुला मी 'गुडबाय' पण म्हटलं नाही, इतकी मी खवळले होते.

मी जेव्हा हे सगळं मार्टीला सांगितलं, तेव्हा ती म्हणाली, "जिर्काची

माझी निंदा करण्याची इच्छा नव्हती, पण तो जरा जास्तच आगाऊ आणि मुलींच्या बाबतीत फारच चंचल वृत्तीचा आहे.''

माझी चूक सुधारण्यासाठी मी फ्रॅन्टाची माफी मागण्यासाठी त्याला एक पत्र लिहिलं आणि 'यापुढे मी तुझ्याबरोबर कधीच बाहेर फिरायला येणार नाही.' अशा आशयाचं तुला पण एक पत्र लिहून टाकलं. पण तीन आठवड्यांनंतर आपण दुसऱ्या एका ठिकाणी नृत्याच्या कार्यक्रमात भेटलो. माझ्या काळजाचा ठोकाच चुकला. 'तू मला प्रागला भेटशील का?' असं तू मला म्हणालास. आश्चर्य म्हणजे, मी 'हो' म्हटलं आणि पुन्हा सगळ्या गोष्टींची सुरुवात झाली. मशरूम्सचा मोसम मला खूप आवडायचा. आपण नेहमी चौघे जण जायचो. आपण दोघं, मार्टा आणि लादा. तेव्हा काय मजा यायची. हिंडून-हिंडून घरी भुकेले होऊन आलो की, ताजी ताजी तोडून आणलेली मशरूम्स आणि अंड्यावर ताव मारायचो. एक दिवस जंगलात फिरायला जाताना मी तुला 'किस' करू दिलं. मी प्रतिकार केला नाही, म्हणून तुला किती आनंद झाला होता. नंतर हिवाळा आला. फुटबॉलच्या मॅचेस, स्केटिंग, दर शनिवारी नृत्य – असा सगळा कार्यक्रम असायचा. नव्या वर्षाच्या पूर्वसंध्येला आपण रात्रभर नाचलो आणि मध्यरात्री तू नव्या वर्षाचा पहिला 'किस' दिलास. सगळ्यांनी आपल्याला बघितलं. पण आपल्याला कुठे पर्वा होती? तोपर्यंत तुझा-माझा चांगला परिचय झाला होता. मार्टाची ताकीद मी विसरले नव्हते, तरी 'चंचल' हा शब्द मी माझ्या मनातून काढून टाकला.

आपण एकमेकांबरोबर सहा महिने होतो. त्या कालावधीत तू दुसऱ्या कुणा मुलीबरोबर असशील, असं मला वाटत नाही. पण का कुणास ठाऊक, आपल्यात एक प्रकारे दरी निर्माण झाली आणि ती वाढतच गेली. पुष्कळ वेळा आपण ती कमी करण्याचा प्रयत्न केला, पण नेहमी परत-परत दुरावा निर्माण होत गेला आणि तो वाढतच गेला.

शेवटी 'आपण भेटी थांबवू या', असं मी सुचवलं. तू थोडा दुखावल्यासारखा झालास. पण थोड्याच दिवसांत तू दुसऱ्या मुलीबरोबर जायला लागलास. मार्टाचं म्हणणं बरोबर होतं. तू नंबर एकचा 'फ्लर्ट', चंचल आहेस. पहिल्यांदाच मी तिचं ऐकायला हवं होतं. पण तुझं माझ्यावर प्रेम होतं. मला माहिती आहे, प्रेम होतं. पण आता मात्र तू मला 'खरा' कळला आहेस. मी तुझ्याबरोबर पुन्हा कधीही येणार नाही. आपण भेटणं थांबवल्यावर दोन महिन्यांतच तुझ्या तीन नव्या मैत्रिणी झाल्या. खरोखरच तुझी कमाल आहे! पण तू 'फ्लर्ट', चंचल आहेस. नंबर एकचा चंचल...

कधीतरी हे सगळ संपायलाच हवं होतं.

इथल्या नव्या आयुष्यात स्वत:ला स्थिरावायच्या प्रयत्नात आणि माझी नवी ओळख करून देण्यात, विशेषत: पहिल्या दोन वर्षांत मी एवढी व्यग्र होते की, वेल्सच्या झेक शाळेतल्या फारच थोड्या मित्र-मैत्रिणींशी भेट होत होती. होन्झाने प्रागला आम्हा सर्वांचं छोटं संमेलन आयोजित केलं. तेव्हा माझ्या लक्षात आलं की, आम्ही सर्वच एकाच परिस्थितीतून जात होतो आणि प्रत्येकालाच त्यामुळे थोडं जड जात होतं. बहुतेकांनाच जवळजवळ एखाद्या हरवलेल्या कोकरासारखं वाटत होतं. शाळेतल्या त्या दिवसांच्या आठवणींत आम्ही रमून गेलो. त्या काळात आम्हाला अजूनही आशा वाटत असायची. मागे वळून बघताना आम्हाला असं वाटलं की, खरंच तेव्हा आम्ही किती लहान आणि भोळेभाबडे होतो! वेल्समधल्या त्या टेकड्यांमधल्या आयुष्यात आमच्यात जुळून आलेल्या मैत्रीच्या धाग्यांमधल्या सामर्थ्याची जाणीव होण्यात आम्ही कुठेतरी कमी पडलो.

प्रागच्या नव्या शाळेत आमच्या वाट्याला येणारा निरुत्साह, बेफिकिरी आणि केव्हातरी जाणवणारी द्वेषाची भावना आमच्या जुन्या मित्र-मैत्रिणींच्या भेटीमुळे थोडी का होईना, भरून निघाली. मी माझी दैनंदिनी १९४७च्या हिवाळ्यात एक दिवस उघडली आणि संतप्तपणे लिहिलं :

मनुष्यजातीवरच्या माझ्या विश्वासाला आज पूर्णपणे तडा गेला. झेकोस्लोव्हाकियाला परत येईपर्यंत मी अंतर्बाह्य आदर्शवादी होते. पण मला सांगायला वाईट वाटतंय की, माझ्या थोड्याच दिवसांच्या इथल्या वास्तव्यात माझा आदर्शवाद कुठल्या कुठे विरून गेला. आतापर्यंत माझी गाढ श्रद्धा, विश्वास होता की – जग काही खूप वाईट नाही आणि सर्वसाधारणपणे लोक सहृदयी असतात; परंतु तरुणपणातील आपली विश्वासू सखी असणारी शाळा... तिनंच शेवटी माझ्या त्या श्रद्धेचे, विश्वासाचे उरलेसुरले धागे तटकन तोडून टाकले.

मला वारंवार सांगितलं जायचं की, आपल्या आयुष्यातले शालेय जीवनातले दिवस सर्वांत आनंददायी असतात आणि शाळा म्हणजे आपल्याला शिकवण देणारी, योग्य मार्ग दाखवणारी आणि ईप्सित साध्य करण्यास मार्गदर्शन करणारी असते. होय, ते खरंच आहे. जेव्हा मी ब्रिटनमधल्या शाळेबद्दल विचार करता ते सगळं खरंच आहे. मला खात्री पटली आहे की, मी तिथे घालवलेला काळ हा माझ्या आयुष्यातल्या सुंदर पर्वांपैकी एक होता. तिथे प्रत्येक जण एकमेकांना मदत करत असे आणि सर्वांनाच एकमेकांविषयी आदर होता. त्या शाळेची आठवण झाली की, माझ्या चेहऱ्यावर हास्य विलसतं आणि अंत:करणात कळ येते की... आता ते दिवस पुन्हा कधी अनुभवायला मिळणार नाहीत...

पण इथल्या, प्रागच्या शाळेने सज्जनपणावरचा माझा विश्वास अखेरीस चिरडून टाकला. मला वारंवार एकाकी का पाडलं जातं? आणि काही शिक्षकांकडून नेहमी मलाच बळीचा बकरा का बनवलं जातं? मी परीक्षेत, पेपरमध्ये उत्तम लिहिलंय हे मला माहिती असताना, नेहमी मला कमी गुण का मिळतात? एकदा मी धीर करून याविषयी विचारलं तर, "मला वाटलं म्हणून." असं मला तुटकपणे उत्तर मिळालं. त्या एका छोट्या, अनाकलनीय उत्तरामुळे माझ्या जिभेवरचे पुढील निषेधाचे शब्द गोठूनच गेले. आजपण माझा विश्वास असलेल्या आणि आदरणीय शिक्षकांकडून मला अन्यायकारक वागणूक मिळाली; त्यामुळे मी जास्तच दुखावले गेले. पुन्हा एक निराशा... आणखी एक उदाहरण की, इथे सत्य आणि न्यायाची अपेक्षा करणं खूप कठीण आहे...

मी शाळा सोडून प्रागच्या चार्ल्स विद्यापीठात १९४७च्या उन्हाळ्यात दाखल झाल्यावर मला सुटका झाल्यासारखं वाटलं. त्या वेळेपर्यंत राजकीय रागरंग झपाट्यानं बदलत चालले होते आणि ज्यू असण्याच्या 'कलंका'पेक्षा 'ब्रिटिशधार्जिणी' असा शिक्का मला बट्टा लागल्यासारखा वाटायला लागला. पण मी राजकारणापासून स्वत:ला खूप दूर ठेवलं. मला फक्त माझं आयुष्य शांततेत जगायचं होतं.

मी आता स्थिरावलेय आणि आता सुखी होईन, अशी स्वत:ची फसवणूक करून घेत होते. इतक्यात, एक दिवस सेलाकोव्हिसमध्ये मला माझा बॉयफ्रेन्ड माझ्याकडे वळून जणू काही विनोद केल्यासारखा म्हणाला, "माझं नवं टोपण नाव तू ऐकलं आहेस?" आणि मी जेव्हा मान हलवली, तेव्हा तो बोलला : 'ज्यू प्रेमी.'

अगदी माझं आवडतं जन्मगावपण मला त्यानंतर कधीच पूर्वीसारखं आहे, असं वाटलं नाही...

नंतर थोड्या दिवसांनी मी ज्यूलाबरोबर बोटीवर सहलीसाठी गेले. वेल्सच्या शाळेतले वास्तव्य व शिक्षण संपल्यावर मी त्याला एकदाच भेटले होते. त्या पायाने वल्हवण्याच्या बोटीचा कॅप्टन खूप विनोदी आणि गप्पिष्ट होता. काही कारणानं त्यानं आम्हाला एकटं सोडलं, वाइनची एक बाटली आणली आणि त्याच्याबरोबर आम्हाला पण घेण्याचा आग्रह केला. थोड्याच वेळात तो युद्ध आणि आक्रमणाच्या आठवणीत रंगून गेला. "ते भिक्कार जर्मन लोक –" तो बरळायला लागला. "त्यांनी आमच्यावर एक कृपा मात्र केली. ती म्हणजे, त्यांनी खूप ज्यू लोकांना मारून टाकलं. त्यांनी त्यांचं काम बरोबर केलं नाही. त्या हरामखोर लोकांना त्यांनी पूर्ण संपवून टाकलं नाही. तुम्हाला एक म्हण माहितीये का? 'सगळ्यात चांगला ज्यू कोण असेल, तर तो मेलेला ज्यू..." असं म्हणून तो उपहासाने हसायला लागला.

आम्ही त्याच्याबरोबर हसलो नाही. मी जागच्या जागी खिळून उभी राहिले

आणि ज्यूलाकडे पाहिलं. माझ्या खोलवर उमटलेल्या वेदनांचं प्रतिबिंब त्याच्या डोळ्यांत मला दिसलं. त्यानं नि:शब्दपणे माझा हात दाबला आणि मला गप्प बसण्याची खूण केली. माझ्या ओठांवर आलेले निषेधाचे शब्द मी कसेबसे थोपवले आणि त्या कॅप्टनकडे पाठ फिरवली. तो अजूनही त्याच्या 'विनोदावर' हसत होता.

त्यानंतर मात्र मी माझ्या मनाशी पक्कं ठरवलं. ईव्हा मला तिच्याबरोबर राहण्याविषयी पत्रांवर पत्रं पाठवत होती. मी आता इंग्लंडला परत जाणार होते. मला माहिती होतं की, तिथेही थोडंफार ज्यूद्वेषाचं वातावरण होतंच. तिथेच काय, सगळीकडेच ते होतं आणि अजूनही आहेच. पण माझ्या स्वत:च्या आवडत्या देशात ते सहन करणं यापेक्षा दुसरीकडे कुठेही ते सहन करणं नक्कीच थोडं सोपं गेलं असतं.

माझा निर्णय झाला होता, तरीही माझा देश सोडून जाण्याचा विचार मला तेव्हाही सहन होत नव्हता. विशेषत: बर्टामावशीचा वियोग सहन होणारा नव्हता. तिला सांगायला मला भीती वाटत होती. पण तिनं माझं काम सोपं करून टाकलं. तिनं मला समजून घेतलं. एवढंच नाही, तर मला पाठिंबाच दिला.

"तू विसरलीस का, की मीच पहिल्यापासून तुझी आर्जवं करत होते की, तू इंग्लंडलाच राहावंस?" तिनं मला आठवण करून दिली. "मला खात्री होती की, इथल्यापेक्षा तिथेच तुझं आयुष्य सोपं, सुखात जाईल. माझं सांगणं बरोबर होतं, हे तुला पटलं. हरकत नाही. तुला स्वत:लाच ते समजलं, हे बरं झालं. तू माझी काळजी करू नकोस. माझं आयुष्य मी उपभोगलंय; पण तुझ्यापुढे मात्र उभं आयुष्य आहे आणि कुणी सांगावं – एक ना एक दिवस मीपण तुझ्याबरोबर आणि ईव्हाबरोबर राहायला येईन कदाचित." मावशीनं माझी समजूत काढली.

माझ्या नव्या मित्राचा, रिचर्डचा निरोप घ्यायचा याचं पण मला दु:ख होत होतं. तो एक अतिशय उत्साही गिर्यारोहक होता. खंबीर अन् शांत प्रवृत्तीचा होता. थोडासा पर्वतांसारखा लहरी होता. त्यानेच मला पर्वतारोहण शिकवलं आणि हृदयापेक्षा बुद्धी वापरायला मला शिकवण्याची पराकाष्ठा केली. त्याच्या कठोर तर्कशास्त्रामुळे मला माझ्या निश्चयाशी ठाम राहायला मदत झाली. तरीही त्याचा आणि माझ्या मावशीचा निरोप घेणं, त्यांना सोडून जाणं माझ्यासाठी फारच क्लेशदायक होतं.

३० जानेवारी १९४९

आता जेव्हा मी माझ्या प्रागमधल्या शेवटच्या दिवसांचा विचार करते, तेव्हा असं वाटतं की, ते दिवस खूप लवकर, फारच लवकर उडून गेले. अखेर माझी तिथली शेवटची संध्याकाळ उगवली... मिला व कॅरेल येऊन गेले. मग मध्यरात्री बर्टामावशी झोपायला गेली. मी आणि रिचर्ड स्वयंपाकखोलीत बसून राहिलो होतो. पेटत्या शेगडीभोवती अर्धवट

संपलेली चेरीची ब्रॅन्डी आणि थोडे सॅन्डविचेस आमच्या हातांत होते. तासांमागून तास उलटत होते, निर्दयपणे त्वरेने. त्याच्या सहवासातले ते शेवटचे क्षण हळूहळू संपत आले होते. थोड्या वेळाने त्याची आणि माझी कदाचित कायमची ताटातूट होणार होती. त्या विचित्र सत्याला मी दोष देत होते. मी त्याच्या मिठीत विसावले होते. मी घड्याळाच्या काट्यांकडे अधीरपणे बघत होते. ते अव्याहतपणे, न थांबता अन् निर्दयपणे, शांततेत पुढे-पुढे जात होते.

सकाळ उजाडली. स्टेशनवर माझा मित्रपरिवार मला निरोप द्यायला जमला होता. गाडीची शिट्टी कर्कशपणे वाजली आणि मला फक्त रिचर्ड दिसला. नेहमीप्रमाणेच खंबीर अन् ताठ. त्याचे डोळे सर्व काही सांगत होते. त्या वेळी आम्ही दोघंही डोळ्यांनी जे काही एकमेकांशी बोललो, ते कधीच शब्दांत नाही सांगता येणार. माझे डोळे बोलत होते, 'निराशा-आशा, प्रेम-निष्ठा'; तर त्याचे डोळे मला विनवत होते, 'तू खंबीर आणि समजूतदार हो.' त्याच्या डोळ्यांत खोलवर आणखी काहीतरी – काहीतरी जे आतापर्यंत अबोलपणे दडवून ठेवलेलं होतं – ते प्रेम दिसलं. त्यामुळे मला बरं वाटलं. तरीही माझ्या हृदयाला खूप यातना झाल्या. गाडी चालू झाली. हळूहळू ती स्टेशन सोडत होती. इतरांपासून दूर, तो एकटाच उभा होता, त्याची हॅट हलवत. मला हसावंसं वाटत होतं आणि ओरडून सांगावंसं वाटत होतं की, हे असं खरंच व्हायला नको होतं.

पण तरीही ते तसं होत होतं...

जानेवारीतल्या त्या गोठवणाऱ्या धूसर सकाळी माझ्यासोबत सरहद्दीपर्यंत बर्टामावशी होती. ती माझ्याशेजारी माझा हात हातात घेऊन बसली होती. मला बळ देत होती. जेव्हा मला त्याची गरज होती, तेव्हा नेहमीच ती तशी मला बळ देत आली होती. गाडीचा तो डबा फक्त आमच्यासाठीच असायला हवा होता, असं मला वाटत होतं; म्हणजे मी संकोच न करता तिच्या मांडीत तोंड लपवून, रडत माझ्या दुःखाला वाट करून दिली असती. गाडी सीमेपर्यंत पोहोचली आणि मला तिच्यापासून पण दूर जावं लागलं. कुंपणापाशी ती उभी असलेली मला दिसतेय, आत्ताही अजूनही तिची एकाकी, कृश मूर्ती त्या उदास हिवाळ्यात बर्फाच्या जाड झोतातून मला दिसतेय. तिचा हात हलताना अंधुकसा दिसतोय. बर्फाच्या थरानं तिचा गडद हिवाळी कोट, हॅट आधीच झाकून टाकलेले आहेत आणि तिचे अश्रूसुद्धा!

पुन्हा एकदा तिला सोडून जाताना, माझं घर आणि माझा देश सोडून जाताना, माझं मन अतीव दुःखानं भरून आलं...

९

'ब्रिटिश' होण्याची माझी निवड

मी ब्रिटनला परत आले, हे चांगलंच झालं. कारण अखेर हेही माझं दुसरं घर होतं. इथे मला परक्यापेक्षा स्वदेशात आल्यासारखंच वाटलं. ज्या काही थोड्या शंकाकुशंका माझ्या मनात होत्या, त्या रेनफोर्ड कुटुंबीय आणि इंग्लंडमधल्या मित्र-मैत्रिणी ह्यांनी केलेल्या छानदार स्वागतामुळे दूर झाल्या. जणू काही मी त्यांच्यापासून दूर गेलेच नव्हते, असंच मला वाटलं.

सगळ्यांत कोणत्या गोष्टीचा आनंद मला झाला असेल, तर मला आता ईव्हाबरोबर राहायला मिळणार होतं, याचा. युद्धकाळात आमच्यात निर्माण झालेल्या अतूट, खोल, गाढ प्रेमाला तिच्या प्रागच्या छोट्या भेटीत व्यक्त होण्यासाठी अवसरच मिळाला नव्हता. पण आता आम्ही दोघीही इंग्लंडमध्येच स्थायिक होणार, हे पक्कं झालं होतं. त्यामुळे आम्ही दोघींनी समजूतदारपणे एकमेकींची साथ द्यायचं ठरवलं. आमच्या भगिनीप्रेमाचा पुन्हा आम्हाला प्रत्यय आला. युद्धकाळात ईव्हानं आईच्या मायेनं माझी काळजी घेतली होती. आत्ताही तिला तसंच वागायला आवडलं असतं. पण मी सौम्यपणे तिच्या लक्षात आणून दिलं की, विसाव्या वर्षी मी माझ्या पायावर उभं राहायला हवं आणि माझ्या आयुष्याचा मार्ग मलाच शोधायला हवा. सर्वांत पहिली पायरी म्हणजे भूतकाळाची कवाडं निश्चयपूर्वक बंद करून भविष्यावर लक्ष केंद्रित करणे, ही असायला हवी होती.

माझ्या स्वत:च्या देशात सुखाचा शोध घेण्यात मी अपयशी ठरले होते. कदाचित माझ्या अपेक्षा जास्त असतील, कदाचित त्यासाठी काहीतरी त्यागण्याची माझी तयारी नसेल... कारण काहीही असो. ह्या खेपेस मात्र अपयशाचं धनी व्हायचं नाही आणि ब्रिटिश जीवनशैलीत पूर्णपणे सामावून जायचं, असं मी माझ्या मनाशी पक्कं ठरवून टाकलं.

इंग्लंडमधल्या पहिल्या वर्षाच्या शेवटी-शेवटी मी मायकेलबरोबर विवाह केला. मायकेल हा देखणा, उमदा, ज्यू नसलेला इंग्रज तरुण होता. आम्ही एकमेकांच्या प्रेमात पडलो होतो, परंतु आमच्या दोघांच्यात थोडाच सारखेपणा

होता. स्वभाववैशिष्ट्ये आणि आमची दोघांची पार्श्वभूमी ह्यात महद्अंतर होतं. तरीही आम्ही दोघांनी तीस वर्षांपेक्षा जास्त काळ एकमेकांच्या सहवासात घालवला. आमचा संसार बहरला; तीन मुलं झाली. आमचा विवाह जरी फारसा सफल झाला नसला, तरीही एकमेकांबद्दल आदर आणि मैत्री टिकून राहिली. ह्याचं श्रेय सर्वस्वी आम्हा दोघांनाही आहे. दुर्दैवानं, १९९५च्या सप्टेंबरमध्ये मायकेलचं निधन झालं. माझा विवाह हा ह्या पुस्तकाचा विषय नाही. एवढं सांगितलं तरी पुरेसं आहे की, माझ्या मनात आता अपराधीपणाची भावना किंवा त्याबद्दल दु:ख नाही. माझ्या मुलांना मी त्यांच्या स्वत:च्या घरात, आई-वडिलांच्या प्रेमाच्या उबेत वाढताना बघू शकले. त्यांना वियोगाच्या, ताटातुटीच्या यातनांना कधी सामोरं जावं लागलं नाही आणि युद्धाची भयानकता व शोकांतिका, तसेच छळछावण्यांतील क्रूर वास्तव ह्या गोष्टीशी त्यांचा संबंध आला नाही, ह्या सर्वांबद्दल मी त्या परमेश्वराची अत्यंत ऋणी आहे. बालवयात झालेली माझी तडफड, माझ्या आई-वडिलांच्या मृत्यूने त्या वयात माझ्या आयुष्यात निर्माण झालेली पोकळी त्या परमेश्वरानं अशा प्रकारे भरून काढली, असं मी मानते.

ईव्हानं एका वेल्श डॉक्टरांशी विवाह केला. त्यांना मुलं झाली, त्यांचा संसार बहरला. आमच्या दोघींच्या गाठीभेटी नित्यनेमानं होत होत्या; अगदी ते न्यूझीलंडला जाईपर्यंत. त्यांनी दोघांनी न्यूझीलंडला स्थायिक होण्याचा निर्णय घेतला, त्या वेळी मला खूप वाईट वाटलं. आमची पुन्हा एकदा ताटातूट झाली. मला तेव्हा तिची उणीव तीव्रतेनं भासली. आमचा पत्रव्यवहार नियमित चालू असतो आणि शक्य असेल तेव्हा भेटपण होते. पण अजूनही मला तिची उणीव जाणवतेच.

बर्टामावशी आमच्याकडे दर वर्षी भेटायला येत असे आणि बरेच दिवस राहत असे. माझ्या पतीला व मुलांना पण तिच्याबद्दल खूप प्रेम आणि आदर वाटत असे. काही वर्षांनंतर मात्र तिनं ठरवलं की, "आपण आता वयस्कर झालो आहोत. अंगवळणी पडलेल्या जीवनशैलीमुळे परक्या देशात कायमचं जाऊन राहणं जमणार नाही." तिचं १९८१मध्ये निधन झालं, तोपर्यंत ती माझ्यासाठी एक खास व्यक्तिमत्त्व होती आणि माझ्या आयुष्यात तिला अत्यंत खास, आदराचं स्थान होतं. तिनंही माझ्या नव्या भूमिकेचा; एका वैशिष्ट्यपूर्ण ब्रिटिश गृहिणीचा मनापासून स्वीकार केला. माझी 'भूमिका' मी इतक्या समरसतेने वठवत होते की, मी स्वत:चीच फसवणूक करत होते. "मला हे सगळं असंच हवं होतं, आयुष्यात ह्या सगळ्याची मला गरज होती." मी स्वीकार केलेल्या देशात अंतर्बाह्य सामावून जाण्याची माझी तीव्र इच्छा होती. त्यापायी माझी पार्श्वभूमी आणि माझ्या श्रद्धा, विश्वास मुलांवर लादण्याचा मी कधीही प्रयत्न तर केला नाहीच; उलट मी 'झेक' आहे, हे विसरण्याचा मी प्रयत्न केला. 'मी ज्यूईश आहे' हे तर पूर्णपणे विसरून

जाण्याचा आटोकाट प्रयत्न केला; पण ...ते सर्व एक ढोंग, एक बहाणा होता...

१९६८ मधील वसंत ऋतू येईपर्यंत मी प्रागला पुन्हा कधी गेले नव्हते. लांबच्या प्रवासाला जाण्या-येण्याचा शीण बर्टामावशीला आता सहन होत नव्हता. त्यामुळे मीच तिला भेटायला यावं, असं तिनं मला सुचवलं. वीस वर्षांच्या कालावधीनंतर मी प्रागला गेले, तेव्हा स्वगृही परतल्यावर मी अतिशय भावविवश होऊन गेले. जाणाऱ्या प्रत्येक दिवसागणिक मी जास्तच हळवी आणि स्वत:बद्दल साशंक होत गेले. मी पूर्वी केलेले निश्चय कोलमडून पडू लागले.

एक दिवस प्रागमधील विशेषज्ञ ज्यूलाने आम्हा दोघांनाही प्रिय असणाऱ्या प्राग शहराची नव्यानं ओळख करून देण्यासाठी वेळ काढला. दुपारी आम्ही शहराच्या ज्यूईश विभागात फिरून आलो. त्यानंतर आमचं जुनं प्रार्थनास्थळ सिनेगॉगला भेट दिली. नंतर आम्ही तिथल्या कबरस्तानात गेलो. शतकानुशतकांच्या हवेच्या परिणामांमुळे थडग्यांवरचे दगड वेडेवाकडे कोन करून गूढ रीतीने बाहेर आलेले दिसत होते. उंच, सरळसोट वाढलेल्या पॉपलर झाडांवर वस्ती करून राहिलेल्या काळ्या डोमकावळ्यांचे किरटे, कानाला भेदून जाणारे रडके सूर त्या कबरस्तानात भरून राहिले होते. मृतांसाठी ते भुतांप्रमाणे शोकगीत गात आहेत, असा भास होत होता.

विचारपूर्वक, मनावर काबू ठेवत आम्ही तिथून काढता पाय घेतला आणि शेजारीच असलेल्या म्युझियममध्ये प्रवेश केला. एका छोट्या खोलीत आम्ही आलो होतो. तिथल्या भिंतींना सफेद रंग दिलेला होता. भिंती मोकळ्या-मोकळ्या वाटत होत्या. फक्त काही ठिकाणी काही चित्रं लटकत होती – कागदांच्या तुकड्यांवर क्रेयॉनने किंवा पेन्सिलीने काढलेली! तिथे एक फलक टांगलेला होता. त्यावर लिहिलेलं होतं –

'पंधरा हजार ज्यूईश बालके – जी टेरेझिनच्या छळछावणीतून नष्ट झाली – त्यांची उरलेली इतकीच निशाणी, इतकेच अवशेष!'

मी ती चित्रं बघत होते... त्या बालकांच्या दैनंदिन आयुष्यातलं क्रूर वास्तव तिथे चितारलेलं होतं. बॅरॅक्स, स्ट्रेचर्स, वाहनं, दफनविधी आणि मृत्युदंड... मी आणखी काही चित्रांकडे वळले. त्या बालकांचं हरवलेलं आनंदी बालपण, खेळणी, अन्नानं शिगोशिग भरलेल्या थाळ्या, फुलांनी बहरलेल्या हिरवळी, रंगीबेरंगी पक्षी, फुलपाखरं...

...जे ती निष्पाप बालकं पुन्हा कधीही बघू शकली नाहीत आणि त्या चित्रांमध्ये मी माझ्या आई-बाबांना, माझ्या मामेभावांना, माझ्या छोट्या मित्रमैत्रिणींना आणि हजारोंच्या संख्येने जे मृत्युमुखी पडले – त्या सर्वांना पाहिलं. आणि... एकदम मी तिथे मला स्वत:लाच बघितलं. 'माझेही असेच आठवणींचे तुकडे इथे उरले असते. माझ्या आई-बाबांनी दूरदर्शीपणा दाखवला नसता, धैर्य दाखवलं नसतं आणि मला

इंग्लंडला पाठवलं नसतं तर... माझीही हीच गत झाली असती...'

आणि एकाएकी आणखी काही बघू शकणं मला सहन झालं नाही. पर्यटकांनी भरलेल्या त्या छोट्या खोलीत त्यापुढे थांबणं मला अशक्य झालं. तिथल्या अरुंद, नागमोडी जिन्यावरून मी तीरासारखी वर धावत सुटले. तिथे लावलेल्या, 'प्रवेश निषिद्ध' ह्या पाटीकडे मी दुर्लक्ष केलं. जिन्याच्या वरच्या पायऱ्यांवर ज्यूला उभा होता. त्याच्याही गालांवरून अश्रू ओघळत होते, माझ्याही गालांवरून अश्रू ओघळत होते. तेव्हाच्या त्या दोन झेक ज्यू बालकांनी एकमेकांना मिठी मारली आणि त्यांना अधिकच रडू कोसळलं. त्यांनी सर्वस्व गमावलं होतं आणि आता ते स्वतःलाही हरवून बसले होते.

माझ्या हृदयातल्या माझ्या आई-बाबांच्या पवित्र स्थानापर्यंत दुसऱ्या कुणाला प्रवेश करून देण्याची ती पहिलीच आणि एकमेव वेळ होती.

माझ्या आयुष्याला कलाटणी देणारा तो क्षण होता. त्या छोट्या छळछावणीच्या म्युझियममध्ये माझ्यातल्या स्वत्वाचा, माझ्या खऱ्या रूपाचा शोध संपला होता. अखेर इतक्या मोठ्या कालावधीनंतर मला उमगलं होतं की, भूतकाळाला कुलूपबंद करून मी माझ्यातल्या स्वत्वालाच, माझ्या खऱ्या रूपालाच बंद करून टाकलं होतं. मी जशी आहे तशीच स्वतःला स्वीकारल्याशिवाय मला शांती आणि खरं सुख लाभणार नव्हतं. मी वंशानं आणि धर्मानं 'ज्यू', जन्माने 'झेक' आणि माझी स्वतःची निवड म्हणून मी 'ब्रिटिश' होते.

वर्षांमागून वर्षं सरली. मी प्रागला नियमितपणे भेट देत होते आणि त्यामुळे माझं आयुष्य अधिकाधिक समृद्धीने भरून पावत होतं. मी आता टीका करत नव्हते, की मी माझ्या विरून गेलेल्या आभासांचा पाठपुरावाही करत नव्हते. माझा देश चांगला, वाईट जसा आहे तसा – मी त्याचा स्वीकार केला. इथे असताना, एखाद्या चुंबकाप्रमाणे सेलाकोव्हिस मला खेचून घेत असे. ह्या गावानं आता कात टाकली होती. आता तिथे स्वच्छता आणि समृद्धीच्या खुणा जागोजागी दिसत होत्या. आमचं जुनं घर मात्र होतं तसंच खराब, गबाळ्या स्थितीत व दुःखात उभं होतं. एके काळी आम्हा चौघांचं ते आवडतं घर होतं. जणू काही ते गतकालीन दिवसांच्या स्मृतीनं शोक करत होतं. लहानपणी जशा आम्ही नदीच्या काठाकाठानं, रानावनात हातांत हात गुंफून भटकंती करत असू; त्याप्रमाणे मी आणि मार्टा आताही करत होतो. भटकंतीनंतर त्या किशोरवयात केलेल्या सर्व गोष्टी – कधी मुलांबरोबर हिंडणं, तो जिमखाना, सिनेमागृह आणि नृत्यगृह अशा गोष्टी – ज्या एकाच हॉलमध्ये पूर्वी होत असत आणि मरेन्काच्या 'नेतृत्वा'खाली आम्ही नृत्य करत असू, तिथे आत्ताही जंडाच्या बॅन्डपथकाच्या साथीने नृत्य करत होतो.

वेल्सच्या झेक स्कूलमधल्या मित्रपरिवाराबरोबर आता माझे संबंध पहिल्यापेक्षा

जास्त येऊ लागले. माझा जो जवळचा मित्रपरिवार होता, त्यांच्याशी माझे संबंध कधीच तुटले नव्हते. ते मग झेकोस्लोव्हाकियात असो, ब्रिटनमध्ये असो किंवा जगाच्या पाठीवर इतर कुठेही! काळाच्या प्रवाहाबरोबर आम्ही सर्व वेगवेगळ्या ठिकाणी पोहोचलो होतो, तरीही इतर कुणाहीपेक्षा आम्ही सर्व एकमेकांच्या खूप जवळ होतो आणि हळूहळू हे नातं मला जास्त स्पष्ट उमगलं होतं. आमच्या आयुष्यावर प्रभाव टाकणारा तो काळ आम्ही एकत्र घालवला होता आणि एकाच दुर्दैवी परिस्थितीचे आम्ही बळी होतो.

लंडनला १९८४ च्या उन्हाळ्यात सेप्पी, होन्झा आणि हॅरी यांच्याशी माझी भेट झाली. त्याआधी हॅरीचे अन् माझे संबंध जुळले होते आणि आम्ही एकत्र राहात होतो. तो व मी चाळीस वर्षांपूर्वी एकाच वर्गात होतो. आमच्या चौघांच्या त्या भेटीतच जेवण घेत असताना आमच्या पुनर्भेटीच्या कार्यक्रमाची कल्पना आमच्या डोक्यात आली आणि त्याप्रमाणे आम्ही ती ठरवूनपण टाकली. माझ्यानंतर सेप्पी आणि होन्झानेपण झेकोस्लोव्हाकिया सोडलं. सेप्पीनं पत्रकारितेत कारकीर्द केली आणि तो आधी कॅनडा मग अमेरिकेत स्थायिक झाला. होन्झा माझ्याप्रमाणेच इंग्लंडमध्ये स्थायिक झाला. हॅरी झेकोस्लोव्हाकियाला परत न येता ब्रिटनमध्येच त्याचे आई-वडील आणि बहीण यांच्याबरोबर राहिला. त्याचं पण आधीचं एक लग्न झालं होतं आणि आम्हा दोघांना सुख शोधण्याची दुसऱ्यांदा संधी मिळाली, ह्याबद्दल आम्ही कृतज्ञ आहोत.

बाकीचे तिघं जरा साशंक होते तरी माझ्या स्वतःच्या अनुभवावरून मला पक्की खात्री होती की, आमचा पुनर्भेटीचा सोहळा अभूतपूर्व होणार होता, यशस्वी होणार होता. पुनर्भेटीची कल्पना सगळ्यांनाच आवडली असती. पुढच्या काही महिन्यांत ज्यांनी-ज्यांनी एखाद्या गुप्तहेराप्रमाणे जगाच्या पाठीवर कुठे कुठे विखुरलेल्या आमच्या मित्र-मैत्रिणींना शोधून काढलं; त्या प्रत्येकाच्या मनात सुप्त इच्छा होती की, युद्धकाळातील शाळकरी दिवसांत ज्या छोट्या जागेनं आम्हाला आश्रय दिला तिथे पुन्हा एकदा जावं आणि आपल्या तेव्हाच्या जुन्या मित्र-मैत्रिणींना भेटावं. आमच्या कल्पनेला अशा तऱ्हेनं भरघोस प्रतिसाद मिळाला. अर्थातच काही थोड्या लोकांना ह्या कार्यक्रमात भाग घ्यायची इच्छा नव्हती आणि काहींचा पत्ता आम्ही शोधू शकलो नाही. दुर्दैवानं, काही विद्यार्थी व कर्मचारीवर्गाला मृत्यूनं गाठलं होतं आणि वृद्धत्व व आजारपण ह्या कारणांमुळे बरेच लोक येऊ शकणार नव्हते.

मी आमच्या मिस मॅकेन्झीचा पत्ता शोधून काढायचा प्रयत्न करत होते. त्या आमच्या केवळ शिक्षिकाच नव्हत्या; तर खूप प्रेमळ आणि उदार मैत्रीणही होत्या. इतकी वर्षं मी स्वतःच्या आयुष्यात इतकी गुरफटून गेले होते की, मी त्यांच्याशी संपर्क ठेवला नाही, याबद्दल मला खूप अपराधी वाटायला लागलं. शेवटी मला

त्यांचा ठावठिकाणा मिळाला. त्यांचा आजार शेवटच्या टप्प्यावर पोहोचला होता. आता खूप उशीर झाला होता तरी मी त्यांना सारखी पत्रं पाठवून प्रोत्साहन आणि आधार देण्याचा प्रयत्न केला. त्यांना सर्व हकिगत कळवली. त्यांचं आयुष्य आता संपत आलं होतं, तरी त्या मनानं आमच्या सोहळ्यात हजर होत्या. कारण आम्ही जेव्हा ॲबरनंट हॉटेलला पोहोचलो, तेव्हा प्रेम आणि सदिच्छांचा त्यांनी पाठवलेला संदेश आमची वाट पाहत होता. त्यानंतर तीनच दिवसांनी त्यांचं निधन झालं. निदान ह्या जगातले त्यांचे शेवटचे काही दिवस आपण आनंददायी करू शकलो आणि आपली कुणीतरी आठवण ठेवली होती, हे समाधान त्यांना लाभलं, ह्या विचारानं मी स्वत:ला समजावलं. तरीही मला नेहमीप्रमाणे प्रश्न पडतो की, पुनर्भेटीचा इतका छान कार्यक्रम आम्ही दहा वर्षांपूर्वी का नाही आयोजित केला? कारण तेव्हा वृद्धत्व आणि आजारपणानं खूप लोकांना अजून गाठलं नव्हतं आणि हजर राहणाऱ्यांची संख्या आताप्रमाणे रोडावली नसती.

ज्यूलाकडून कळलं की, आमचं ह्या कार्यक्रमाचं निमंत्रण जेव्हा त्याला पोहोचलं, त्याच सुमारास डॉक्टरांकडून त्याच्या आजारपणाबद्दल प्रतिकूल अहवाल त्याच्या हातात पडला आणि हॉस्पिटलमध्ये भरती होणं त्याला अत्यावश्यक होतं. त्याची अनुपस्थिती सगळ्यांनाच – विशेषत: मला खूपच जाणवली.

माझे इतर जवळचे मित्र-मैत्रिणी कार्यक्रमाला आवर्जून उपस्थित राहिले. नुकतंच वैधव्य आलेली ॲलिस प्रागहून आली. मार्गीट हॉलंडहून, तर ओल्गा न्यूयॉर्कहून आली. एकंदर सर्व मिळून सत्तरच्यावर लोक हजर होते. काहींचे नवरे, तर काहींच्या बायका कार्यक्रमाला उपस्थित राहिल्या. तसेच काही कर्मचारीपण हजर राहिले. जून महिन्यातल्या त्या स्वच्छ सूर्यप्रकाशानं उजळलेल्या सुंदर आठवड्यातले ते शेवटचे दिवस सुरुवातीपासून अखेरपर्यंत असाधारण स्वप्नवत ठरले.

त्या दिवसांनी आम्हाला भूतकाळात नेलं. प्रत्येक जण आपापलं सामाजिक स्थान, यशापयश त्या दोन दिवसांत विसरून गेला. आम्ही सर्व एक होतो. बरीच गरीब, निर्वासित मुलं आणि मुली युद्धामुळे अनाथ झालेली, कदाचित प्रतिकूल परिस्थितीमुळे आयुष्यात अमाप कष्ट करून वेगवेगळ्या क्षेत्रांत उच्च पदावर पोहोचली होती. त्यांतील काही राजनैतिक सेवेतील सदस्य होते; विधिमंडळ सदस्य, युनोच्या आंतरराष्ट्रीय संघटनेचे प्रतिनिधी होते. तसेच डॉक्टर्स, दंतवैद्य, लक्षाधीश – राजघराण्यातील स्त्री पण...

वेगवेगळी वैयक्तिक परिस्थिती आणि अनुभव ह्यांत प्रचंड तफावत असूनही, गेली चाळीस दशकं जगाच्या पाठीवर ठिकठिकाणी विखुरलेले असूनही आम्हा सर्वांमध्ये शब्दांत व्यक्त न होण्याजोगा मैत्रीचा एक बंध होता. त्यामुळे आम्हा सर्वांचं

एक मोठ्ठं कुटुंब होतं. भावा-बहिणींचा एक खास आणि असाधारण गट. जेव्हा आमच्या लक्षात आलं की, आमच्यातील 'तो' मैत्रीचा बंध अजूनही टिकून तर होताच; परंतु आमच्यावर त्याचा प्रभाव होता आणि आमचे मैत्रीपूर्ण संबंध, एकमेकांना समजून घेण्याची वृत्ती, समान विश्वास, मदत करण्याची तत्परता हे सगळं नेहमीच असंच राहणार होतं... तेव्हा आम्ही सर्व जण खूप भारावून गेलो. 'वाईटातून कधीकधी चांगलं निघू शकतं', अशी एक खूप वेळा ऐकलेली उक्ती आहे. तिचा खरोखर प्रत्यय आला, असं माझ्या मनात आलं. शिवाय जागतिक घटनांचा आमच्यावर इतक्या कठोरपणे आघात झाला नसता, तर आयुष्यात यशस्वी होण्याची तीव्र इच्छा आणि निर्धार आमच्यापैकी कुणात निर्माण झाला असता का?

तिथलं माझं शेवटचं जेवण संपत आलं होतं. दोनच दिवसांपूर्वी मी ओळखूही शकले नसते असे चेहरे आता खूप ओळखीचे आणि प्रिय झाले होते. त्या सर्वांना मी न्याहाळत बसले होते. आम्हा सर्वांना एकत्र आणण्यात माझा कसा का असेना; पण खारीचा वाटा आहे याचा मला खूप अभिमान वाटला आणि मी धन्य झाले.

ह्या सोहळ्याची आठवण म्हणून, झेकोस्लोव्हाकियाच्या लाइम या राष्ट्रीय वृक्षाचं (छोटी पिवळी फुलं येणारं एक झाड) आम्ही हॉटेलच्या आवारात रोपण केलं. ह्या समारंभासाठी गावातील खूप लोक हजर राहिले आणि त्यांनी त्यांच्याबरोबर प्राथमिक शाळेचं बॅन्डपथकपण आणलं होतं. त्या खेड्यातील लोकांसाठी, तेव्हाची आम्ही लहान मुलं करमणुकीचे कार्यक्रम करत असू. जणू काही त्याची पोचपावती देण्यासाठी, आमचे आभार मानण्यासाठी त्यांनी खूप गाणी म्हटली आणि हा कार्यक्रम त्यांनी त्यांच्या राष्ट्रीय पोशाखांत सादर केला. आम्ही तो कार्यक्रम बघत होतो, गाणी ऐकत होतो; आम्हाला आमच्या त्या सुखी, आनंदी दिवसांची आठवण येत होती, तेव्हा जिम जोन्सबद्दल मनात सारखा विचार येत होता. त्याला आमच्या ह्या पुनर्भेटीच्या सोहळ्यात सहभागी व्हायला खूप आवडलं असतं. त्यानं आमच्या किशोरवयात आमच्यावर मायेचं छत्र धरलं होतं. तो मृत्यू पावला होता आणि कुठल्यातरी एका निनावी थडग्यात चिरविश्रांती घेत होता. कोपऱ्यावरचं त्याचं दुकानपण आता कालौघात नाहीसं झालं होतं. त्या ठिकाणी गावाच्या मध्यवर्ती भागात आता इरफॉन नदीला सन्मुख अशा ह्याच ठिकाणी लॅनरिट वेल्सच्या गावकऱ्यांच्या सन्मानाप्रीत्यर्थ आणि तेव्हाच्या स्मृतिप्रीत्यर्थ एक बाक बसवायचा, असं आम्ही ठरवलं. त्या बाकाला 'जिमचा बाक' असंच संबोधलं जाईल, असं मला वाटतं आणि थडग्यावरील दगडापेक्षा हे त्याचं जास्त उचित स्मारक असेल.

आमच्या तेव्हाच्या वास्तव्यात गावातील लोकांनी आमच्यासाठी मैत्रीचा हात नेहमीच पुढे केला होता. त्यांनी तेव्हा आणि आताही दिलेल्या स्नेहपूर्ण वागणुकीबद्दल

आम्हाला कोणत्या ना कोणत्या रूपात कृतज्ञता व्यक्त करायची होती. आमच्यापैकी तेव्हाच्या एका विद्यार्थ्यानं आमच्या निधीत बऱ्यापैकी भर घातली. त्यामुळे आम्ही गावाची कार्यालयीन इमारत म्हणजे मेयोरल चेन उभारण्यासाठी निधी दिला. जसं लॅनरिट वेल्स या गावाला आमच्या हृदयात आणि आमच्या आयुष्यात कायमचं स्थान आहे; त्याचप्रमाणे गावाच्या इतिहासात आम्हालापण कायमस्वरूपी स्थान मिळणार होतं...

सर्वांनी एकमेकांचे निरोप घेऊन झाले होते. आमची बस थोड्याच वेळानं लंडनकडे मार्गस्थ होणार होती. तितक्यात 'वेल्स' मित्र-मैत्रिणींचा एक समूह पुढे आला. तेथील नगराध्यक्ष अग्रभागी होते. गल्लीच्या दोन्ही बाजूंनी ते सर्व जण शिस्तीत, रांगेत उभे राहिले आणि त्यांनी गाणी म्हणायला सुरुवात केली. आमची बस चालू झाली. सगळ्यांच्या डोळ्यांतून अश्रू ओघळत होते. 'वेल्सला परत या', हे त्यांचे शब्द कानांत निनादत होते. आम्हाला कळलं होतं की, आमचे संबंध नव्यानं रुजले होते. जुनी मैत्री पुन:प्रस्थापित झाली होती. नवे मैत्रीपूर्ण संबंध जुळले होते आणि आम्ही पुन:पुन्हा तिथे जात राहणार होतो – एकटे किंवा साथीने. कारण आम्ही तिथे रुजवलेल्या लाइमच्या झाडावर बसवलेल्या स्मृतिफलकावर अक्षरं कोरली आहेत...

'लॅनरिटड वेल्स' ह्या धरतीवरील चिमुकल्या गावाला
आमच्या हृदयात नेहमीच मोठी जागा राहील.'

बस मार्ग आक्रमत होती. माझं मन एकाच वेळी दु:ख आणि समाधान ह्या भावनांनी भरून आलं होतं. परतीच्या प्रवासानंतर ते तीन अविस्मरणीय दिवस संपणार होते. तसे दिवस कदाचित पुन्हा कधीच येणार नव्हते. तरीही मला कळलं होतं की, इतक्या वर्षांनंतर झालेल्या आमच्या पुनर्भेटीचे क्षण कायम लक्षात राहणार होते, कारण ही तर आणखी एक सुरुवात होती...

त्या तीन दिवसांत मनात उसळलेल्या भावना आणि जागृत झालेल्या स्मृती यामुळे मला बळ मिळालं; किंबहुना, त्यांनीच मला माझी कहाणी सांगण्यासाठी भाग पाडलं. माझं कार्य संपलेलं आहे. आयुष्यातल्या फार मोठ्या कालावधीत जी दारं मी कुलूपबंद करून ठेवली होती, ती मी आता उघडली आहेत आणि पूर्ण वर्तुळाचा प्रवास केलाय, असं मला वाटतंय. सौंदर्य आणि आनंद, दु:ख आणि वेदना ह्यांचे क्षण मी पुन्हा जगतेय. अश्रूंचे खरे मोती जिच्या डोळ्यांतून ओघळले होते, त्या लहान मुलीच्या भूमिकेत मी पुन्हा एकदा शिरलेय. कडवी देशभक्त,

घराच्या आठवणींनी व्याकूळ झालेली एक अनाथ, आशावादी मुलगी – मग उद्ध्वस्त किशोरी – भ्रमनिरास झालेली तरुण स्त्री... असा सगळा प्रवास मी पुन्हा केला होता.

माझ्या आई-बाबांविषयी असलेली माझी श्रद्धा, ते पवित्र स्थान माझ्या हृदयात अजून खोलवर अबाधित आहे. कालप्रवाहानं न पुसलेलं त्यांच्यावरचं माझं प्रेम तिथे तेवतंय. जेव्हा मी दुःखी होते, एकाकी बनते, हरवून जाते आणि मला रडू येतं, 'कुठे आहे माझं घर?' असा प्रश्न उपस्थित होतो; तेव्हा मग मी माझ्या श्रद्धास्थानाकडे वळते. मी माझ्या मूळस्थानी १९६८मध्ये परत गेले आणि तिथेच मला माझ्यातल्या स्वत्वाचा शोध लागला होता. तेव्हापासून मी असंच करत आले. तेव्हाच मला शोध लागला होता की, माझं घर तर माझ्यातच खोलवर रुजलेलं आहे – एक मौल्यवान आणि खास आश्रयस्थान! घर म्हणजे प्रेम आणि तुम्ही माझे अत्यंत प्रियजन हे अजूनही माझ्यासाठी माझं खरंखुरं घरच आहात...

निकोलस विन्टन ह्यांच्याबद्दलच्या लेखिकेच्या भावना

'आयुष्य हा एक 'जुगार' आहे, योगायोगाचा एक खेळ आहे,' असं म्हटलं जातं. आज मला आश्चर्य वाटतंय की, आयुष्याची साठ वर्षं मला आनंदानं उपभोगण्यासाठी बक्षीस म्हणून मिळाली. हिटलरने ज्या पद्धतशीरपणे 'ज्यू' वंशाच्या विनाशाची योजना आखली होती, त्यातून मी आणि माझी बहीण बचावलो. माझे सर्व कुटुंबीय आणि इतर लक्षावधी निरपराध व्यक्ती छळछावणीत नष्ट झाल्या; छळछावणीत मी नष्ट झाले नाही.

युद्धाचे ढग जमू लागले असताना माझ्या आई-वडिलांनी त्यांच्या दोन प्रिय मुलींना परक्या देशात, परक्या लोकांकडे पाठवण्याचं धाडस व दूरदृष्टी दाखवली नसती आणि आमचा स्वीकार करण्यासाठी ब्रिटिश कुटुंबं मिळाली नसती; तर निकोलस विन्टन ह्यांच्या आशा, त्यांचे प्रयत्न आणि मदत करण्याची इच्छा ह्या सर्वांवर पाणी पडलं असतं.

आज मी इथे माझ्या बागेत बसले आहे. माझी नातवंडं माझ्याभोवती खेळताना बघते आहे. त्यांचं हास्य अन् माझ्या मुलीनं चहासाठी मारलेली हाक ऐकते आहे. ही सगळी त्यांचीच – निकोलस विन्टन ह्यांची कृपा आहे. त्याबद्दल त्यांना धन्यवाद. माझ्या बाबतीत हे रोजचंच दृश्य आहे, पण मी ते गृहीत धरू शकत नाही.

विन्टन ह्यांनी मदत केली नसती तर... ही मुलं, नातवंडं इथे दिसली नसती. मी ही कहाणी लिहिली नसती. तरीही इतक्या महान कार्याबद्दल ते नम्रपणे म्हणतात, ''तो माझ्या आयुष्याचा एक छोटा भाग होता. ते माझं कर्तव्य होतं आणि मला ते करायचं होतं.'' स्वत:बद्दल किती विनम्रपणाची भावना ही! त्यांच्या आयुष्यातले काही महिनेच त्यांनी हे काम केलं, पण तेच काम फार मोठं होतं. ती त्यांची अभूतपूर्व कामगिरी होती. त्यांच्या कामगिरीचं महत्त्व गेल्या काही वर्षांपासून त्यांच्या लक्षात येऊ लागलंय.